AF254577

HƯƠNG TÍCH
P H Ậ T   H Ọ C
L U Ậ N   T Ậ P

Chủ trương — TUỆ SỸ

Thực hiện — Thư quán Hương Tích và nhóm cộng tác

Trong tập này — Tuệ Sỹ, Võ Quang Nhân, Namgyal Tsering, Thích Tâm Nhãn, Hạnh Viên, Thích Thanh An, Pháp Hiền, Nguyên Giác, Huỳnh Kim Quang, Hoàng Long, Hạnh Chi.

Tranh bìa — Tượng Như ý luân Quán tự tại bồ-tát, thuộc bảo vật quốc gia Nhật Bản, tại Trung Cung tự, chùa Pháp Long, cố đô Nara.

Luận tập trân trọng đón nhận sự góp ý và cộng tác của chư thiện hữu tri thức; vui lòng gởi thư đến Hạnh Viên, email: huongtichbooks@gmail.com

HƯƠNG TÍCH

phật học luận tập

tập 6
Xuân 2020

NHÀ XUẤT BẢN HỒNG ĐỨC

Mục lục

NGHIỆP, KÝ ỨC, TỰ NGÃ và *LUÂN HỒI*

- TUỆ SỸ -

Một người không có trí nhớ, hoặc mất trí nhớ, cuộc đời người ấy sẽ ra sao? Giả thiết người ấy là ta, cuộc đời ta sẽ như thế nào? Ai cũng có thể tự đặt câu hỏi như vậy và tự cảm nghiệm về ý nghĩa của câu hỏi. Sinh hoạt của một người, trong từng giây phút, không thể không có trí nhớ. Cho đến một sinh vật hạ đẳng, mà chúng ta có thể biết, cũng không thể tồn tại nếu nó không có trí nhớ.

Trí nhớ, Sanskrit nói là *smṛti*, Pāli nói là *sati*, và từ Hán tương đương là *niệm*, cũng gọi là *ức niệm, tùy niệm*. Nói theo ngôn ngữ thường dùng hiện đại, niệm là *ký ức*. Đó là khả năng ghi nhớ những gì đã xảy ra, thậm chí trong thời gian ngắn nhất, một sát-na, mà ý thức bấp bênh của ta không thể đo được.

Để ghi vào ký ức, ngắn hạn hay dài hạn, mọi người trong chúng ta đều biết phải làm gì, theo cách do tự ta nghĩ ra, hay do người khác chỉ dẫn, hoặc ghi nhận một cách tự nhiên như là cơ chế tự động của não. Những dữ kiện được lưu trữ trong một thời gian hay suốt đời, cho đến khi có điều kiện, nó tái hiện. Toàn bộ quá trình ký ức này, từ nhập liệu cho đến truy xuất, hoàn toàn tương ứng với quá trình tạo tác, tích lũy và cho quả của nghiệp. Thực chất của dữ liệu từ những sinh hoạt thường nhật được lưu trữ, và sau đó được truy xuất, ta có thể lý giải được mối quan hệ nhân quả của chúng, bằng kinh nghiệm bản thân, hoặc bằng lý giải từ các nhà nghiên cứu. Nghiệp là những hành vi cụ thể mà ta có thể thấy, biết, có thể kiểm soát bằng nhận thức hay ý chí, trong một giới hạn nhất định. Nhưng nó được nhập liệu như thế nào, tồn tại như thế nào trong điều kiện và trạng thái được lưu trữ, và cuối cùng được truy xuất để cho quả như thế nào; những vấn đề như vậy có thể được tiếp cận qua các lý giải của các nhà nghiên cứu, tâm lý học, phân tâm học, tâm học, khoa học não, hay không? Điều này còn phải suy nghĩ.

Ký ức, là kinh nghiệm mà mọi người đều có; nhưng vấn đề lý giải ký ức, từ thượng cổ cho đến nay, từ đông sang tây, chưa có một sự nhất trí nào. Tâm lý học, với những thí nghiệm, có thể giải thích có khả năng thuyết phục một số hiện tượng của ký ức. Những dị biệt giữa tâm lý học ứng xử (behavioral psychology) và tâm lý học tri nhận (cognitive psychology); những phát hiện về vô thức (unconsciousness) và ý thức tập thể (collective consciousness); những lý giải từ các nghiên cứu này có thể được tham khảo, hoặc được gợi hứng, hoặc xem như là những hướng tiếp cận để lý giải những vấn đề về nghiệp, trên cơ sở của khái niệm về nghiệp như là ký ức. Tuy nhiên, có một khoảng cách hầu như không thể vượt qua, đó là nghiệp là kinh nghiệm được tích lũy và tồn tại trong nhiều đời sống, trong khi những nghiên cứu như vừa nêu chỉ giới hạn với ký ức trong hiện tại, trong một đời người, không biết đến đời trước và đời sau.

Trong thế kỷ *hiện tại*, với sự phát triển nhanh chóng của khoa học não, cơ chế vật lý của ký ức được lý giải một cách thuyết phục, tuy vẫn còn nhiều mong đợi, nhưng cơ chế đó tự động hoàn toàn như một bộ máy, hay có sự chi phối của những yếu tố phi vật chất, như ý thức chẳng hạn, vẫn chưa có lý giải nhất trí.

Cơ chế vật lý được lý giải bởi khoa học não cũng chỉ là những kết quả quan sát, thí nghiệm, đo đạc trên thân thể vật lý này và chỉ trong đời này. Khi thân này rã, ký ức được tàng trữ trong thân vật lý này cũng biến mất theo. Nếu giả thiết, ngoài cơ chế vật lý của ký ức, còn có sự tham gia của một yếu tố phi vật chất, không nhất thiết là ý thức, để lấy đó làm cơ sở tiếp cận đến vấn đề nghiệp tích lũy cho đến trong đời sau được xử lý để cho quả dị thục của nó. Phương pháp tiếp cận này không phải là bất khả, nhưng khả tín đến mức nào, còn tùy thuộc nhiều yếu tố. Tuy nhiên, có thể mượn lời của một nhà toán học: Nhìn vào con số không, bạn không thấy gì. Nhưng nhìn qua con số không, bạn thấy cả thế giới.[1]

Như vậy, vấn đề thứ hai, đó là tồn tại của tự ngã. Mặc dù chính đức Phật đã nói: Có nghiệp được tạo tác, có quả dị thục được lãnh thọ, nhưng không có người tạo tác, không có người lãnh thọ. Điều này không thể lý giải bằng kinh nghiệm giác quan. Một số bộ phái Phật giáo, cố nhiên không phủ nhận lời ấy do chính Phật nói, nhưng vẫn tìm hướng lý giải

---

[1] "If you look at zero you see nothing; but you look through it and you will see the world." Kaplan, *The Nothing that is: A Natural History of Zero*.

để có thể hiểu được qua kinh nghiệm giác quan.

Thật không thể tưởng tượng rằng một thân cây bị đốn mà không có người đốn, một sự kiện được nhớ lại mà không có người nhớ. Vấn đề tự ngã liên hệ với ký ức là chủ đề biện luận khá sôi nổi trong các học phái Phật giáo, từ bộ phái đến Đại thừa.

Ngày nay, một người đi đến một máy ATM, ra lệnh xuất tiền, máy làm theo lệnh đúng với số lượng yêu cầu, và mọi người biết rõ, trong đó không có một *con người* thường trực ngồi đó để xuất tiền theo lệnh, cũng không có một cái gì gọi là ý thức được cài trong đó. Vậy thì, có hành vi làm mà không có con người làm, cũng như có tác nghiệp nhưng không có tác giả. Tuy nói vậy, lý giải này còn xa vời để được chấp nhận. Vì sao? Cũng còn xa mới có câu trả lời. Bởi vì, kinh nghiệm không thể phủ nhận, rằng tôi nhớ hôm qua, ngày trước, những năm tháng trước, tôi đã làm gì. Cái tôi trước đó và cái tôi này là một, dù thân thể của tôi có thể đổi khác.

Một nhà khoa học não có thể nói, "Không có một chỗ nào trong não mà ở đó có người quan sát được đặt ngồi, có một cơ cấu chỉ huy được cài đặt, hay có vị trí cho một tự ngã. Đó là một hệ thống được phân bố rất cao trong đó nhiều chức năng xuất hiện đồng thời và không có điều phối viên."[2]

Tuy thế, câu hỏi: "Vậy có đúng như lời Phật nói, không tồn tại một tự ngã như là chủ thể hành động?" – Vẫn không có câu trả lời dứt khoát.

Ký ức và tự ngã, hai vấn đề quan hệ nhau trong hệ luận nhân quả. Ký ức, và cơ chế của ký ức, là kinh nghiệm thực tiễn để lý giải tự ngã tồn tại hay không tồn tại. Và đó là cơ sở để lý giải vấn đề nghiệp được tích lũy và cho quả như thế nào.

---

[2] Phát biểu của Wolf Singer, nhà vật lý não Đức, giám đốc Khoa vật lý não< bộ phận nghiên cứu não của Viện Nghiên cứu Max Planck, thuyết trình về đề tài "Đồng bộ hóa của các Nhịp Não như là cơ chế cho sự thống nhất các quá trình tâm lý được phân bố." (Synchronization of Brain Rhythms as a Possible Mechanism for the Unification of Distributed Mental Process), trong cuộc hội thoại khoa học lần thứ XIII bởi Viện nghiên cứu Tâm thức và Đời sống, được xuất bản thành sách *The Mind's Own Physician – A Scientific Dialogue with the Dalai Lama on the Healing Power of Meditation*, edited by John Kabat-Zin & Richard J. Davidson with Zara Housmand, Mind & Life Institute, New Harbinger Publication, Inc 2011. – Kindle Edition.

Vấn đề được nêu như thế lại hàm ngụ yếu tố thời gian. Dù được xem như là một thực thể tồn tại, hay chỉ như là khái niệm, yếu tố thời gian vẫn cần được đề xuất và lý giải, để từ đó thiết lập đường dẫn của ký ức từ hiện tại đi vào quá khứ.

1. Tri giác thời gian

Nguyễn Du tả tâm trạng của Kim Trọng nhớ Kiều: "Sầu đong càng lắc càng đầy, Ba thu dọn lại một ngày dài ghê." Đây là tri giác về thời gian? Hay tri giác về khoảng cách của hai người? Hay tri giác về khối lượng, mà thời gian càng kéo dài thì khối lượng càng đầy thêm? Thơ dẫn kinh nghiệm vượt ra ngoài kinh nghiệm. Dù sao, tri giác trong đây vẫn là tri giác thời gian mà độ dài dễ thường co giãn.

Chúng ta không có Kinh Thi như người Hán, không có Thiên thư Veda của Ấn-độ, không có những Sử thi đầy thần thoại như Hy-lạp, cho nên không biết Tổ tiên chúng ta có tri giác gì về thời gian.

Có lẽ thời gian trong Kinh Thi là thời gian Tình sử: "Một ngày không thấy, dài bằng ba năm"[3], chỉ có thể đo bằng bề dày của ký ức chứ không thể đo bằng bóng mặt trời, mà cụ Nguyễn Du đã diễn lại: "sầu đong..."

Thời gian của Ấn-độ, với hiện thân Kālarātri, Nữ thần của Đêm Tối, xuất hiện trong *Mahābhārata* khoảng gần 4000 năm trước Tây lịch, với hình dáng dễ sợ, được thấy trong các chiến trận, ban đêm đi thu hồn những chiến binh tử trận. Thần thoại về sau thuật chuyện với tên gọi ngắn hơn - Kāli: Nữ thần của Thời gian, được thờ phụng cả trong Ấn giáo (phái Shiva) và trong Phật giáo (Tantra). Danh từ nam tính của Kālī là Kāla. Từ này là nguyên lý vận hành của vũ trụ, nguyên nhân đầu tiên của mọi loài. Tất nhiên, tất cả mọi loài đều phải phục tùng định mệnh của thời gian. Luận *Đại trí độ* giải thích vì sao Kinh Phật không mở đầu với từ *kāla*, chỉ thời gian, mà nói là *samaya: evaṃ mayā śrutam| ekasmin samaye* (Như vậy, tôi nghe, một thời...) cũng đồng nghĩa thời gian. *Samaya*, là thời gian theo nghĩa *thời cơ* của con người, trong khi *kāla* được xem là nguyên lý, thể tính của tồn tại. Như được nói trong *Thời kinh*: "Thời gian đến, chúng sinh chín muổi; thời gian đi, chúng

[3] 一日見如三秋兮.

sinh bị hối thúc. Thời gian hay cảnh giác chúng sanh. Cho nên thời gian là nguyên nhân."[4] Đây là tri giác về thời gian theo chu kỳ sống chết của sinh loại. Tri giác về thời gian cũng là tri giác về sự chết. Thời gian được biết đến từ tri giác về sự sinh thành và hủy diệt của một đời người, và do đó dẫn đến tri giác siêu nghiệm về sự sinh thành và hủy diệt của thế giới, bởi vì nó là một cơ thể có thô và có vi tế.[5]

Mỗi nền văn minh, phát triển trong bối cảnh thiên nhiên đặc biệt, phát sinh khái niệm thời gian đặc biệt. Vậy, thì tính thể thời gian là gì? Và tri giác về thời gian là gì?

Chúng ta có tri giác về màu sắc, về hình thể, về âm thanh các thứ, bằng các giác quan được biết; nhưng khi nói, "tri giác về thời gian", vậy, thời gian được giác bằng giác quan nào?

Trong Kinh Phật, cảnh giới mà thức có thể tri giác được, có sáu. Trong sáu cảnh đó, không có cái nào là thời gian, vì vậy không có tri giác về cái gọi là thời gian. Ý tưởng về thời gian có thể được nhắc đến, khi có cảm giác hay ấn tượng về sự chết, cho nên, thành ngữ *kālaṃ karoti*, "nó hoàn tất thời gian", nghĩa là "nó chết". Đây không phải là tri giác mà là ám ảnh về thời gian như một thứ định mệnh không thể tránh, rồi ai cũng phải chết. Cho nên, về mặt ngữ nguyên, *kāla* nghĩa là thời gian mà cũng có nghĩa là màu đen tối, màu của đêm tối, của sự chết. *Kāla* cũng được hiểu là do gốc động từ √*kal* (*kalayati*) thúc dục, hối thúc, thường trực, sự chết đang hối thúc ta.

Từ thời gian mà các nhà triết học phương Tây nghiên cứu, trong chủ đề tri giác về thời gian; trong Kinh Phật, danh từ chỉ thời gian này được nói là *adhvan*, mà Huyền Trang dịch là "thế lộ": lộ trình thời gian; được Thế Thân định nghĩa: "Các pháp hữu vi này cũng được gọi là thế lộ, vì thể của chúng đã đi, đang đi, và sẽ đi; hay vì chúng bị vô thường nuốt

---

[4] *Đại trí độ* 1 T25 tr.65b12: 時來眾生熟時至則催促時能覺悟人是故時為因。 E. Lamotte, bản dịch Pháp vol. I tr. 76, dẫn Saḍḍarśana, Sanskrit: *kālaḥ pacati bhūtāni kālaḥ saṃharate prajāḥ| kālaḥ supteṣu jāgarti kālo hi duratikramaḥ.*

[5] Cf. Sūryasiddhānta (sách thiên văn học Ấn-độ), 1.10. *lokānām antakṛt kālaḥ kālo'nyaḥ kalanātmakaḥ| sa dvidhā sthūlakṣmatvān mūrta ucyate|* Một thời gian hủy diệt thế giới. Một thời gian tự thể cuốn đi. Hai loại thời gian được nói đến, chất thể thời gian thô và tế.

chứng."[6] Đây cũng không phải là tri giác về thời gian, mà là ấn tượng về
về sự sinh thành và hoại diệt của những gì mà ta có thể tri giác, và từ tri
giác đó khởi lên khái niệm về thời gian.

Trong các nghiên cứu chủ đề tri giác về thời gian, một chương trong
Những Nguyên lý của Tâm lý học của Williams James – tác phẩm được
đánh giá là gây ảnh hưởng lớn trong lãnh vực tâm lý học hiện đại[7],
trong đó ông đề xuất ý niệm "giả tướng hiện tại" (*specious present*: hiện
tại mạo tợ), ý tưởng mà ta gọi là hiện tại, chỉ là *vẻ ngoài* (specious), có
vẻ như là hiện tại, không phải thật sự là hiện tại: "Mô hình nguyên thủy
của tất cả thời gian mà ta có khái niệm chỉ là hiện tại giả mạo, mà độ dài
cực ngắn của nó chúng ta có cảm giác trực tiếp và tức thời."[8]

W. James mặc nhiên thừa nhận ý tưởng này (*specious time*, thời gian giả
mạo) được gợi hứng từ E.R Clay mà ông trích dẫn: "Vấn đề liên hệ kinh
nghiệm với thời gian chưa được nghiên cứu sâu sắc. Những đối tượng
của kinh nghiệm được cho như là hiện tại, nhưng phần thời gian mà
luận cứ (*datum*: dữ liệu thông tin) xét đến là một cái rất khác với cái
trong biên cảnh của quá khứ và vị lai mà triết học gọi tên nó là Hiện tại.
Thời gian mà luận cứ xét đến thực sự là một bộ phận của quá khứ - một
quá khứ tức thì (a recent past) – được gắn cho một cách sai lầm như là
một thời gian xen giữa quá khứ và vị lai.[9] Chúng ta hãy gọi nó là hiện
tại giả mạo (specious present), và hãy xem quá khứ, được gắn cho là quá
khứ, là quá khứ. Tất cả những nốt trên khung nhạc của bài hát đối với
thính giả có vẻ như được chứa trong hiện tại. Tất cả những chuyển dịch
vị trí của một thiên thạch đối với người quan sát có vẻ như được chứa
trong hiện tại. Tất cả khoảnh khắc của điểm cuối của một chuỗi như
thế, không có bộ phận nào của thời gian mà chúng đo đạc lại có vẻ như

---

[6] *Câu-xá i* tụng 7cd: **ta evādhvā...** Bhāṣya, Pradhan 5.3. *ta eva saṃskṛtā gatagacchadgamiṣyadbhāvād* **adhvānaḥ** *adyante 'nityatyeti vā*, Việt dịch Tập I (Hương Tích ấn hành 2012) tr. 95.

[7] Williams James, *The Principles of Psychology*, vol. I Chap XIV The perception of Time. (1890), edition 2014 by Dover Publications, Inc; p. 605-642.

[8] W. James, dẫn trên, tr. 631.

[9] So sánh với Nāgārjuna (Long Thọ), Madhyamaka-kārikā (*Trung luận*), 1cd, tách rời quá khứ, cái đã đi, đã diệt, và cái chưa đi, cái đã sinh mà chưa diệt, thì không thể có khái niệm về cái hiện tại, *gatāgatavinirmuktaṃ gamyamānaṃ na gamyate||*

là một quá khứ."[10]

Chúng ta đã nói, khi một đối tượng ngoại giới kích thích giác quan, quá trình tri nhận diễn ra trong nhiều sát-na mà độ dài của nó chỉ có thể biết được qua sự khởi lên và chìm xuống của thức; nhưng sự biết đó chỉ suy diễn từ kinh nghiệm mà ta có từ nhận thức tồn tại của sự vật ngoại giới. Trong quan điểm của A-tì-đàm, và cũng của các nhà Đại thừa, không một cái gì, tâm hay vật, tồn tại qua hai sát-na. Đó là nói từ tri giác siêu nghiệm. Trong tri giác thường nghiệm, cái mà ta đang thấy, cái đó đang tồn tại trong hiện tại, chí thiểu một thời gian cực ngắn mà ta có thể tri giác được đối tượng trước khi nó biến mất vào quá khứ. Nếu ta giả thiết rằng, một chu kỳ sinh diệt của tâm là một sát-na, gọi nó là sát-na tâm. Tự tính của tâm là không ngừng sinh diệt. Điều này có thể tri giác trong trạng thái tập trung quán sát. Tri giác mà có thể nắm bắt được chu kỳ sinh diệt của tâm trong từng sát-na, ngôn ngữ của những người tu định gọi là hiện lượng du-già (*yogi-pratyakṣa*)[11]. Nếu đối tượng ngoại giới, những gì có thuộc tính vật lý, sắc pháp, cũng chỉ tồn tại trong một sát-na theo chu kỳ sinh diệt của tâm, ta có thể nắm bắt được nó không? Trong tri giác thường nghiệm, điều này có vẻ như bất khả. Như một chuỗi âm thanh, từng âm tiết vọng lên rồi biến mất; những âm tiết tiếp nối nhau, và cuối cùng, thức nhận ra chuỗi âm thanh ấy chuyển tải thông tin gì. Hoặc như khi nghe một giai điệu nhạc, các nốt nhạc liên tiếp trong một tấu khúc (fugue), nhạc sỹ có thể nhận ra giai điệu ấy nằm trong thang âm (scale) nào, trưởng hay thứ, và cảm giác buồn vui cũng theo thang âm trưởng thứ mà biến đổi. Ta nghe tâm tình đang trôi theo *dòng nhạc*. Cái gì có tác dụng, cái đó phải ở trong thời điểm hiện tại. Nhưng chuỗi âm thanh A B C D E xuất hiện trong giai điệu, không cùng xuất hiện đồng thời. Khi ta nghe nốt A, thì B C D E thuộc vị lai, chưa xuất hiện. Khi ta nghe nốt B thì A đã biến mất vào quá khứ, C D E chưa có mặt. Vậy, hiện tại là gì?

James nói đó là một hiện tại giả mạo, vẻ ngoài, nhưng nó có độ dài của

---

[10] E.R. Clay. *The Alternative, A Study in Psychology*, London Macmillan & Co 1882, p. 167-8. Danx boeir W. James, sách đã dẫn, tr. 609.

[11] *yogi-pratyakṣa*, trực giác/ trực quán của hành giả du-già, Dharmottara Nyāyabindu (Pháp Thượng, *Chính lý trích luận*): *yogipratyakṣaṃ vyākhyātum āha: bhūtabhāvanāprakarṣaparyantajaṃ yogijñānaṃ ceti,* nhận thức của hành giả du-già phát sinh do tu quán đối tượng chân thật cho đến trình độ cực biên trác việt, đây gọi là du-già trực quán.

nó, không như trên lưỡi dao mà như trên yên ngựa, ngồi lên đó để nhìn ra hai hướng. Hoặc nói như Clay mà James trích dẫn; đó là một hiện tại giả tướng, giả mạo (specious present) nhưng kéo dài đủ cho một nhà thiên văn học quan sát một ngôi sao băng; một thính giả nghe được một âm giai với các quãng (interval) của nó. Ý kiến của ông có thể được các vị Chánh lượng bộ, Độc tử bộ, Thượng tọa bộ chấp nhận với ít sửa đổi, nhưng với các vị Hữu bộ thì hoàn toàn bị bác bỏ trong quan điểm tất cả chỉ tồn tại không kéo dài hơn một sát-na.

Điểm khó khăn trong cái hiện tại giả mạo của James, hiện tại đó là một điểm trong khoảnh khắc được kéo dài, hay sự liên tục của nhiều điểm tạo thành. Nghĩa thứ nhất có thể lý giải theo các bộ phái Phật giáo chấp nhận sắc ngoại giới tồn tại trong nhiều sát-na đủ cho thức bắt nắm. Hiểu theo nghĩa thứ hai với các vị Hữu bộ, đó là chuỗi liên tục của nhiều điểm; điểm đi vào trong quá khứ vẫn tồn tại và được nắm giữ bởi yếu tố niệm, định và huệ trong tâm sở biệt cảnh.

Hình như James không giải thích rõ điều này. Trong đoạn văn dẫn vào ý niệm về một hiện tại giả mạo, ông tự hỏi: "Cái hiện tại này, nó đang ở đâu? Nó đã chảy tan trong nắm tay của ta. Nó vuột mất trước khi ta có thể xúc chạm đến nó, đi vào trong khoảng khắc của biến dịch." Và ông dẫn thơ theo Mr. Hodgson: "Khoảnh khắc khi tôi nói, khoảnh khắc ấy đã rời xa."[12] Nhà thơ này nói như một thiền sư: "mở miệng liền sai, chần chừ đã khác."[13] Khi ta mở miệng định nói về, hay gọi tên một vật, vật ấy đã biến mất. Cái mà ta nói đến, chỉ là tên gọi của một một cái đã mất dạng vào quá khứ.

Tri giác về hiện tại là thế nào? Hiện tại là gì? Vấn đề được luận giải với nhiều ý kiến khác nhau trong giới học thuật phương Tây, ít nhất từ

---

[12] Tiếng Pháp trong trích dẫn: "Le moment où je parle est déjà loin de moi." Thơ của Nicolas Boileau (1636-1711), nhà thơ Pháp; dẫn bởi W. James, sách dẫn trên, tr. 608.

[13] Phật Quả Viên Ngộ, *Bích nham lục*, tắc 85: 開口便錯擬議即差.

Saint Augustin[14] cho đến Husserl, và tất nhiên, cho đến hiện tại. Trong lịch sử triết học phương Tây, chưa có một giải đáp dứt khoát và nhất trí, đúng hay sai vẫn trong giới hạn tương đối.

Trong Phật giáo, một định lý bất dịch: tất cả đều biến thiên không đình trụ. Trong sự biến thiên không ngừng ấy, cái mà ta đang thấy ấy là gì, thật hay giả? Vấn đề vẫn không có giải đáp dứt khoát, vì những quan điểm bất đồng giữa các bộ phái.

2. Tam thế thực hữu

Trong *Câu-xá*, Thế Thân tường thuật các biện giải về thời gian trong phẩm "Tùy miên", với ngụ ý, nếu không có ý thức về thời gian thì cũng không có ý thức về hệ phược và giải thoát. Cũng vậy, nếu không có nhận thức về yếu tính thời gian, thì cũng không thể nói đến ký ức và nghiệp.

Trước hết, vấn đề được nêu, theo quan điểm của Hữu bộ: *sarvakālāstitā*; hai bản Hán, Chân Đế và Huyền Trang đều dịch: "tam thế hữu"[15] và theo đó Việt dịch cũng chỉ có thể nói "ba thời hữu". Từ gốc Sanskrit có vấn đề ngữ pháp cần phải phân biệt. Câu nói tổng quát: "ba thời hữu", ý muốn nói, thể tính *thời* tồn tại trong cả ba thời, hay *pháp* tồn tại trong ba thời? Nếu theo Vaiśeṣika (Thắng luận), thời gian là một thực thể tồn tại tự hữu, như tồn tại của các đại chủng đất-nước-lửa-gió.

Thế Thân nêu vấn đề tụng văn mà không giải thích, mà chỉ hỏi: *kiṃ kāraṇām*, tại sao? Huyền Trang diễn: "Ba đời thực hữu. Vì sao?" Hán dịch *Thuận chánh lý* cũng vậy: "Quá khứ, vị lai, hiện tại, thực hữu." Văn dịch dễ khiến người đọc hiểu thời gian quá khứ, hiện tại, vị lai tồn tại như một thực thể tự hữu như thể tính thời gian trong Thắng luận, hoặc một thứ thời gian tuyệt đối kiểu Newton. Tuy nhiên, các sớ giải Hán đã

[14] Saint Augustine, "Thời gian không tồn tại khi Thượng đế chưa sáng tạo vạn hữu. Nhưng Thượng đế đã tạo ra thời gian. Không có thời gian nào là vĩnh hằng cùng tồn tại với Thượng đế, bởi vì Thượng đế thường trú vĩnh hằng. Nếu thời gian không thường trú, đó không phải là thời gian." Dịch tổng hợp, bản Anh, *Confessions*, Book Eleven, Chap. XIV, transl. by Albert C. Outler; bản Pháp: *Les Confessions*, Livre Onzième, Chapitre XIV: "Qu'ét-ce-que le temps? Traduction M. Moreau 1864, édition numérique réalisée par l'abbaye Saint Benoit de Port-Valais (Suisse).

[15] 三世有.

không có sự nhầm lẫn ấy.

Câu tụng, *sarvakālāstitā*, là một phức hợp từ, cần được phân tích để rõ ngụ ý của tác giả. Trong đó, từ *astitā* là trọng điểm của vấn đề. Từ này, Hán chỉ có thể dịch "Hữu tính", trong đó không hàm ngụ tri giác thời gian. Nhưng *asti-tā*, là một biến thể động từ, trực thuyết cách, thì hiện tại, nhân xưng thứ ba: **asti**[16] *"nó đang là"*. Cái "nó đang là" được thăng hoa thành ý niệm trừu tượng: *astitā*, để nói rằng, cái đã qua, đã diệt thành quá khứ, nếu cái đó tồn tại, thì ta cũng chỉ tri giác "nó đang là". *Câu-xá* cũng trưng dẫn cách nói phổ thông để làm rõ nghĩa nội dung của động từ *asti*. Thứ nhất, trong câu *asti dīpasya prāgabhāvo 'sti paścād abhāva*, dịch sát: "Vô thể trước kia của cây đèn *đang là*; vô thể sau này của cây đèn *đang là*." Câu này cần phải diễn lại để có thể hiểu: "Cây đèn trước kia *đang là* không tồn tại; cây đèn sau này *đang là* không tồn tại." Cấu trúc câu văn Sanskrit khá phức tạp, vì nó mô tả tri giác về vô thể của cái tồn tại trong quá khứ, và vị lai. Ta không thể tri giác được thời gian của tồn tại, cũng không thể tri giác trực tiếp cái *đã* không tồn tại, mà chỉ có thể nói ta tri giác vô thể của nó, tức sự không hiện diện của nó. Như nói, "Đây là căn nhà mà *trước đây* Devadatta *đã* tồn tại; *nay* Devadatta *đã* chết." Ta không thể có tri giác về một Devadatta đã tồn tại và đã chết, mà chỉ có thể có tri giác về sự vắng mặt của ông ấy. Do đó, khi nói đến cả hai thời, quá khứ và vị lai, người ta chỉ dùng một từ *asti: nó đang là.*

Thêm một trưng dẫn nữa: *asti niruddhaḥ sa dīpo na tu mayā nirodhita iti.* "Cây đèn này (đang là) đã bị dập tắt, nhưng không phải đã bị dập tắt bởi tôi." Trong đó, hiện tượng "đã bị dập tắt" được thông tri bằng phân từ quá khứ thụ động *niruddha/nirodha*, ở đây được dùng như tính từ, phẩm định thuộc tính của ngọn đèn, chỉ ra rằng nó đã tắt, đã thuộc về quá khứ, nhưng hiện tượng quá khứ này được thông tri bằng động từ hiện tại *asti*, không phải vì vậy mà nói nó được tri giác là đang tồn tại trong hiện tại. Nhưng cũng không thể nói cái đã thành quá khứ không đang là tồn tại như là quá khứ. Hệ luận, ta có hai nguyên lý: a. Cái gì có thì thấy có, cái gì không thì thấy không. b. Cái gì có thì có thấy, cái

---

[16] *asti*, nguyên động từ thì hiện tại nhân xưng thứ ba, số ít, trực thuyết cách, được dùng như một *nipāta*, tố từ bất biến. *Vyākhyā* định nghĩa tố từ này như sau: *trikālaviṣayo hi nipātaḥ| āsid-arthe bhaviṣyad-arthe' pi vartate*, "nipāta", vì nó rơi vào cả ba thời, hàm nghĩa đã tồn tại, sẽ tồn tại và đang hiện hành. Ht. diễn giải: từ *"hữu"* chỉ chung cho pháp hữu và pháp vô. *Câu-xá* v, Việt dịch tập IV, cht. 76.

gì không thì không thấy. Trong hai, a. từ lập trường nhận thức luận (epistemology); b. từ lập trường thể tính luận (ontology).

Cách dùng từ này dẫn đến hai lý giải khác nhau: những gì đã thuộc quá khứ, nếu nói nó tồn tại, thì nó phải được tri giác như là đang hiện tại, vì cái đó "nó đang là". Hoặc hiểu khác: cái quá khứ, ta tri giác "nó đang là quá khứ". Cho nên, câu Phật nói *yasmāt tarhy asty atītaṃ rūpaṃ*, "bởi vì sắc quá khứ *tồn tại*", hay dịch sát nghĩa hơn: "sắc quá khứ đang là", phải hiểu như thế nào: quá khứ, ta tri giác nó như là quá khứ, hay ta tri giác nó như là đang hiện tại? Câu Phật nói, về ngữ pháp, không có vấn đề, nhưng về tâm lý nhận thức, tức tri giác về thời gian, có vấn đề. Tùy theo xu hướng tư duy mà vấn đề được lý giải. Đấy chỉ là lý giải theo giới hạn của lý trí, chứ không phải bằng trực giác hiện tiền, như là hiện lượng du-già (*yogi-pratyakṣa*).

Trả lời câu hỏi: "*tam thế hữu, vì sao?*" nêu trên, *Câu-xá* cho thấy rõ: nó thực hữu (*asti*). Cái gì thực hữu (*asti*)?

Trước hết nêu giáo chứng – Phật ngôn – bởi Hữu bộ:

> *"Này các Bí-sô, nếu sắc quá khứ không tồn tại,[17] Thánh đệ tử đa văn chắc hẳn không quan tâm xả[18] sắc quá khứ. Nhưng vì sắc quá khứ tồn tại, cho nên Thánh đệ tử đa văn quan tâm xả sắc quá khứ. Sắc vị lai nếu không tồn tại, Thánh đệ tử đa văn chắc hẳn không hoan hỷ sắc vị lai. Nhưng vì sắc vị lai tồn tại."[19]*

Trong luận chứng, cần dẫn lời Phật, để cho thấy tồn tại trong quá khứ và vị lai là những thực thể vi tế, ẩn áo, không phải tri giác thường nghiệm

[17] Vyākhyā lưu ý cần đọc thêm phần đầu của Kinh, tóm tắt: "Sắc quá khứ, vị lai đều vô thường huống nữa sắc hiện tại. Do thấy vậy, Thánh đệ tử đa văn không quan tâm sắc quá khứ, không hoan hỷ sắc vị lai; đối với sắc hiện tại tu tập ly tham, diệt." Cf. *Tạp 3*, kinh số 79, tr. 20a11:
過去未來色尚無常況復現在色多聞聖弟子如是觀察已不顧過去色不欣未來色於現在色厭離欲滅寂靜受想行識亦復如是。Pāli, S.22.9-11, *atītānāgatapaccuppanna. rūpaṃ, bhikkhave, aniccaṃ atītānāgataṃ; ko pana vādo paccuppannassa. evaṃ passaṃ, bhikkhave, sutavā ariyasāvako atītasmiṃ rūpasmiṃ anapekkho hoti; anāgataṃ rūpaṃ nābhinandati; paccuppannassa rūpassa nibbidāya virāgāya nirodhāya paṭipanno hoti...*

[18] *akepkṣa*: không bận tâm đến. Ht. 勤脩厭捨 "siêng tu chán bỏ". Cđ. 觀惜 "đoái tưởng tiếc nuối".

[19] Dẫn theo *Câu-xá v.* Việt dịch tập IV, tr.171 (Hương Tích, 2017).

mà có thể bắt nắm được. Do đó, cần phải từ lời Phật, sau đó, bằng khả năng suy lý mà lý giải. Những lý giải bất đồng cũng cho thấy không có cơ sở luận lý phổ quát để phán đoán ý nghĩa chân thật của Kinh.

Từ lý giải dị biệt này phân thành hai bộ phái đại diện cho hai xu hướng giáo nghĩa của các bộ phái Phật giáo được ký danh là Tiểu thừa: Hữu bộ với chủ trương, tất cả, trong quá khứ, vị lai, và hiện tại đều thực hữu.[20] Kinh bộ, không có thể tính tồn tại trong quá khứ, vị lai. Cái gì được nói là tồn tại, cái đó thuộc về hiện tại. Hai hệ tư tưởng mà các nhà sớ giải Trung Hoa mệnh danh là "tam thế thực hữu" cho Hữu bộ, và "quá vị vô thể" cho Kinh bộ.

| 3. Ký ức hồi tưởng

Chúng Hiền (Sanghabhadra), luận sư thuộc Hữu bộ Tỳ-bà-sa, đồng thời và là hậu bối của Thế Thân, phản ứng gay gắt trước những luận chứng của *Câu-xá* về quá khứ, vị lai không thực hữu. Tỳ-bà-sa và *Câu-xá* đồng dẫn chứng một Phật ngôn, liên hệ đến tồn tại của đối tượng nhận thức (*ālambana*, sở duyên), và Phật ngôn này được dẫn chứng khá nhiều lần trong *Câu-xá*: "Duyên đến các sắc và mắt, nhãn thức phát sinh... cho đến, duyên đến các pháp và ý, ý thức phát sinh." Các thức, từ mắt cho đến ý, phát sinh đều do hai duyên: căn làm sở y (*āśraya*), và cảnh làm sở duyên (*ālambana*).

Tất cả sáu thức đều được phát biểu chung trong một công thức, nhưng tự thể và tác dụng của chúng bất đồng. Trong đó, năm thức trước, những giác quan cho những đối tượng tri giác thường nghiệm, chỉ nhận thức những đối tượng hiện tiền, thuộc hiện tại. Ý thức, cũng phát sinh với hai duyên như các thức kia, nhưng nhận thức của nó bao gồm cả tri giác thường nghiệm và siêu nghiệm; đối tượng của nó thuộc trong cả ba thời. Từ đây, vấn đề tự thể của những đối tượng này, nảy sinh hai quan điểm đối nghịch: "cái gì có thì có thấy, cái gì không thì không thấy", và "cái gì có thì thấy có, cái gì không thì thấy không."

Nhận thức những gì thuộc về quá khứ, đó là ký ức; với những gì trong vị lai, đó là dự trắc, hay tiên tri. Năm thức giác quan, do chỉ năm bắt những gì hiện tiền, không thể vươn đến hai loại đối tượng này. Cả hai

[20] Kośa-Bhāṣya, Pradhan 296.4. *ye hi sarvam astīti vadanti atītamanāmataṃ pratyutpannaṃ ca te sarvāstivādāḥ.*

đều là môi trường hoạt động của ý thức. Nhưng, ý thức cũng cần hội đủ hai duyên để phát sinh. Nếu tất cả những gì thuộc trong quá khứ, và trong vị lai, thảy đều bất thực, không tồn tại, vậy ý thức không có sở duyên, làm sao phát sinh?

Đối tượng của ý thức là các pháp (*dharma*), bao gồm các ý tưởng, các khái niệm trừu tượng, và những gì đang được kinh nghiệm trực tiếp hiện tại, cũng như ký ức được hồi tưởng. Trong ngữ cảnh này, *pháp* là các hiện tượng tâm lý mà thức bám vào[21] để đứng dậy. Thức phát sinh, có ý căn làm sở y (*āśraya*), là điểm tựa để đứng; có cảnh là các pháp làm sở duyên (*ālambana*), để vin vào mà đứng dậy.

Ý căn là gì? Chúng ta tạm dừng ở đây để nói một chút về ý căn, vốn cũng đã được nói đến trong nhiều nơi khác. Như đoạn Kinh đã dẫn trên, khi căn và cảnh đủ điều kiện thuận tiện để tụ hội, ngay trong sát-na đó, thức xuất hiện. Bộ ba này đồng khởi trong cùng sát-na. Do bởi luật vô thường mà pháp sinh tất phải diệt, và sinh diệt chỉ trong một sát-na, theo các vị Hữu bộ. Do vậy, tổ hợp xúc này xuất hiện trong một sát-na thứ nhất, tức thì nó đi vào quá khứ; nó thành quá khứ vô gián trong sát-na thứ hai. Trong sát-na này, thức quá khứ vô gián kia trở thành ý căn.[22] Cảnh trong sát-na trước diệt thành quá khứ vô gián trong sát-na thứ hai, bấy giờ nó trở thành ấn tượng tri giác làm sở duyên để ý thức bám vào mà xuất hiện. Như vậy, ý thức xuất hiện theo đúng như lời Phật nói, thay nhãn thức bằng ý thức, "do duyên các pháp và ý căn mà ý thức phát sinh."

Không có vấn đề về điều kiện căn sở y này của ý thức. Nhưng, về pháp, cảnh sở duyên của ý thức, *Câu-xá* để nghị:

> ... điều được nói rằng, "do duyên đến hai điều kiện, thức phát sinh", điều này cần suy xét.
>
> Nói do duyên ý (căn sở y) và pháp (cảnh sở duyên), ý thức phát sinh, phải chăng cũng như ý căn làm duyên làm phát sinh ý thức, các pháp cũng vậy, hay các pháp chỉ là sở duyên của ý

---

[21] *ālambati*: nó bám vào, vin vào, nắm lấy, tựa lên → *ālambana*: sở duyên.

[22] *Câu-xá* i tụng 17ab: *ṣaṇṇām anantarātītaṃ vijñānaṃ yad dhi tan manaḥ*, trong sáu thức, thức nào diệt, thành quá khứ vô gián, thức ấy trở thành ý căn, làm sở y cho ý thức xuất hiện và hoạt động.

thức? Nếu pháp là duyên phát sinh ý thức, làm thế nào pháp (đây muốn nói ký ức) mà hằng nghìn năm sau hoặc sẽ tồn tại hoặc sẽ không tồn tại lại làm phát sinh ý thức hiện thời?

Trong đó, ý căn làm sở y và pháp làm sở duyên, cả hai đều là duyên (*pratyaya*) cho thức phát sinh; nhưng ý nghĩa mà *Câu-xá* muốn nói, ý căn là cái *sinh* (*janaka*: năng sinh) ý thức, như cha sinh con. Pháp sở duyên là cái mà thức vin vào để đứng dậy, nó không phải cái làm phát sinh, xuất sinh thức. Nói rõ hơn, phải chăng, trong ý nghĩa "hai duyên sinh thức", pháp duy chỉ là sở duyên (*ālambanamātra*), hay nó cũng là cái năng sinh như ý căn?

Thuận chánh lý giải thích ý nghĩa "cái năng sinh" (*janaka*) mà *Câu-xá* nói đến; theo đó, ý căn và ý thức cùng một loại tương tục, cùng một dòng chảy tâm thức, cho nên ý căn có thể trực tiếp dẫn sinh ý thức. Có lẽ Chúng Hiền cho rằng nếu nói như *Câu-xá*, cái làm dẫn sinh và cái được dẫn sinh phải cùng một loại tương tục, thế thì nhãn căn và nhãn thức không cùng một loại tương tục, làm sao cái này dẫn sinh cái kia để nói "do duyên đến mắt và các sắc mà nhãn thức phát sinh"? Thế nhưng, Chúng Hiền biện bác, mẹ là năng sinh của con, nhưng mẹ và con không đồng một tương tục. Vậy căn sở y và cảnh sở duyên, cả hai đều là cái năng sinh của thức, sao lại không thể.

Đây cũng là nhận thức bất đồng về ý nghĩa một từ trong lời Phật.

Ý thức khi hoạt động nhận thức, nó hiện hành trong hiện tại. Pháp sở duyên của ý có thể hiện tại, và cũng có thể quá khứ như ký ức, có thể vị lai như điều được thấy biết trước; nó có thể thuộc về một nghìn năm sau, chưa xuất hiện trong hiện thời, làm sao nó làm phát sinh thức như ý căn? Hoặc phải chấp nhận cái không tồn tại vẫn có thể là cái năng sinh, làm duyên sinh thức.

Lý luận của Kinh bộ, mà *Câu-xá* được xem là đồng tình, theo đó, có khi thức có sở duyên là bất thực. Các pháp, những hiện tượng tâm lý, là sở duyên cho ý thức, dù quá khứ hay vị lai, trong ý nghĩa quá khứ, vị lai không thực hữu. Cái không tồn tại làm sao thành sở duyên? *Câu-xá* nói, "Khi nào nó là sở duyên, nó tồn tại như là sở duyên" (*yadā tad ālambanam tathāsti*). Phát biểu này nói rõ, ta không thể tri giác cái gì đã qua và chưa đến. Khi ta có tri giác về chúng, chúng xuất hiện như là trong hiện tại. Khi ta hồi tưởng cái đã từng được thấy (sắc) hoặc cái đã từng được cảm thọ, cái đó được thấy, được cảm, như là nó đang tồn tại trong hiện tại. Tức là thấy cái quá khứ trong hiện tại.

Thấy cái đã qua là một loại hồi tưởng theo loại suy, căn cứ vào những gì đang thấy mà loại suy những gì đã từng thấy. Loại suy này là một thứ liên tưởng (association). Khi một sắc ngoại xứ kích thích căn nội xứ, nhận thức phát sinh về sắc đó với những đặc điểm của nó. Từ đặc điểm này, ta truy ức về quá khứ, liên tưởng đặc điểm ta đang thấy với đặc điểm của cái ta đã từng thấy. Loại suy bằng liên tưởng như vậy, từ quá khứ gần, cho đến quá khứ xa xôi. Duy có điều, độ rõ nét trong quá khứ của cái đã từng được thấy, cái đã từng được cảm, không đồng với độ rõ nét khi nó được hồi tưởng, thấy, cảm, trong hiện tại.

Lập luận về sở duyên không thực này không phải là điều khó hiểu, nếu ta liên hệ nó với phản xạ có điều kiện và không điều kiện nơi con chó của Pavlov, nó rỏ nước giải với cái mà nó không thực thấy.

Ý thức nhận thức với sở duyên, tuy nói là nó tồn tại trong hiện tại, nhưng đó là sở duyên bất thực; quan điểm này được *Tỳ-bà-sa* nói đến, đây là thuyết của các vị Thí dụ bộ. Thuyết này nói, những nhận thức như duyên đến cảnh ảo thuật, thành Gandharva, vòng lửa quay, con dê khát, thảy đều không có sở duyên. Tỳ-bà-sa bác bỏ quan điểm này, nêu rõ ràng tất cả nhận thức đều phải có đối tượng thực hữu. Các vị Thí dụ bộ nêu thuyết "duyên vô cảnh tri", nhận thức có đối tượng là cái không tồn tại.[23] *Thuận chánh lý* gọi là thuyết "duyên vô cảnh thức", thức duyên đến cảnh không có thực; hay "trí duyên phi hữu", trí duyên đến cái không tồn tại.

Vô Trước và Thế Thân, trong *Nhiếp đại thừa*, và *Nhiếp đại thừa luận thích*, đồng tình với quan điểm "trí duyên phi hữu cảnh" này. Nhiếp đại thừa nói:

> [...] Những sự trong quá khứ, trong mộng, trong bóng đôi, tuy sở duyên không thật[24], những cảnh tượng thành tựu....[25]

Thế Thân giải thích:

---

[23] 緣無境智 *Tỳ-bà-sa 44*, tr. 228b22.

[24] Huyền Trang: 所緣非實. Chân Đế: 智緣非有境.

[25] Vô Trước, *Nhiếp Đại thừa luận bản 3*, Huyền Trang dịch, T31 tr. 148b4.

Như ở nơi mà các động vật thấy là nước, ngạ quỷ thấy là đất liền, đồi cao. Nơi mà loài người thấy là phân dơ, heo lợn thấy là nhà ở xinh đẹp. Với thức ăn mà con người thấy là ngon sạch, chư thiên thấy là hôi hám. Chúng sinh, trong những sự như vậy, tâm thấy khác nhau, cho nên biết rằng đối tượng vốn không phải chân thật. Đối tượng thật sự không tồn tại, đối tượng của thức cũng không tồn tại. Có trường hợp, thức mà đối tượng là cái không tồn tại, như duyên đến những gì thuộc quá khứ, vị lai, như duyên đến cảnh tượng trong mộng, bóng hình trong gương...[26]

Nói "không tồn tại", theo nghĩa là không thực hữu. Tỳ-bà-sa dẫn thuyết nói có năm loại hữu (tồn tại): a. *danh hữu*, tồn tại theo danh ngôn như lông rùa sừng thỏ; b. *thật hữu*, tồn tại với thực thể, như tất cả các pháp đều an trụ tự tánh của nó; c. *giả hữu*, tồn tại theo quy ước, như cái ghè, vải vóc, xe cộ, đoàn quân, khu rừng, ngôi nhà; d. *hòa hiệp hữu*, tồn tại do hòa hiệp, như nơi sự hòa hiệp của các uẩn mà có khái niệm về con người; e. *tương đãi hữu*, tồn tại theo tương đối, như dài đối với ngắn v.v.[27]

Nói "duyên đến đối tượng không tồn tại", không phải nói nó không tồn tại như lông rùa sừng thỏ. Nó tồn tại như là quy ước. Một đoàn quân, đó là nói theo quy ước. Cái mà người ta thấy, là những binh sĩ, từng cá nhân riêng biệt, nhưng tập họp tại một chỗ. Người ấy nói, "Tôi thấy một đoàn quân"; đoàn quân như một tín hiệu thông tin, tại một nơi đó có số lượng cá nhân tập họp.

Y theo nghĩa này, Kinh bộ nói rằng những pháp được liệt trong uẩn và xứ, là tồn tại không thực. Uẩn (*skandha*) là tụ tập của những yếu tố làm phát sinh khái niệm về sự tồn tại một cá nhân (*pudgala*: bổ-đặc-già-la), tín hiệu thông tin cho biết nơi đó hiện hữu một con người. Xứ (*āyatana*), là những yếu tố tụ tập thành chủ thể năng tri và đối tượng sở tri. Sắc các thứ, và mắt các thứ, tụ tập của những yếu tố để thông tin cho biết đây là mắt, nó năm bắt sắc.

Giới (*dhātu*), là yếu tố, hay nói chính xác hơn, là nguyên tố tồn tại từ

---

[26] Thế Thân, *Nhiếp Đại thừa luận thích 9*, Huyền Trang dịch, T31 tr. 367b23.
[27] *Tỷ-bà-sa 9*, tr. 42a29.

đó tụ tập để phát sinh vô biên pháp. Như một âm giai với 7 nốt nhạc, từ đó nhạc sĩ sáng tác nên muôn nghìn bản nhạc. Yếu tố như vậy cũng được gọi là chủng tử (*bīja*), hạt giống từ đó phát sinh thân cây với cành, với lá. Sắc, là một giới; mắt là một giới. Đó là phạm trù của những hạt giống có thể tính là sắc. Những hạt giống này được gọi là tùy giới (*anudhātu*). Đây là từ đặc biệt chuyển tải quan điểm của Kinh bộ nói cái gì tồn tại thực hữu.

Khi một sự thể được kinh nghiệm đã diệt, đi vào quá khứ, thể và dụng của nó cũng diệt theo, như một trái cây rụng xuống đất, thể và dụng của nó diệt mất, nhưng công năng của nó, cái quy ước gọi là chủng tử, tồn tại trong chuỗi sinh-diệt liên tục không gián đoạn, chuỗi tương tục chuyển biến sai biệt. Trong đó, cái này diệt làm duyên cho cái khác sinh.

Nói tóm lại, những gì đã từng được kinh nghiệm, khi diệt, đi vào quá khứ, công năng của nó tồn tại với chuỗi sinh diệt liên tục. Kinh nghiệm được thu tàng trong chuỗi tương tục chuyển biến sai biệt của tùy giới lập thành ký ức. Nội dung của ký ức là kho tích tập của vô số tùy giới. Hồi tưởng ký ức là lần theo chuỗi nhân quả của tùy giới, từ hiện tại với cái đang thấy như là quả đẳng lưu của nhân đồng loại, tức là từ quả mà lần ngược về nhân, lần về cho đến quá khứ xa xôi.

Kho tích tập của tùy giới – chủng tử – là gì? Các vị Du-già hành sẽ thiết lập để lý giải nghiệp được tích lũy và tồn tại cho đến khi cho quả. Trong giai đoạn phát triển của bộ phái, kho tích lũy ấy không có tên gọi riêng biệt, mà chỉ biết theo tên chung trong bộ ba tâm-ý-thức, trong đó tâm được định nghĩa là kho tích tập các nghiệp thiện và bất thiện. Vì Phật chỉ nói có sáu thức, cho nên được kể như tên gọi khác của ý thức. Tên gọi khác, tất nhiên có nội dung khác.

Trong chuỗi tương tục của tùy giới, những gì tích tập của nghiệp thiện ác được tích lũy và tồn tại như là công năng sẽ được xử lý để cho quả dị thục. Đó là tích lũy của nghiệp. Những gì không có thuộc tính thiện ác, những kinh nghiệm từ học tập, luyện tập, và những chuỗi vận động theo nhu cầu bản năng sinh tồn, với những cảm thọ khổ hay lạc; nói chung, mọi sinh hoạt trong môi trường tồn tại, khi chúng diệt để đi vào quá khứ, được tích lũy thành công năng sẽ phát sinh hiệu quả cho nhận thức và hành động; chuỗi tương tục của những công năng này được gọi là ký ức. Nói cách khác, những công năng được tích lũy để cho quả dị thục trong đời này hay nhiều đời sau, dòng tương tục của những công năng này được gọi là nghiệp tích lũy. Những công năng tích lũy mà chỉ cho quả phi thiện phi ác chỉ tồn tại trong đời này, chuỗi tương tục của những công năng này được gọi là ký ức.

4. Ký ức tự ngã

Ngày 26 tháng 9, Đạo sỹ Vivekananda, một triết gia hiện đại, và cũng là cuối cùng, của triết học Vedānta, và Ấn giáo, đọc phát biểu trước Hội nghị Tôn giáo Thế giới tại Chicago.[28] Bài thuyết trình của ông rất được lưu ý, và rất được tôn trọng bởi những người theo Ấn giáo.

Với nội dung của bài tham luận, người ta có thể biết ông là một Phật tử (Son of the Buddha) nhưng không phải là người theo đạo Phật (a Buddhist). Ông nói, Chúa Jesus là người Do thái, nhưng dân Do thái chối bỏ Chúa mà đóng đinh Ngài. Sakya Muni là người Hindu, và dân Hindu tôn thời Ngài là Đấng Thượng đế hóa thân. "Chúng tôi thấy, những người theo đạo Phật không hiểu gì những điều Đức Phật nói."[29] Cũng như dân Do thái không tin Chúa Jesus là sự hoàn thành của Cựu Ước, những người theo đạo Phật không hiểu Đức Phật là sự hoàn thành của những chân lý của tôn giáo Hindu. Phật giáo là đứa con phản loạn của Ấn-độ giáo.[30] Và điều mà ông nói, những người theo đạo Phật đã không hiểu gì về Phật, đó là "Về mặt triết học, các đồ đệ của Đức Đại Tôn Sư đã nhào đến tấn công những khối đá vĩnh hằng của Veda và đã không thể nghiền nát nó; mặt khác, họ đã tước bỏ đi Đấng Thượng đế vĩnh hằng của đất nước này mà tất cả mọi người, nam phụ lão ấu, thảy đều tôn thờ ... Và kết quả, Phật giáo đã biến mất khỏi Ấn-độ như một cái chết tự nhiên."

"Những khối đá vĩnh hằng" và "Đấng Tượng đế vĩnh hằng", được xem là tín lý trụ cột của Veda và Upanishad, mà những người theo đạo Phật khăng khăng chối bỏ, đó là không thừa nhận sự tồn tại của một tự ngã thường hằng, và một Brahman Sáng tạo. Đức Phật là sự hoàn thành

---

[28] Parliament of the World's Religions, được tổ chức tại Chicago, với mục đích hội thoại toàn cầu của các tôn giáo khác nhau. Swami Vivekananda (1863-1902), đại biểu của phái đoàn Ấn giáo.

[29] "But our views about Buddha are that he was not understood properly by his disciples."

[30] "Buddhism is the rebel child of Hinduism."

của Veda và Upanishad, có nghĩa là Phật không phủ nhận chúng như những người theo đạo Phật hiểu sai về đức Phật, hoặc cố tình xuyên tạc đức Phật.

Ở đây chúng ta không nói đến Brahman sáng tạo. Vấn đề có tồn tại hay không một tự ngã thường hằng đã từng là tranh biện sôi nổi trong các bộ phái Phật giáo. Có lẽ không nhiều bộ lắm. Về mặt từ nghĩa, các bộ này không nói đến một *ātman* thường hằng vốn là cốt tủy của Vedānta. Họ vẫn thừa nhận giáo lý *anātman*: vô ngã; nhưng tự ngã mà họ thấy, cần phải thừa nhận tồn tại một chủ thể như là tự ngã, và họ gọi nó là *pudgala*, để giải thích vì sao ta có ký ức, và vì sao chúng sinh có luân hồi. Các bộ phái khác, Thượng tọa bộ với Kathāvatthu, và Hữu bộ với Đại Tỳ-bà-sa, đều không thừa nhận *pudgala* như là tự ngã thường hằng.

Những lý luận, chứng minh và phản bác về một tự ngã tồn tại như *pudgala* được giới nghiên cứu hiện đại lưu tâm nhiều nhất qua tác phẩm ngắn và khúc chiết của Thế Thân (Vasubandhu): *Pudgalanirdeśa*, thuyết minh về *pudgala*, mà Hán dịch bởi Huyền Trang là "Phá ngã chấp" được ghép vào luận *Câu-xá* thành phẩm thứ chín.[31] Bản dịch Tạng ngữ, *Gang zag dgag pa* (Phủ nhận Pudgala), phẩm thứ chín trong *Chos mngon pa'i mdzod kyi bshad pa*, dịch bởi Jinamitra và dPal brTsegs.[32]

Ở đây chúng ta cũng không nghiên cứu vấn đề *pudgala* tồn tại hay không tồn tại, nhưng chủ điểm là vấn đề liên hệ tự ngã với ký ức.

Một trong các lý chứng mà thuyết *pudgala* nêu lên: nếu không tồn tại một tự ngã chủ thể như *pudgala*, vậy làm sao có ký ức? Nếu cái được ghi nhớ trong ký ức không phải là cái "*tôi đã từng thấy*", thì ai là người hiện tại đang thấy nó? Làm sao tâm này thấy, mà tâm khác nhớ? Như vậy há chẳng phải, cảnh mà tâm của Devadatta đã từng thấy, sau đó tâm của Yajñadatta nhớ lại? Ký ức tồn tại như là chuỗi nhân quả tiếp nối sinh diệt trong tương tục chuyển biến sai biệt. Tương tục chuyển biến sai biệt này là gì? Đấy lại là điều cần phải thuyết minh.

Nơi khác, trong Kinh, Phật nói: "Này các Tỳ-kheo, Ta sẽ nói cho các ông về gánh nặng, sự nhận nặng, sự vứt bỏ gánh nặng, và (cái) mang

---

[31] Đại chánh tạng, tập 20 No 1558.

[32] Ấn bản Bắc kinh, vol 115, No 5591.

gánh nặng”?[33] Nếu không thừa nhận tồn tại *pudgala*, vậy cái gì hay ai là kẻ mang gánh nặng mà Phật nói?

Những câu hỏi liên hệ đến tự ngã và ký ức, tự ngã và luân hồi, Thế Thân cũng đã đề xuất những giải đáp. Nhưng, có thể với chính Thế Thân những biện luận giải đáp này chưa thỏa mãn, do đó, về sau, khi chuyển sang Đại thừa Du-già hành, Thế Thân sớ giải *Nhiếp Đại thừa luận* của anh mình là Vô Trước (Asanga), đây mới được xem là giải đáp thuyết phục.

Những thuyết chủ trương hữu ngã phân biệt hai cấp tự ngã: một cấp tự ngã siêu nghiệm, đó là *ātman*, tồn tại thường hằng, và một tự ngã như là chủ thể tâm lý thường nghiệm, đó là *pudgala*. Ở đây chúng ta cũng không lý giải cái *ātman* như là tự ngã siêu nghiệm thường hằng này, chỉ nói đến *pudgala*.

Pudgala, trong nhiều trường hợp, Hán không dịch, mà phiên âm: *bổ-đặc-già-la*, vì ý nghĩa của một từ như vậy không có tương đương trong Hán ngữ. Mặc dù có thể dịch nó là *nhân*, con người. *Pudgala* còn hàm nhiều nghĩa hơn thế. Trong ngôn ngữ thường nhật, *pudgala* là một nhân xưng. Trong tiếng Sanskrit có ba nhân xưng: nhân xưng thứ nhất, "ta, tôi, chúng ta, chúng tôi" là người nói; nhân xưng thứ hai, người đối thoại, và nhân xưng thứ ba. Vì vậy, trong mọi giao tiếp xã hội, không thể thiếu vắng *pudgala*. Khi Phật nói, "Này các Tỳ-kheo, Ta sẽ nói…", nếu không tồn tại *pudgala*, không thể hiểu *ai* đang nói và *ai* đang nghe. Nếu không tồn tại *pudgala*, không thể nói "Điều này, trước kia tôi đã từng thấy; bây giờ tôi nhớ lại." Từ cái *tôi đã* thấy, *tôi đang* thấy, *tôi sẽ* thấy, dẫn đến ý niệm về một cái *tôi*: Nay *tôi đang* như vậy. Đời trước, *tôi đã* như thế nào? Đời sau, *tôi sẽ* như thế nào? Ký ức, và nghiệp tích lũy, đều thống nhất một cái tôi.

Tuy vậy, không phải chúng ta mới sinh ra, khi còn nằm ngửa trong nôi đã có ý thức về cái tôi này. Phật nói: hài sinh yếu ớt, còn nằm ngửa trên giường, ý thức về thân còn chưa có, do đâu mà nơi nó phát sinh hữu thân kiến (*satkāya-dṛṣṭi*)[34], để nói là nó bị buộc trói bởi quan điểm thân này tồn tại như một tự ngã hữu thân kiến : "Cái này là tôi, cái này là tự

---

[33] *Tạp A-hàm 3* kinh số 73.Pāli S.22.22.. Bhārasuttaṃ (PTS.iii.36)

[34] M. 64. Mahāmālukyasuttaṃ, PTS. i.433. Hán, *Trung A-hàm 56*, kinh số 205 "Ngũ hạ phần kết", T1, tr. 778c16.

ngã của tôi, tôi sở hữu cái này". Nó không có hữu thân kiến hiện hành như phiền não, nhưng có thân kiến tùy miên (*satkāyadṛṣṭy-anuśaya*). Kinh nghiệm về tự thân, về một cái ta, không hiện hành nơi bé sơ sinh, nhưng nó là yếu tố tiềm phục, cho tới khi đủ điều kiện nó sẽ hiện hành. Khi có kinh nghiệm tự thân, nó sẽ nghĩ "ta là như thế, không là như thế" và sẽ hành động theo kinh nghiệm tự thân ấy. Vì ích lợi của tự thân, nó có thể làm những việc tốt để được tưởng thưởng; nhưng nó cũng có thể làm nhiều việc gây tổn hại cho người khác.

Hữu thân kiến, ý niệm về tự thân tồn tại như là tự ngã thường hằng, không hiện hành nơi hài nhi sơ sinh; nhưng nó là tùy miên tiềm phục, cho đến khi hội đủ điều kiện, nó phát tác; nói thế cũng đồng với nói rằng, từ tuổi hài nhi sơ sinh, cho đến tuổi thiếu nhi, khi mà não chưa phát triển đầy đủ, ký ức nơi trẻ nhỏ cũng có giới hạn của nó, và ý thức về tự ngã cũng vậy.

Nếu nói theo những luận thuyết của A-tì-đàm, hài nhi khi còn trong thai mẹ, phát triển giai đoạn chót, mặc dù chi thể đã phát triển, nhưng về các căn, tức các cơ quan có công năng duy trì và phát triển đời sống, trong đó chủ yếu là hai căn: mạng căn, di truyền của nghiệp quá khứ, nó duy trì sự sống của thân, di truyền của cha mẹ. Và thứ đến là thân căn, cơ quan xúc giác, để biết đói, biết lạnh. Nếu căn tồn tại, khi có ngoại giới kích thích, nó phản ứng, thức phát sinh, hợp thành bộ ba căn-cảnh-thức, tạo thành xúc. Thức này diệt, trực tiếp trở thành ý căn[35], và ý thức có sở y để xuất hiện. Nhưng những thứ mà căn tiếp thu, thức cảm xúc, chỉ đơn thuần là những trạng thái đói khát hay nóng lạnh. Đây là trạng thái thô sơ nhất của sự sống. Như vậy, có ý thức, nhưng kinh nghiệm tích lũy chưa đủ để có phân biệt, phán đoán và lựa chọn, chưa có khả năng của tuệ.

Các thí nghiệm cũng cho biết, nếu ta đọc các đoạn văn thích hợp nhiều lần cho thai nhi trong bụng mẹ; sau đó, hài nhi xuất thai, người ta mở cho hài nhi nghe lại những đoạn văn được nghe khi còn trong thai mẹ, với núm vú ngậm nơi môi. Người quan sát thấy rằng, khi đoạn văn được tắt, hài nhi ngậm nắm vú im, không nút, tỏ vẻ lắng nghe. Thí nghiệm này muốn biết tuổi nào có thể có ký ức. Nhưng ký ức này chỉ thuộc loại phản xạ, không có sự can thiệp của ý thức, cho nên cũng chưa thể có ý thức về tự thân. Nói không có ý thức, là nói theo ngôn

[35] xem đoạn trên, cht. 22.

ngữ quán lệ của các nhà nghiên cứu, hiểu theo nghĩa "ý thức về..", yếu tố mà Kinh và Luận nói là tác ý (*manaskāra*). Với các vị A-tì-đàm, bất cứ khi nào xuất hiện bộ ba căn-cảnh-thức, cố nhiên thức này chỉ đơn thuần là giác quan, trực tiếp ngay sau đó ý căn được lập và ý thức có sở y để hoạt động. Nhưng kinh nghiệm tích lũy chưa đủ, nên thức không có khả năng phân biệt và phán đoán để lựa chọn. Có thể, đây là ý nghĩa mà Phật nói, hài nhi sơ sinh ý niệm về tự thân còn chưa có, do đâu mà có ràng buộc bởi hữu thân kiến.

Sự phát triển tâm lý học trong các luận thư A-tì-đàm không hẳn đã nhượng bộ các hệ tâm lý học phương Tây, và điều này đã được xác nhận bởi Williams James, tiền phong của tâm lý học Mỹ.[36] Thiếu sót trong tâm lý học A-tì-đàm là không có phần tâm lý học cho nhi đồng. Cho nên, những gì Phật nói liên quan đến nhi đồng không hề có giải thích hay bình luận gì, để chúng ta có nguồn tài liệu tham khảo. Một vài cóp nhặt từ nguồn thí nghiệm của các nghiên cứu hiện đại không đủ soi sáng cho ta những điều Phật nói, nhưng đại cương cũng có thể cung cấp một vài chi tiết tham khảo.

Trong lộ trình nhận thức, chu kỳ của các tâm sở biến hành (*sarvatraga*), những yếu tố tâm lý có mặt trong tất cả mọi hoạt động nhận thức, diễn ra rất ngắn. Sát-na thứ ba trong lộ trình, tưởng (*saṃjñā*) xuất hiện để cấu trúc các tín hiệu nhận được thành một hình ảnh. Khi đối tượng được định hình, ý thức bắt đầu quan sát bằng thủ tục gọi là ý ngôn (*manojalpa*). Quan sát tuổi biết nói của hài nhi, người ta thấy rằng ngôn ngữ và ý thức về tự thân quan hệ đan kết nhau. Alain Morin, giáo sư khoa tâm lý học trường Đại học Mount Royal, Calgary, Alberta, Canada, đề xuất ý kiến mà ông đã viết trong một bài viết đăng trên Luận đàn Khoa học và Ý thức[37], rằng chúng ta thường xuyên cần phải nói chuyện với chính mình để tự hiểu rõ ta là ai. Trong bài viết, Morin cũng dẫn chứng một số các nhà nghiên cứu có quan điểm đồng tình

---

[36] Năm 1904, vị Đại sư Anagarika Dharmapala, đang thăm nước Mỹ, đến dự một lớp dạy tâm lý học của James tại Đại học Havard. Nhận thấy có màu áo vàng xuất hiện trong lớp, James liền đề nghị với Dharmapala: "Mời lên ngồi ghế tôi. Tôi xuống dự nghe với sinh viên." Dharmapala đáp ứng ngay, lên bục giảng thuyết trình về tâm lý học Phật giáo. Sau khi nghe Đại sư giới thiệu quan điểm của Phật giáo, James liền đứng dậy phát biểu trước thính chúng, những sinh viên học trò của ông: "Đây là khoa tâm lý học mà người ta sẽ nghiên cứu trong 25 năm tới."

[37] Science & Consciousness Review, 2003, April, No. 4.

như Michael Siergrist, Viện Đại học Zurich, Đức; Allan Fenigstein cùng với đồng nghiệp tại Viện Đại học Texas, thủ phủ Austin, Johann Schneider, Đại học Saarland, Đức, *et.al.* Các khảo cứu và thí nghiệm cho thấy thuyết thoại (độc thoại của ý thức) là quá trình tri nhận chủ yếu dẫn đến ý thức tự thân (self-awareness). Kết quả khoa học này phù hợp với lộ trình tri nhận được thiết lập bởi Abhidharma. Sự khác biệt là vấn đề phương pháp luận. Các quan sát khoa học nhờ vào các thiết bị kỹ thuật, hoặc trắc nghiệm từ những thí nghiệm viên. Đối tượng tồn tại đủ thời gian cho quan sát diễn ra ngắn nhất cũng vài trăm phần nghìn giây, thậm chí chỉ diễn ra trong vài mươi giây. Mặt khác, quan sát bằng giác quan, dù với sự hỗ trợ của thiết bị hiện đại, không thể không có sự can thiệp chủ quan của người quan sát. Các vị tu định, như trường hợp các vị trong Du-già hành tông, và những luận sư trong Nhân minh học, không tin tưởng mấy sự thực nơi các giác quan, mặc dù họ xác nhận nguồn nhận thức đáng tin cậy gần nhất là trực giác (*pratyakṣa*). Các vị này nói, một con bò, một con người, một con chim, trước một giòng sông, trực giác của các loài này không giống nhau, hình ảnh của cái mà con người gọi là con sông được cấu trúc trong nhận thức của các loài này không giống nhau. Trong phạm vi nhận thức tục đế, theo chân lý quy ước, thức của mỗi loài tái cấu trúc đối tượng tương ứng với bản năng sinh tồn của nó mà Phật gọi là *ái* hay khát ái (*tṛṣṇā/taṇhā*). Họ tin rằng trực giác của những vị du-già, gọi là hiện lượng du-già (*yogi-pratyakṣa*), tùy theo trình độ chứng đắc của định tâm, đáng tin tưởng hơn; họ có thể bắt nắm đối tượng trong từng sát-na. Như Phật nói với A-nan: Những điều kỳ diệu mà mọi người tán thán Như Lai không bằng kỳ diệu này: "cảm thọ sinh, Như Lai biết cảm thọ sinh; cảm thọ diệt, Như Lai biết cảm thọ diệt."[38] Trong chúng ta, dễ có ai cảm nhận được cây nhang lụn tàn trong từng khoảng khắc, hay phải đợi vài phút sau mới cảm nhận.

Dù có những dị biệt rất lớn trong khả năng quan sát, nhưng điểm phù

---

[38] *Trung A-hàm* 1 kinh số 32 "Vị tăng hữu pháp", tr. 471c20: 來知覺生，知住、知滅，常知，無不知時。阿難！如來知思想生，知住、知滅，常知，無不知時。是故，阿難！汝從如來更受持此未曾有.Pāli, M. 123. Acchariyabbhutadhammasuttaṃ, PTS. iii.125:*idhānanda, tathāgatassa viditā vedanā uppajjanti, viditā upaṭṭhahanti, viditā abbhatthaṃ gacchanti; viditā saññā uppajjanti, viditā upaṭṭhahanti, viditā abbhatthaṃ gacchanti; viditā vitakkā uppajjanti, viditā upaṭṭhahanti, viditā abbhatthaṃ gacchanti. Idampi kho, tvaṃ, ānanda, tathāgatassa acchariyaṃ abbhutadhammaṃ dhārehī "ti.*

hợp được thấy ở đây: ý thức độc thoại, ý ngôn, là yếu tố dẫn đến ý thức tự thân, ý thức về sự tồn tại của ta, ý thức rằng ta đang tồn tại. Ý thức độc thoại mà các luận thư A-tì-đàm đề xuất diễn ra rất ngắn, chỉ trong một sát-na, có thể chỉ vài phần nghìn giây, hoặc có thể ngắn hơn gấp bội, tùy theo mức độ định tâm của người quan sát. Trong khi độc thoại mà các nhà khoa học nói đến diễn ra trong khả năng quan sát được cũng phải trên mấy trăm phần nghìn giây.

Mặc dù, theo lộ trình nhận thức trong chu kỳ biến hành, ý thức độc thoại diễn ra trong sát-na thứ tư. Tuy vậy, tại đây tưởng, cơ quan xử lý tri giác, nắm bắt tín hiệu trong một chu kỳ ngắn chưa đủ để tái cấu trúc ảnh tượng ngoại giới. Bởi vì đối tượng không xuất hiện cho thức đồng loạt các dấu hiệu họp thành một tổng thể. Các dấu hiệu này lần lượt được tưởng (*saṃjñā*) bắt nắm trong nhiều chu kỳ, cho đến khi đủ để cấu trúc định hình. Tuy đã có cấu trúc định hình, nhưng ý thức cần phải truy xuất ảnh tượng tương tự đã từng được kinh nghiệm trong quá khứ để đồng nhất thành một thể thống nhất của đối tượng, từ đó mới có thể phán đoán và lựa chọn. Đây là những sát-na cuối trong lộ trình của biệt cảnh: niệm-định-huệ. Huệ là khả năng quan sát, thẩm tra, phân tích và phán đoán. Cho đến đối tượng được tái cấu trúc hoàn chỉnh với đặc điểm tổng thể cùng với những dấu hiệu chi tiết nó, được đồng nhất hiện tại với quá khứ, bấy giờ ý thức về tự ngã mới xuất hiện, với ý thức rằng "ta đã tồn tại, ta đang tồn tại và ta sẽ tồn tại." Phán đoán rằng "Ta tồn tại" là độc thoại của ý thức, là ý ngôn. Đồng nhất "Ta đang tồn tại" với "Ta đã tồn tại" là hoạt động của niệm (*smṛti*) hay ký ức. Niệm được tăng cường trong nhiều chu kỳ của nhận thức, và cũng trải qua lộ trình của thời gian phát triển cơ cấu thân tâm. Quá trình phát triển này không diễn ra ngoài môi trường tồn tại, con người với những quan hệ, giao tiếp xã hội, bấy giờ mới hình thành một khái niệm về tự ngã mà Phật đặt cho tên gọi là *satkāya-dṛṣṭi*, hữu thân kiến, kinh nghiệm tích lũy về một tự ngã, tự khẳng định: ta đã như vậy, đang như vậy, sẽ như vậy. Nói chung, đó là khẳng định vị trí ta là ai trong xã hội. Cái ta này là nguyên nhân của mọi tai biến trong xã hội. Như Lão Tử đã có thể nói: "Ta có hoạn lớn, vì ta có thân. Nếu ta không có thân, ta có hoạn gì?"[39]

[39] 吾有大患及吾有身及吾無身吾有何患. 《老子· 十三章》

5. Huân tập tự ngã

Khi một tín hiệu được tưởng (*saṃjñā*) nắm bắt, ý thức ghi nhận nó bằng một ký hiệu đặc biệt, và A-tì-đàm gọi sự ghi ký hiệu đó là ý ngôn (*manojalpa*), hiểu như là quá trình mã hóa. Cũng như một chuỗi âm thanh biểu nghĩa một từ, và từ ấy chỉ thị cho một tồn tại vật thể hay sự thể. Một thanh là một tín hiệu được bắt nắm, và được ghi nhận với một tín hiệu và được in dấu vào tâm thức. Chuỗi âm thanh liên tiếp nối kết nhau, nếu hiểu nó trong phạm trù thời gian, hoặc chồng lên nhau nếu đặt trong phạm trù không gian, để biểu diễn một từ chỉ thị một vật; chuỗi nối kết này diễn ra tương tự như quá trình xông hương, hay xông khói. Hương được xông liên tục trong một thời gian nhất định cho đến khi dù cây hương đã tàn, mùi hương của nó vẫn còn, nó bám vào những vật thể chung quanh trong một thời gian dài ngắn tùy theo quá trình xông ướp, chất liệu hương và khả năng hấp thu của vật hấp thu. Thí dụ vẫn chỉ có giá trị trong phạm vi thí dụ, nó không diễn hết ý nghĩa các tín hiệu được mã hóa thành ý ngôn ghi dấu ấn vào tâm thức. Dấu ấn được ghi trong thức, tiêu chí của nó là tồn tại ngoại giới.

Kể từ vô thủy, tùy theo cộng nghiệp, thức gá sinh vào phương vực và thời gian khác biệt, tín hiệu được huân tập, hay nói cách khác, được mã hóa với ký hiệu bởi ý ngôn bất đồng. Từ loài người cho đến các loài động vật, do cộng nghiệp của chúng, thức của chúng có thủ tục ghi dấu ấn ký hiệu khác nhau và do đó nhận dạng mọi tồn tại cũng khác nhau, và cũng để quan hệ với nhau trong cộng đồng cộng nghiệp.

Quá trình ghi dấu bởi ý ngôn được gọi là quá trình huân tập. Khi ký hiệu được ghi thành dấu ấn, dấu ấn ấy không phải là tín hiệu thụ động được ghi lên vách để thông tin. Nó là dạng công năng đặc thù, như công năng trong hạt giống khi được gieo xuống lòng đất nếu hội đủ điều kiện đất, nước, phân bón các thứ sẽ nảy mầm. Dấu ấn được lưu trữ là những kinh nghiệm đã từng trải qua, được tích lũy thành năng lượng tiềm tàng như nguồn điện tiềm thế trong tế bào não, nó được gọi tên tượng hình là hạt giống (*bīja*: chủng tử). Loại công năng đặc thù này được gọi là danh ngôn tập khí. *Thành duy thức* nói về danh ngôn này như sau:

Danh ngôn tập khí (jalpavāsanā = abhilāpavāsanā): chủng tử trực tiếp của từng pháp hữu vi cá biệt. Danh ngôn có hai: Một, danh ngôn biểu nghĩa, đó là sự sai biệt của âm thanh chuyển tải ý nghĩa. Hai, danh ngôn hiển cảnh, tức tâm, tâm sở pháp nhận thức đối tượng cá biệt. Tùy theo hai danh ngôn mà chủng tử được huân tập thành để làm nhân duyên cho từng pháp hữu vi cá biệt.

Bất cứ tồn tại nào mà thức có thể nhận thức, tồn tại ấy xuất hiện cho thức với ký hiệu là tên gọi (*danh ngôn*). Bằng vào tên gọi này thức tiếp thu nhiều loại đối tượng khác nhau với ký hiệu hay tên gọi khác nhau. Danh ngôn như là tín hiệu thông tin để giao tiếp lẫn nhau trong một cộng đồng tồn tại, tùy theo giới loại, đó là chuỗi âm thanh nối kết thành một tín hiệu, gọi là một từ biểu thị một vật thể hay sự thể. Các loài vật thấp hơn loài người vẫn có những tín hiệu đặc thù qua âm thanh để thông tri cho nhau những thông tin cần thiết. Đó là loại mà *Thành duy thức* gọi là danh ngôn biểu nghĩa.

Về loại được gọi là danh ngôn hiển cảnh, vì nó soi sáng đối tượng cho nhận thức. Các thức, mắt, tai v.v., khi nắm bắt đối tượng cá biệt của nó; đối tượng này được mã hóa tức huân tập thành công năng của chủng tử để được lưu trữ.

Danh ngôn được huân tập thành tập khí (*vāsanā*), công năng được lưu trữ. Như quá trình xông khói, được xông nhiều lần, khói lần lượt đóng dày lên vách. Sắc được huân tập bởi mắt, hoặc đáng yêu, hoặc đáng ghét; tiếng được huân tập bởi tai, hoặc dễ nghe hoặc khó nghe. Sắc, và tiếng được huân tập thành công năng cùng với cảm thọ hoặc lạc hoặc khổ, hoặc yêu hoặc ghét. Như vách tường, hay những vật có khả năng hấp thụ hương và khói, được xông hương hay xông thối; thường xuyên được xông hương hay xông thối, càng lúc nồng độ của mùi ngửi càng tăng, cho đến khi không còn vật xông, mà vật hấp thụ mùi xông vẫn phát sinh khả năng yêu hay ghét nơi người đến tiếp xúc. Khi hội đủ điều kiện, danh ngôn ấy hiện hành cùng với tâm thức yêu ghét. Tào Tháo chỉ nói tên từ "quả mai" (quả chanh) mà cả đoàn quân rỏ dãi, hết khát. Đây là công năng của danh ngôn được huân tập khi hiện hành.

Một con chó mới sinh, tất không có tên gọi gì. Chủ gọi nó là con Tu-đi. Cả nhà cũng gọi nó Tu-đi, và mọi người đều gọi như vậy. Thoạt đầu, nó dửng dưng với tên gọi ấy. Nhưng với thời gian, cũng chẳng bao lâu, khi nghe chủ gọi Tu-đi, nó vui vẻ ngoắt đuôi chạy đến. Nó tự nhận ra nó trong tên gọi. Danh ngôn đã hình thành trong con chó một ấn tượng tự ngã. Con người chắc cũng thế thôi. Con người không chỉ có tên gọi khai sinh, mà còn nhiều danh hiệu, tước hiệu làm nên tự ngã của nó trong nhiều địa vị khác nhau trong xã hội.[40] Đấy là từ danh ngôn tập khí chuyển biến thành ngã chấp tập khí.

Thành duy thức giải thích ngã chấp tập khí, nói rằng:

> *Ngã chấp tập khí (ātmadṛṣṭivāsanā), đó là chủng tử của ngã và ngã sở được chấp thủ một cách bất thực. Ngã chấp có hai: Một, câu sinh ngã chấp, loại kiến chấp về ngã và ngã sở bị đoạn trừ bởi tu đạo. Hai, phân biệt ngã chấp, loại kiến chấp ngã, ngã sở bị đoạn trừ bởi kiến đạo.*

Trong đó, phân biệt ngã chấp, loại ý thức về tự ngã được tác thành dưới ảnh hưởng của gia đình, giáo dục, truyền thống tín ngưỡng, tôn giáo, văn hóa, xã hội. Câu sinh ngã chấp, loại tự ngã vô thức, sinh vào chủng loại nào, nó kinh nghiệm theo bản năng của chủng loại ấy, không do ảnh hưởng từ bên ngoài các thứ.

Với ý thức về tự ngã đã định hình, trong quá khứ "ta đã như thế", và nếu cái ta ấy không mấy tốt đẹp thì hãy dấu nó đi. Trong tương lai "ta sẽ như thế", và nếu với một ngày mai đen tối nó ưu sầu có khi tuyệt vọng mà thắt cổ; và trái lại, nếu một tương lai hứa hẹn rực rỡ như cô bé bán sữa, nó sẽ nhảy nhót. Nhưng ý thức về cái "ta" không chỉ giới hạn trong đời này. Đời sau "ta sẽ như vậy", và theo tín ngưỡng mà nó nhiệt tình tin tưởng về một thiên đường vĩnh cửu không phải chịu những vui buồn tế toái trong cõi đời này, nó sẽ làm những điều mà kinh điển của nó chỉ dạy phải làm được như ước nguyện. Với những cái ta xuất hiện trong các thời gian và phương vực khác nhau như vậy, vì mục đích cho đời này cho cả đời sau, và nhiều đời sau nữa, con người sẽ làm những điều mà nó tin tưởng kết quả sẽ tốt đẹp. Và như vậy, nó sẽ tạo tác những nghiệp hoặc thiện hoặc bất thiện. Nghiệp được tạo tác, và được tích lũy, sẽ dẫn đến đời sau, như nguyện hay không như nguyện tùy theo

[40] Các kinh *Đại Bát-nhã* nói đến 16 khái niệm về tự ngã; kinh *Kim cang* lược thành 4 khái niệm: 2. ngã tưởng (*ātma-saṃjñā*), tri giác, khái niệm về một tự ngã thường hằng, bất biến, ta muôn đời vẫn là ta không thay đổi; 2. nhân tưởng (*pudgala-saṃjñā*), tự ngã như là chủ thể nhận thức: ta thấy, ta nghe, ta suy nghĩ ...; 3. chúng sinh/ hữu tình tưởng (*sattva-saṃjñā*), khái niệm về cái ta như một tồn tại vật lý: ta đã tồn tại, ta đang tồn tại...; 4. mạng giả tưởng (*vīja-saṃjñā*), khái niệm về cái ta như một linh hồn ngụ trong thân thể duy trì sự sống của thân thể.

nghiệp thiện hay bất thiện mà nó làm trong đời này.

Như vậy, từ ngã chấp tập khí, được thường xuyên huân tập từ những ảnh hưởng xã hội, truyền thống, giáo dục, tôn giáo, v.v., tất cả được tích lũy thành hữu chi tập khí (*bhavāṅgavāsanā*). Hữu chi, là chi thứ 10 trong 12 chi duyên khởi. Đó là nghiệp được tích lũy thành công năng dẫn đến tái sinh trong các đời sau.

6. Chủng tử - Chuỗi tương tục

Mọi người đều biết rằng khi ngủ ý thức không hoạt động, nhất là khi ngủ say không chiêm bao. Con người mà không có ý thức, hay nói đúng hơn, mất ý thức, nếu không phải là chết thì cũng bất tỉnh nhân sự. Nhưng, thực tế, ta vẫn sống. Cái gì duy trì sự sống? Câu trả lời hầu như nhất trí trong các văn minh cổ đại, và cho đến một phần lớn cận đại, nếu không nói là cho đến hiện đại, đó là linh hồn. Có nhiều ấn tượng khác nhau về linh hồn, nhưng điểm chung, nó là một cái gì đó ở trong thân nhưng không đồng nhất với thân. Với người tin tưởng có đời sau, linh hồn sau khi lìa khỏi xác sẽ đến một nơi khác. Với người tin tưởng duy vật, linh hồn tồn tại cùng với thân. Khi thân này hoại, linh hồn cũng hoại.

Thời Phật, nhiều nhóm tôn giáo thường đến tham khảo ý kiến hoặc tranh luận vấn đề: hồn và xác, là một hay là khác? Với một số, cái mà nơi khác gọi là hồn, họ gọi là *jīva*, Hán dịch là *mạng giả*. Nghĩa là sao? *jīvatīti jīvaḥ*, nó sống, nên nó là *cái đang sống*, tức thân được thấy là đang sống vì trong nó có cái đang sống. Một số khác, đến hỏi Phật: "Ta" tồn tại hay không tồn tại? Cái mà nơi khác gọi là hồn hay *jīva*, đây gọi là *ātman*: ta hay tự ngã. Đức Phật phủ nhận tồn tại của cả *jīva* và *ātman*. Nhưng giáo thuyết của Ngài không được liệt vào nhóm theo chủ nghĩa duy vật: chết là hết. Có một nguyên lý tồn tại mà không phải *jīva* hay *ātman*, nguyên lý đó nói: có nghiệp, có dị thục của nghiệp, nhưng không có tác giả và thọ giả. Nói cách khác, có hành vi thiện hay bất thiện và có kết quả khổ hay lạc của những hành vi này trong đời này và trong nhiều đời sau, nhưng không có con người làm, không có con người chịu. Đây là một nguyên lý cực kỳ nghịch lý. Các đệ tử Phật tin lời Phật dạy, mặc dù vẫn ghi nhớ lời cảnh giác: "đừng vội tin những gì..." Trong lịch sử phát triển tư tưởng Phật học trên 1500 năm trên đất

Ấn, và hơn 2000 năm ngoài đất Ấn, những người tin Phật, và cả những người không tin Phật, không ngừng tìm kiếm giải đáp cho nguyên lý cực kỳ nghịch lý này.

Trên đất Ấn, sau Phật Niết-bàn khoảng trên dưới 300 năm, xuất hiện một số bộ phái lập thuyết *pudgalavāda*, đào sâu trong những lời Phật dạy để tìm ra một nguyên lý giải đáp nghịch lý. Họ không gọi thuyết của mình *ātmavāda*, mà là *pudgalavā*. *Ātman* được quan niệm, trong tri thức thường nghiệm cho đến tư duy triết học, là một thực thể tồn tại nhất thể, bất biến, vĩnh hằng. *Pudgala* cũng là một hợp thể năm uẩn nhưng tồn tại không lệ thuộc năm uẩn. Trong ngữ pháp, *pudgala* chỉ cho ba nhân xưng: thứ nhất, thứ hai và thứ ba. Khi Phật nói: *ahampi hi, ambaṭṭha, evaṃ vadāmi*, này Amabṭṭha, Ta cũng nói như vậy...” Phật thừa nhận *pudgala* tồn tại như thực thể quy ước. Nơi khác, Phật cũng nói: *ekapuggalo, bhikkhave, loke uppajjamāno... katamo ekapuggalo? tathāgato arahaṃ sammāsambuddho*: này các Tỳ-kheo, một con người khi mà xuất hiện trong thế gian ... Con người đó là ai? Là Như Lai, vị A-la-hán, Chánh đẳng giác... Đức Phật cũng tự nhận là một *pudgala*, một nhân vật, một nhân cách, một con người. Và nơi khác nữa, Phật nói: *katamo ca, bhikkhave, bhāro? pañcupādānakkhandhā tissa vacanīyaṃ.... katamo ca, bhikkhave, bhārahāro...* Này các Tỳ-kheo, gánh nặng là gì? Năm uẩn. Mang gánh nặng là ai? Con người.

Thừa nhận sự tồn tại của *pudgala* là giải đáp cho nghịch lý. Phật nói không tác giả và thọ giả, có nghĩa là không tồn tại một tự ngã nhất thể bất biến từ đời này đời khác. Nhưng tồn tại một *pudgala*. Với năm uẩn là con người, nó tồn tại với tất cả yếu tính và đặc điểm của một con người. Nếu là chư thiên, là bàng sinh, là quỷ thú, *pudgala* biến đổi tùy loại.

Vì sao cần phải thiết lập nguyên lý tồn tại như *pudgala*? Vì sáu thức khi hội đủ nhân duyên, xuất hiện, khi không, nó không xuất hiện. Nếu không tồn tại một *pudgala*, những khi ấy thân này phải xem như đã chết, không còn sự sống. Thêm nữa, phái Độc tử bộ nói: “Trong tất cả các pháp, ngoài bổ-đặc-già-la (*pudgala*), không có pháp nào có thể lưu chuyển từ đời này sang đời khác.”[41]

Vả lại, nếu không tồn tại một *pudgala*, ai lưu chuyển sinh tử? Ai ghi

---

[41] Khuy Cơ, *Dị bộ tông luân luận sớ*, CBETA, X53n0844_p0586c12.

nhớ kinh nghiệm đã từng trải?

Thế Thân tường thuật lập luận của Độc tử bộ như sau:

> *Nếu thực sự không có bổ-đặc-già-la (pudgala), vậy hãy nói, ai lưu chuyển sinh tử? Không thể nói lưu chuyển tự nó lưu chuyển. Và, Thế Tôn đã nói: "Chúng sinh bị vô minh phủ kín, lang thang luân hồi." – Pudgala luân hồi như thế nào? Xả uẩn này và nhận uẩn khác. Tiền đề này được nói ở trên. Như lửa tuy sát-na nhưng do chuỗi liên tục của nó mà nói là nó di chuyển. Cũng vậy, do chấp thủ bởi ái, uẩn tụ tập, gọi là chúng sinh, đó gọi là lưu chuyển. Nếu duy chỉ có uẩn, vì sao Thế Tôn nói điều này: "Thuở xưa, Ta đã từng là vị Tôn sư có tên là Netra. Vị ấy nay chính là Ta" – Vì sao không thể nói được như vậy? – Vì uẩn trước sau khác biệt. – Vậy, bổ-đặc-già-la (pudgala) là gì? – Ta trước kia và ta bây giờ hẳn phải là thường, vì vậy nói: "Vị ấy nay chính là Ta", cho thấy đồng nhất một tương tục. Cũng như nói, ngọn lửa đang cháy này cũng chính là ngọn lửa đã cháy.[42]*

Lập luận của bộ này là dẫn thí dụ bằng đám lửa cháy lan trong một cánh rừng. Ngọn lửa khi đốt cháy hết đám cỏ này, nó lan sang đám cỏ khác. Đám cỏ này và đám cỏ khác dụ cho uẩn đời trước và uẩn đời này không phải đồng nhất. Nhưng, lửa đốt cháy đám cỏ này và đám cỏ kia là một. Thí dụ này thay vì dẫn đến một *pudgala* không thường hằng, vô tình dẫn đến ý tưởng nó cũng thường hằng và nhất thể như *ātman*. Vì vậy, Thế Thân đã phản chứng: Nếu vậy, nói một cách đúng đắn, duy chỉ Phật mới thấy cái *ātman* thường hằng ấy. Nghĩa là, với thí dụ mà Độc tử bộ dẫn chứng, duy chỉ con mắt Phật mới thấy ngọn lửa thiêu đám cỏ này và ngọn lửa thiêu đám cỏ kia là một. Kinh nghiệm thường thức cũng cho thấy, nếu hai đám cỏ có độ khô khác nhau, nhất định độ cháy và độ nóng của hai ngọn lửa cũng khác nhau, chứng tỏ cả hai không phải đồng nhất thể. Thế Thân, đồng với quan điểm của Kinh bộ, và cũng của Hữu bộ, không có sự di chuyển. Khi người ta châm lửa từ bó đuốc này sang bó đuốc khác, không phải chỉ một ngọn lửa từ chỗ này nhảy sang chỗ kia. Trong mọi vật thể đều có đủ bốn đại. Khi ngọn lửa từ bó đuốc này châm vào bó đuốc kia, nó không nhảy, như bước nhảy

---

[42] *Kośa*, Pradhan, 471.24-472.15. Huyền Trang, phẩm "Phá ngã", *Câu-xá* 30, tr. 156c2-25.

thần bí của cơ học lượng tử (quantum jump) mà do lực tương tác của tăng thượng duyên, hỏa đại từ bó đuốc này kích thích hỏa đại trong bó đuốc kia, do hỏa đại trong bó đuốc kia tăng thịnh nên nó được thấy là bốc cháy.[43] Nếu Độc tử bộ giải thích như Thế Thân, chủ trương *pudgala* của Độc tử bộ không thể đồng nhất với *ātman* của các phái Upaniṣad.

Có thể kết luận ở đây rằng, chủ trương tồn tại *pudgala* của Độc tử bộ sai lầm trong luận lý chứ không hẳn sai lầm trong quan điểm. Chính Thế Thân, ngay trong phần mở đầu, sau khi giới thiệu chủ trương *pudgala* tồn tại, liền đặt vấn đề: *pudgala* ấy, tồn tại như là thực hữu, hay như là giả hữu (*kiṃ cedaṃ dravyata iti kiṃ vā prajñaptitaḥ*)? [...] Nếu là giả hữu thì sao? – Chúng tôi cũng nói như vậy (*atha prajñaptitaḥ? vayam apy evaṃ brīmaḥ*).

Giả hữu có hai: giả hữu như một căn nhà, một đoàn quân; hoặc giả hữu như lông rùa, sừng thỏ. Ngôi nhà, thực chất không có, mà chỉ là tụ tập của một đống vật liệu xây dựng. Cũng vậy, không có thực một đoàn quân, mà chỉ là tụ tập của nhiều binh lính. Cái mà người ta thấy, đó là một đống vật liệu tụ tập theo một hình dáng đặc biệt mà người ta gọi tên là nhà. Nhà chỉ là một khái niệm thông tin (*prajñapti*), báo cho biết ở đó có cái gọi là nhà có thể tránh mưa tránh nắng. Dù sao người ta vẫn có thông tin cho biết ở đó có một cái nhà có thể tìm đến. Nhưng không thể có thông tin gì cho biết ở đâu đó có con thỏ có sừng, có con rùa có lông, để đến đó mà tìm lông rùa sừng thỏ. *Pudgala* tồn tại giả hữu như một ngôi nhà, như một đoàn quân; *ātman* tồn tại giả hữu như lông rùa sừng thỏ.

Một số sớ thích gia quy kết thuyết *pudgalavāda* là một thứ ngoại đạo trá hình, bám vào Phật pháp để khuếch trương giáo nghĩa. Chúng ta cũng nên cải chính. Các vị chủ trương *pudgala-vāda* như Độc tử bộ không phải những nhóm ngoại đạo trá hình; chân chính là những đệ tử của Phật. Thuyết *pudgalavāda* đáng lý có thể lý giải được một phần nguyên lý nghịch lý "có tác nghiệp, có thọ báo, nhưng không có tác giả, không có thọ giả." Họ sai lầm trong luận lý, nhưng không lạc hướng trong ý hướng. Nói *pudgala* tồn tại không phải tách ngoài uẩn, cũng không

---

[43] *Tạp A-hàm 18*, T2 tr. 129a1: "Tỳ-kheo thiền tứ, đắc thần thông lực, tự tại như ý, muốn biến cây khô thành vàng, ngay tức thời nó biến thành vàng không khác. Và các vật khác cũng vậy, đều biến thành không khác. Vì sao? Vì cây khô kia có đủ các giới."

phải chính nó là các uẩn, nhưng không thể cho nó một nội dung, thì cũng không thể xác định được nó là gì.

Nếu tin tưởng có một linh hồn như là tự ngã thường hằng nhất thể bất biến tồn tại trong thân này, như ông chủ ngụ trong một ngôi nhà, và tất nhiên nhu cầu sinh hoạt và tồn tại đều được cất chứa trong ngôi nhà ấy, cũng vậy, mọi hành vi thiện ác được làm bởi thân mà linh hồn chỉ là ông chủ ra lệnh. Khi thân này rã, những hành vi dấu ấn trong thân cũng rã theo, như ngôi nhà bị hủy, mọi thứ trong đó cũng bị hủy theo, ông chủ ra đi không thể mang theo được gì, đời sống vui hay khổ của ông từ đó sẽ tùy thuộc những người khác; cũng như linh hồn của người sau khi chết, báo ứng thiện ác sẽ do một đấng Chí Tôn tuyệt đối nhân hậu và công chính phán xét mà thưởng phạt. Nếu tìm thấy trong khái niệm *pudgala* một nội dung gì, nội dung đó như thế nào?

Trước hết, chúng ta lặp lại vấn đề ký ức đã có đề cập trên kia. Khi nói, "Tôi nhớ lại...", nếu không tồn tại một cái tôi *pudgala*, cái gì nhớ? "Ai nhớ" chưa phải là vấn đề, mà là nội dung của cái được nhớ đó là gì? Sắc mà tôi thấy, nó biến mất thành quá khứ khi mắt không nhìn đến nó. Cái gì tồn tại để ghi nhớ cho hồi ức về sau? Tất nhiên nó không thể bám vào cái tôi-*pudgala*, hay *ātman*, hay cái gì tương tợ như linh hồn. Thế Thân, trong thiên thuyết minh *Pudgala, Câu-xá luận*, nói về nội dung đó: Cái được thấy, được nghe, sau khi xúc chạm với căn, chúng diệt thành quá khứ. Căn và cảnh tiếp xúc, không phải như ta đặt viên sỏi vào trong bát. Chúng tiếp xúc là do lực tương tác của hai vật thể. Chính lực tương tác ấy, khi cảnh đến với căn, do lực tương tác căn biến thái theo hậu quả tăng ích hay tổn hại. Cùng lúc thức phát sinh để ghi nhận kinh nghiệm lợi hay hại ấy. Cái biến mất là sắc được biết ấy, và cái tồn tại là công năng phát sinh từ lực tương tác. Công năng này được gợi hình như là hạt giống, vì nó sẽ cho quả trong tương lai. Nó tồn tại trong trạng thái sinh diệt liên tục, tạo thành dòng chảy gọi là chuỗi tương tục chuyển biến sai biệt (*santana-parināma-viśeṣa*). Cái này diệt, là duyên cho cái sau sinh; sinh diệt liên tục không gián đoạn, tạo thành chuỗi tương tục. Cái xuất hiện sau khác biệt với cái trước; cái trước diệt tức biến thái, biến chuyển, để thành cái sau. Chuỗi tương tục biến chuyển là quá trình hủy thể liên tục. Như khi hạt giống được gieo xuống đất, nó tự hủy và công năng của nó biến chuyển để thành cái khác, do đó xuất hiện mầm, chồi các thứ cho đến cành lá. Đó là quá trình tích lũy kinh nghiệm từ những gì đã từng thấy, từng nghe, thành ký ức.[44]

Quá trình tích lũy ký ức để về sau truy ký ức này cũng đồng một lý với quá trình tích lũy nghiệp để về sau cho quả.

Các công năng chủng tử này tồn tại trong ý giới (*manodhātu*), và dòng chảy tương tục chuyển biến sai biệt của nó tạo thành dòng tương tục của tâm quá khứ. Như từng giọt nước rỏ xuống liên tục, nối tiếp nhau, để tạo thành dòng chảy của con suối hay dòng sông. Do vì là phần tử trong ý giới nên nó cũng được gọi là tùy giới (*anudhātu*). Ở đây, giới là tên gọi khác của chủng tử. Chuỗi tương tục sai biệt của nó cũng gọi là tâm sai biệt (*cittaveśeṣa*).

Bản chất của loại công năng này, Hữu bộ nói là sắc pháp, đó là vô biểu nghiệp phát sinh từ biểu nghiệp của thân và ngữ. Nó là công năng phòng hộ, cũng là công năng của phước tăng trưởng, và công năng trong nhiều hiệu quả của nghiệp được tạo tác.

Để chứng minh thể của nghiệp có thuộc tính sắc, Tỳ-bà-sa dẫn lời Phật:

> *Với thiện gia nam tử, hay thiện gia nữ nhân, có tịnh tín, mà thành tựu bảy cơ sở phước nghiệp hữu y này, phước tăng trưởng thường trực liên tục ngày đêm, dù khi đi hay đứng, ngủ hay thức. Phước nghiệp sự vô y cũng vậy.*

Từ dẫn chứng này, Hữu bộ nói: "Ngoại trừ vô biểu nghiệp, nếu khi khởi tâm khác[45] hay vô tâm, y vào pháp nào mà nói phước nghiệp tăng trưởng?"[46]

Thế Thân, theo quan điểm của Kinh bộ, trả lời:

> *Điều này được các vị tiền bối[47] giải thích như sau. Đây là pháp*

---

[44] *Kośa*, Pradhan, 472.16-20. *Câu-xá* 30, tr. 156c26-157b7.

[45] *antareṇa anyamanaso*, 餘心 dư tâm: đã đắc thiện vô biểu (đắc giới chẳng hạn), nhưng cũng có khi khởi nhiễm tâm, hay vô ký tâm. Phước này thuộc tâm thiện. Cũng có khi thí chủ khởi tâm bất thiện hay vô ký, phước làm sao tồn tại?

[46] Dẫn bởi *Câu-xá* iv, Việt dịch tập III (Hương tích 2019) tr. 332.

[47] *pūrvācāryā*, Ht. 先軌範師 tiên quỹ phạm sư; các luận sư tiền bối trong Kinh bộ.

tánh tự nhiên[48]: thí chủ như vậy như vậy bố thí tài vật, người nhận như vậy như vậy thọ dụng. Do bởi sự đặc thù của phẩm chất[49], và đặc thù của ích lợi[50], dù khi thí chủ có tâm nghĩ đến việc khác, nhưng chuỗi tương tục, được huân tập bởi tư (cetanā), ý chí bố thí duyên đến đối tượng kia, đạt đến điểm đặc thù vi tế trong quá trình biến thái[51], do bởi đó mà trong vị lai chúng có thể làm nảy sinh kết quả càng nhiều hơn.[52]

Về hiệu lực phòng hộ của giới, theo Hữu bộ, đây là lực phản xạ tự nhiên của người đắc giới, không đợi có sự can thiệp của ý thức hay ý chí. Sự can thiệp của ý chí là khả năng quyết định phá giới. Khi bị kích thích, do bởi cường độ của tham, sân, hoặc si, ý chí có khả năng chịu khuất phục, nhưng do được phòng hộ bởi giới, ý chí không tự do quyết định vi phạm. Như ông vua ngự trong tử cấm thành, khi có kẻ thù tấn công, lực chiến đấu phòng hộ là tướng tá và quân binh, vua có thể nghĩ đến cuộc chiến đang diễn ra, hoặc cũng có thể vui đùa với thuộc hạ. Cho đến khi lực lượng phòng hộ này mất sức kháng cự, bấy giờ quyết định đầu hàng hay tự thân chiến đấu hoàn toàn tùy thuộc vua. Tâm cũng vậy. Do nghi thức thọ giới, từ thân biểu và ngữ biểu của người thệ thọ, trong thân tâm người ấy phát sinh một loại vô biểu sắc là thể của giới.

Thế Thân bác bỏ lập luận này. Đồng ý với Kinh bộ, Thế Thân nói: "Bằng vào ý chí (cetanā), trước tiên lập nên quy ước[53], do đó mà có sự ước thúc; rồi chính ý chí ước thúc ấy phòng hộ[54] thân và ngữ, vì nghiệp bị ngăn chặn."

Đối với Hữu bộ, nghi thức thọ giới quy định, trong lúc thọ giới, thân của người thệ thọ cần làm những gì, ngữ cần nói những điều gì. Nghi

---

[48] *dharmatā hi eṣā*, Vyākhyā: đó là năng lực của các pháp kể từ vô thủy (*dharmānām anādikālikā śaktiḥ*).

[49] *guṇaviśeṣa*; Vyākhyā: đặc thù của phẩm chất như thiền, vô lượng tâm v.v.

[50] *anugrahaviśeṣa*, đặc thù của lợi ích như sức khỏe, dung sắc của thân thể. Ht.

[51] *saṃtatayaḥ sūkṣmaṃ pariṇāmaviśeṣa*: tương tục chuyển biến sai biệt vi tế.

[52] *Câu-xá*, dẫn trên. tr.337.

[53] *vidhipūrvaṃ kṛtvā*: quy ước hay nghi thức thọ giới (*śīlagrahaṇa*) trong đó quy định thân phải làm những gì, ngữ phải nói những gì.

[54] *saṃvṛṇoti*, "nó phòng hộ", từ phái sinh của nó là *saṃvara*, mà Ht. dịch là "luật nghi". Do đó, để chỉ rõ ý nghĩa phòng hộ tức luật nghi, Ht. thêm: "Căn cứ theo đây mà lập biệt giải thoát *luật nghi* (*prātimokṣa*-saṃvara)."

thức này nhằm kích hoạt tâm lý, sẵn sàng phát sinh lực phòng hộ là vô biểu sắc. Kinh bộ bác bỏ nghi thức có tính hình thức. Vấn đề quan trọng là làm phát sinh sức mạnh của tâm sở tư. Người phát tâm thọ giới, với tâm tư tha thiết chí thành, từ đó làm phát sinh chuỗi tương tục của tư, mà nội dung của nó là công năng chủng tử, chứ không phải sắc vô biểu.

Vậy, chủng tử là gì? Đó là công năng thuộc danh hay sắc[55] khi phát sinh kết quả của chính nó. Hai phẩm tính này trong trạng thái công năng tồn tại liên tục theo quá trình sinh diệt không gián đoạn. Công năng dẫn sinh quả trải qua các giai đoạn từ dự phóng kết quả cho đến chuyển biến để trực tiếp sinh quả. Quá trình này tương tợ như gieo giống. Khi hạt được gieo, nó bắt đầu tự phân hủy để dự phóng kết quả. Tiếp theo, công năng này biến thái qua giai đoạn trung gian, từ mầm, rồi nụ. Sau cùng, với sự hội tụ các điều kiện, nó trực tiếp sinh quả từ tự thân của nó. Cả ba hiện tượng biến thái này, từ dự phóng tương tiếp (*pāramparyena*), cho đến trực tiếp tự thân (*sākṣāt*), và chính công năng (*samartha*) chuyển biến thành quả.

Quá trình từ nhân đến quả này tuần tự diễn ra trong chuỗi tương tục chuyển biến đặc thù (*santati-pariṇāma-viśeṣa*). Trong đó, *chuyển biến* (*pariṇāma*) là sự biến thái từ tình trạng tồn tại này sang trạng thái khác. Sự biến thái này là quá trình hủy thể, tự nó chối bỏ bản thân hiện tại để trở thành trạng thái tồn tại khác. Quá trình biến thái này diễn ra theo chuỗi sinh diệt liên tục không gián đoạn; cái trước diệt là điều kiện cho cái sau phát sinh; đó là quá trình nhân quả diễn ra trong ba thời phần: cái đang hiện tại lui vào quá khứ để cho cái vị lai xuất hiện trong hiện tại. Nhân quả tương tác diễn xuất trong ba thời phần nhưng đồng một sát-na. Điểm đặc thù trong quá trình biến thái liên tục này gọi là sai biệt (*viśeṣa*).[56]

Chuỗi tương tục chuyển biến sai biệt mà Kinh bộ thiết lập như là phủ định vô biểu sắc của Hữu bộ, lý giải điều mà Phật nói phước tăng

---

[55] Danh (*nāma*): những gì được liệt và trong bốn uẩn phi sắc; sắc (*rūpa*), chính là sắc uẩn. *Câu-xá*, Việt dịch tập I (2017) tr. 323: "Trong đây, pháp gì được gọi là chủng tử? Đó là danh và sắc, có công năng phát sinh quả của riêng nó, do bởi tính triển chuyển hoặc do bởi lân cận. Đấy là do sự sai biệt trong sự chuyển biến của tương tục."

[56] *Câu-xá 4*, tr. 22c11. Việt dịch, tập I (2017), tr. 323-324.

trưởng. Khi người cho đã cho, người nhận đã thọ dụng, ngay lúc ấy xuất hiện lực tương tác từ xa, trong thân tâm người cho hình thành công năng được ví là chủng tử. Trước đó, tư (*cetanā*) đã phát sinh quyết định bố thí, và tư này là lực đẳng khởi của thân và ngữ để người bố thí tiến hành việc bố thí. Cho đến khi vật thí được thọ dụng, dòng tương tục của tư chuyển biến thành công năng, hạt giống sẽ cho quả tốt đẹp trong tương lai.[57]

Lực tương tác xa từ người cho và người dùng hầu như chỉ giới hạn trong khái niệm được suy diễn, không có khả năng chứng thực một cách cụ thể sự tồn tại của nó, như các nhà khoa học có thể làm.

Từ nguyên lý tương tục chuyển biến sai biệt ấy, Kinh bộ không thừa nhận nghiệp được tạo trong quá khứ trực tiếp cho quả trong hiện tại.[58] Cũng như hạt giống nếu không hủy, không thể có sự nảy mầm. Cũng vậy, nghiệp đã tạo mà không hủy, cũng không thể cho quả. Nhưng cái đã hủy cũng không thể cho quả. Vậy là thế nào? Quả phát sinh từ chuỗi tương tục chuyển biến sai biệt. Trước hết, nghiệp được tạo tác; từ nó phát sinh dòng chảy tiếp nối liên tục không gián đoạn. Sự chuyển biến của chuỗi tương tục này không ngừng biến thái, cái trước diệt, cái sau sinh. Chính từ chuỗi tương tục này, công năng (*samartha*) trực tiếp cho quả; vì đây là công năng đặc thù trong giai đoạn cuối cùng của chuỗi tương tục, nên gọi nó là chuyển biến sai biệt (*pariṇāmaviśeṣa*). Điều này cũng như thức hữu lậu khi mạng chung (*sopādāna-maraṇacitta*: tử tâm hữu thủ) tuy trong trạng thái tích lũy với nhiều loại nghiệp tạo tác trước kia có khả năng dẫn đến đời sau (*punarbhava*: hậu hữu) nhưng nghiệp nào nặng nhất hoặc mới tạo gần nhất, nghiệp ấy hiển hiện công năng sáng nhất.

Quan hệ nhân quả này cũng được ví dụ như sự biến đổi ruột của quả cam chanh từ trắng thành đỏ. Ví dụ được Thế Thân dẫn trong *Thành nghiệp luận*. Người ta nhuộm hoa của cây cam chanh[59] với nhựa cây tử

---

[57] *Câu-xá* 13, tr.69b17. Việt dịch tập III (2019) tr.338.

[58] *Câu-xá* 20, tr. 106a10. Việt dịch tập IV (2016) tr.188.

[59] *Thành nghiệp luận*: nhuộm hoa Câu duyên với nhựa đỏ cây tử khoáng. Hoa Câu duyên 拘櫞花: Skt. *mātuluṅgapuṣpa*. E. Citron tree, tên Việt Nam gọi cây thanh yên hay chanh yên, tên khoa học Citrus medica, là cây ăn quả thuộc chi Cam chanh. Thanh yên là loài bản địa của Ấn-độ, Myanmar và vùng Địa Trung Hải. Nhựa cây tử khoáng, 紫礦汁. Skt. *lākṣārasarakta*.

khoảng màu đỏ; trong quá trình chuyển biến sai biệt của chuỗi tương tục, cuối cùng nó cho ra quả có ruột đỏ.

Nhân này được gọi là dị thục nhân (*vipāka-hetu*), vì cho quả dị thục (*vipāka-phala*).[60] Khi đã cho quả, nhân ấy diệt, không thể tiếp tục cho quả khác.

Với thuyết vô biểu sắc của Hữu bộ, và chuỗi tương tục tư của Kinh bộ, cả hai nhắm lý giải nghiệp được tạo tác như thế nào và được tích lũy như thế nào, và tự nó cho quả như thế nào, mà không cần đến sự phán xét của bất cứ thế lực siêu hình nào. Thêm nữa, trong dòng tương tục chuyển biến sai biệt ấy của quá trình biến thiên nhân quả, không cần đến sự tồn tại của một tự ngã, một chủ thể như một trung tâm điều khiển và xử lý, đây cũng là lý giải cho điều Phật nói, có nghiệp được tạo tác, có quả được lãnh thọ, nhưng không có người tạo tác, không có người lãnh thọ.

Tuy vậy, với Thế Thân, dù một phần chấp nhận thuyết của Hữu bộ, và phần lớn thuận theo các quan điểm của Kinh bộ, nhưng hẳn là có điều chưa thỏa mãn, do đó về sau chuyển sang các lý giải của Du-già hành tông. Đó là khám phá kho tích lũy của nghiệp, được huân tập để tồn tại như là công năng, được gọi tên theo quy ước thế tục là hạt giống (*bīja*: chủng tử). Kho chứa ấy được đặt tên là thức A-lại-da. Hoặc theo chức năng của nó, gọi tên là thức a-đà-na.[61]

Thức A-lại-da và A-đà-na được thuyết minh với những luận chứng thành lập, chi tiết có thể đọc trong luận *Thành duy thức*. Ở đây, trong

---

[60] *Câu-xá* ii tụng 54. Việt dịch tập I (2017) tr.437. Nghiệp được tạo tác gọi là dị thục nhân (*vipākahetu*); quả báo của nghiệp được lãnh thọ gọi là dị thục quả (*vipākaphala*).

[61] *ādāna*: nhận lấy, nắm lấy, chấp trì. *Giải thâm mật* 1, T16n676, tr. 692c22:
阿陀那識甚深細一切種子如暴流
我於凡愚不開演恐彼分別執爲我. Skt. *ādanavijñāna gabhīrasūṣmo ogho yathā vartati sarvabījo bālāna eṣo mayi na prakāsi mā haiva ātmā parikalpayeyuḥ*. Thiện Huệ Giới (Sumatiśīla), Tạng: *len par byed pas na len pa'o*), Skt.: *ādīyate 'nenety ādānam*, được *chấp trì* (nắm giữ) bởi nó, nên nó được gọi là *cái chấp trì*. *Thành nghiệp luận*: Vì nó kết nối đời sau, và nắm giữ thân, nên gọi là thức a-đà-na (*ādāna-vijñāna*), đồng thời nó hàm chứa (*ālaya*: chấp tàng) tất cả chủng tử các pháp, do vậy lại gọi thức a-lại-da (*ālaya-vijñāna*, tàng thức). Lại chính nó là sự chín mùi (*vipāka*) của nghiệp đời trước, nên cũng gọi là thức dị thục (*vipāka-vijñāna*).

phạm vi này, không thể tường thuật chi tiết.

Lịch sử phát triển tư tưởng triết học Phật giáo trong phạm vi Ấn-độ, khi mà, sau Phật niết-bàn, các Upaniṣada lần lượt xuất hiện cố chứng minh sự tồn tại của một tự ngã thường hằng bất biến (*ātman*), đối nghịch lại, các bộ phái Phật giáo, cho đến sự xuất hiện của các pháp Đại thừa, tư tưởng vô ngã (*anātman/nirātman*) luôn luôn là tâm điểm trong sự phát triển các phương pháp luận được vận dụng trong tâm lý học (psychology), nhận thức luận (epistemology), cũng như thể tính luận (ontology), cho đến sự thiết lập thức a-lại-da như là đối trị phần của thuyết tự ngã (*ātmavāda*), có thể xem là giai đoạn phát triển cuối cùng trước khi Phật giáo biến mất khỏi Ấn-độ. Đây là tập hợp những giải thích giáo chứng và lý chứng, chứng minh không tồn tại tự ngã nhưng trong thế giới của tục thức vẫn tồn tại nghiệp được tạo tác và quả dị thục của nó.

T.S.

Tam Đoạn Luận và Tứ Phần Phản Biện trong Phật giáo

Hai Phương Pháp Luận Phổ Biến của Trung Quán Ứng Thành

Làng Đậu – Võ Quang Nhân

Trước đây tình cờ đọc trên Thư Viện Hoa Sen thấy có một bài viết tựa đề *Logic Học trong Phật giáo*[1]. Nhân đó, người viết bài này, vốn được đào tạo chuyên ngành về Đại số Trừu tượng, đặc biệt yêu thích khoa logic học nên có nhiều hứng thú đọc bài đó. Thật đáng tiếc, bài viết đã có các chi tiết chủ quan, không đánh giá đúng thực tế, dù rằng có thể tác giả của nó đã bỏ khá nhiều công sức truy cứu. Dù sao, đây là một nỗ lực đáng khen ngợi và trân trọng vì sự dũng cảm viết về một đề tài mà vốn trong Việt ngữ (cũng như Hoa ngữ) thật sự thiếu thốn tài liệu tham khảo.[2]

[1]   Tác giả Hoang Phong.

[2]   Trong Đại Tạng kinh truyền thống tiếng Hán và Việt ngữ trước đây vốn không có đầy đủ, thiếu hẳn các dịch phẩm của Pháp Xứng (bao gồm 7 Chuyên Luận liên can sâu sắc đến Logic), một số trước tác của Vực Long (Tiếng Hoa chỉ có vài bản dịch của ngài và đồ đệ về Nhân minh). Các nỗ lực dịch bổ sung những tác phẩm này từ Tạng ngữ chỉ mới được tiến hành trong vài thập niên gần đây. Tuy nhiên, trong Việt ngữ vẫn chưa có dịch phẩm nghiêm túc đáng kể nào.

Ở đây, xin trích lại hai nhận định hoàn toàn sai (chỗ sai được in nghiêng) của tác giả bài viết đó:

> "Hệ thống logic của Phật giáo "thực tế" hơn và mang một chủ đích hay ứng dụng rõ rệt hơn, do đó *không nhất thiết phải có cùng những quy tắc mà Aristote đã đưa ra.* Logic học Phật giáo không phải là một ngành học riêng biệt mà có thể gọi đấy là những kỹ thuật hay những ứng dụng trực tiếp góp phần vào sự tu tập."

Và:

> "Xin trích dẫn một đoạn trong Trung Bộ Kinh (Najjhima Nikaya, kinh số 72) như sau: "Như Lai [...] thật sâu thẳm, vô biên, không thăm dò được, giống như đại dương. Những lời lẽ như hiển-hiện, không-hiển-hiện, hiển-hiện và không-hiển-hiện, không-hiển-hiện cũng không phải là không-hiển-hiện, không thể dùng để diễn tả được". Câu phát biểu trên đây của Đức Phật cho thấy nguyên tắc căn bản của tứ đoạn luận, *nguyên tắc đó gồm có bốn mệnh để thoát ra khỏi sự biện luận thông thường."* [3]

Bài viết này không nhằm phê phán cách nhìn đó, nhưng với hiểu biết của một người trong chuyên ngành logic toán, và may mắn được tiếp cận chương trình học logic Phật giáo chính quy của Tây Tạng, thì có vẻ những phát biểu trên không nói đúng được chân tướng hay đặc tánh của khoa logic Phật học, đặc biệt là các phương pháp luận của Trung Quán.

Nói xa hơn một chút, khoa logic Phật học, trong quá khứ, đã không được chú trọng đúng mực tại Việt Nam hay Trung Hoa, nó đã được truyền bá một cách sơ lược, và chỉ dựa trên một số ít luận giải có nguồn

---

[3] Tên dịch Hán-Việt của kinh này là *Bà-sa-cu-đa Hỏa Dụ Kinh* (Aggi-Vacchagotta Sutta).

gốc từ tổ Long Thụ, Vực Long, và đệ tử ngài Vực Long sang Hán ngữ[4]. Rồi, được chuyển dịch sang Việt ngữ một cách khá khó hiểu. Trong khi đó, để thấy được sự phát triển của khoa học này, có lẽ một người nghiên cứu nghiêm túc sẽ phải có hiểu biết đủ sâu về logic toán học và cần tiêu tốn khá nhiều năm xem xét, tìm hiểu, và học hỏi về sự vận dụng logic (tức các phương pháp biện chứng) trong kinh Phật và các luận giải của nhiều hiền giả con Phật, như là từ Long Thụ, Vực Long, đặc biệt nhất là từ 7 tác phẩm về Luận Lý học của ngài Nguyệt Xứng, ... cùng với một số tác phẩm quan trọng được ngài Liên Hoa Giới và sư phụ Tịch Hộ của ông sau này viết ra[5]. Chưa kể là người nghiên cứu cần truy xét đến vị trí lịch sử, thời điểm phát triển khoa logic Phật học so với tình trạng chung của logic toán học cùng thời, để khả dĩ nêu ra được một đánh giá khách quan chuẩn xác hơn. Dù rằng ngày nay đã có khá nhiều tài liệu Anh ngữ viết chủ đề này, nhưng trong Việt ngữ hình như vẫn tiếp tục trạng thái "như cũ".

Bài viết này cũng không có chủ ý đào bới về lịch sử khoa luận lý học Phật giáo, mà chỉ tập trung phân tích về hai biện pháp mạnh trong luận lý, vốn tương đương với các biện pháp biện chứng trong toán học

---

[4] Trong danh mục Đại Chánh Tân Tu, chúng tôi hiện chỉ tìm thấy hai tác phẩm liên quan đến Nhân Minh là *Nhân Minh Chánh Lý Môn Luận* của Vực Long và *Nhân Minh Nhập Chánh Lý Luận* của Thương-kiết-la-chủ. Trong Đại Tạng Luận Tengyur thì sách về logic của Vực Long gồm: Pramāṇa-samuccaya (*Tập Lượng Luận*), hetuchakdra (*Nhân Duyên Luân Luận*), ālaṁbanaparīkṣā (*Quán Sở Duyên Luận*), nyāyamukha (*Chánh Lý Môn Luận Bản*), trikāla-parikṣa (*Tam Thời Quán Sát*).

[5] Sáu công trình liên quan đến luận lý học của Long Thụ bao gồm mūlamadhyamaka-kārikā (Căn Bản Trung Quán Luận), śūnyatāsaptati (Thất Thập Không Tánh Luận), vigrahavyāvartanī (Hồi Tránh Luận), vaidalyaprakaraṇa (Quảng Phá Luận), yuktiṣaṣṭika (Luận Lý Lục Thập Luận), Ratnāvalī (Bảo Hành Vương Chánh Luận). Bảy tác phẩm chính của Pháp Xứng (tib. ཚད་མའི་བསྟན་བཅོས་སྡེ་བདུན་) gồm: (1) pramāṇa-varttika-kārikā (Chánh Tri Lượng Thích Luận, tib. ཚད་མ་རྣམ་འགྲེལ་), (2) pramāṇa-viniścaya (Chánh Tri Lượng Xác Quyết Luận, tib. ཚད་མ་རྣམ་པར་ངེས་པ་), (3) nyāyabindu-prakaraṇa (Luận Pháp Điểm Luận, tib. རིག་པའི་ཐིགས་པ་), (4) hetu-bindu-nāma-prakaraṇa (Nhân Cứ Điểm Luận, tib. གཏན་ཚིགས་ཐིགས་པ་), (5) saṁbandha-parīkṣā-prakaraṇa (Tương Quan Khảo Kiểm Luận, tib. འབྲེལ་བ་བརྟག་པ་), (6) saṁtānāntara-siddhi-nāma-prakaraṇa (Tha Tâm Thành Tựu Luận, tib. རྒྱུད་གཞན་གྲུབ་པ་), (7) vāda-nyāya-nāma-prakaraṇa (Luận Nghị Luận Pháp, tib. རྩོད་པའི་རིགས་པ་). Tác phẩm luận lý học quan trọng của Tịch Hộ và Liên Hoa Giới là tattvasaṁgraha (Chân Tánh Nhiếp) và tattvasaṁgraha-pañjikā (Chân Tánh Nhiếp Nan Ngữ Thích).

logic được sử dụng rất nhiều bởi bộ phái Trung Quán Ứng Thành[6]. Đó là phương pháp Tam Đoạn Luận (eng. Syllogism, viết tắt: TĐL) và Phương Pháp Phản chứng (Eng. Reductio ad absurdum, viết tắt: PC) vốn được Trung Quán Ứng Thành dùng để loại bỏ các thành kiến chấp biên qua đó xác lập Trung đạo. Tuy vậy, xin tóm lược vài ý liên can đến sự hình thành phương pháp luận này của Phật giáo.

Việc biện luận thuyết phục ngoại đạo đã phải có mặt từ thời đức Thích-ca-mâu-ni. Ngài phải là một bậc trí giả cực kỳ uyên bác về biện luận đã thuyết phục được đủ dạng đủ mọi trình độ học trò. Ngài cũng đã từng dạy rằng:

> *Chỉ như vàng được đốt, cắt, và chà dũa*[7]
> *Hãy kiểm tra đúng đắn lời ta, và rồi thực hành nó với sự*
> *vững tin*[8]

Theo học giả Giáo sư Samdhong Rinpoche thì Luận lý học được ngài Vực Long hệ thống hóa lại từ các lý thuyết tam đoạn luận đã có trước đó, chẳng hạn như trong *yogācārabhūmi-śāstra* của Maitreya-nātha. Người Tạng bắt đầu du nhập phương thức tranh luận từ Tịch Hộ và Liên Hoa Giới qua tác phẩm *tattvasamgraha* (Chân Tánh Nhiếp) và các chú giải của nó, do tác động lan rộng từ hậu quả của cuộc tranh luận của Liên Hoa Giới với Ha-ha Diễn (năm 793). GS. Samdhong nêu các bằng chứng trong việc dịch những bộ sách về Luận Lý học của Vực Long và Pháp Xứng. Dựa trên các ghi nhận từ danh mục Đại Tạng

[6] Khá nhiều ví dụ có thể được tìm thấy trong các tác phẩm Phật giáo Tây Tạng vốn là hậu duệ của truyền thống Trung Quán Ứng Thành. Để đọc thêm những ví dụ về phương pháp luận mà bộ phái này dùng để loại bỏ ý kiến của các phái khác, xin xem thêm Tập 3 – Phần II Tuệ Giác trong tác phẩm *Đại Luận về Giai Trình của Đạo Giác Ngộ (Bồ-đề Đạo Thứ Đệ Quảng Luận)* trước tác của Tsong-khapa.

[7] Ba hành vi đốt, cắt, và chà dũa là các hình ảnh biểu tượng tương ứng với ba loại hiện tượng: (1) hiển hiện, trực tiếp nhận biết được, (3) tiềm ẩn nhưng có thể tìm thấy được qua các phép suy luận, và (3) hoàn toàn bí ẩn, chỉ có thể hiểu được qua giải thích của một vị Phật (Theo giải thích của Sogyal Rinpoche).

[8] Lời dạy này tìm thấy trong Mahābala-tantra (*Đại Lực Mật Tục*). Chương 1, Toh. 391,216 Pd 79:627. (xem Dalai Lama. P.439). Đến nay, người ta vẫn chưa tìm thấy nó từ kinh điển nào khác kể cả trong tạng Pali và Sanskrit. Một số học giả đã nhận định tìm thấy điều dạy này trong kinh Kesamutta (Kālāma) thuộc bộ kinh Aṅguttara nikāya là không hẳn đúng. (Xin xem lại toàn bộ nội dung kinh Kesamutta qua các bản dịch của Bodhi và Sujato).

Kinh (Kangyur), thì người đầu tiên dịch các sách nói trên ra Tạng ngữ chính là Sakya Paṇḍita; và người thật sự tạo ra nền tảng Luận Lý học cho Tây Tạng chính là Tsongkhapa (1357-1419) đã tiếp thu từ Sakya Paṇḍita. Ngoài ra, Kenneth Liberman (Tibet Journal P.36-37, P51-52), cho là, các thực hành tranh luận bắt đầu du nhập vào Tây Tạng do ngài Cha-pa Chos-kyi Seng-ge hay Rigpay Wangchug Chapa (1109-1169). Học giả Sakya Paṇḍita (1182-1251) đã truy nguyên truyền thống tranh luận tại Tây Tạng có nguồn gốc từ đạo Phật giáo và Bà-la-môn. Ông đã tóm lược sự đóng góp vào việc tranh luận vốn có từ truyền thống Nyaya, nhờ công lao của Pháp Xứng.

Chi tiết hơn một chút thì, sau đức Phật, tổ Long Thụ, người khai sáng Trung Quán Ứng Thành (và nhiều tông phái khác) đã vận dụng rất mạnh hai phương tiện trên để phản bác mọi tư tưởng thiếu nền tảng logic nhằm chỉ ra Trung đạo. Bây giờ chúng ta hãy bước vào các chi tiết chủ đề của bài viết. Nội dung dưới đây đòi hỏi người đọc có hiểu biết vững vàng về kiến thức toán logic được dạy trong chương trình phổ thông trung học cũng như có biết về Duyên Khởi và vài khái niệm cơ bản theo cách hiểu của Trung quán Ứng Thành.

1. Tam Đoạn Luận Phật giáo

Đạo Phật đã sử dụng quy tắc Tam đoạn luận cực kỳ vững vàng và có miêu tả đầy đủ chi tiết, nó không chỉ hỗ trợ người học về vấn đề hiểu chính xác về một chứng minh hay phép biện chứng hiệu lực (đúng đắn) mà trong nhiều trường hợp, phép biện chứng này được dùng như là vũ khí sắc bén để thuyết phục người nghe hay các đối thủ trong tranh luận, nhất là khi những người này đã có sẵn những tư tưởng phi Phật giáo nào đó vốn không có nền tảng logic vững vàng hay đã có một số lý do nhưng không chuẩn xác (mà đa số là việc chấp biên). Ngoài ra, vì Logic học Phật giáo không phải là một loại triết thuyết được tô vẽ đẹp đẽ để ngắm nhìn, mà là để làm phương tiện truy lùng chân tướng của thực tại rồi từ đó đưa ra phương cách tu tập khả thi tương ứng để đạt các mục tiêu ngắn và dài [9]. Do đó ngoài phần luận lý hoàn toàn tương đương với TĐL Toán học, TĐL Phật giáo còn đưa thêm một số yêu cầu liên can đến tình trạng bản thể và tình trạng phù hợp với thực tại của mệnh đề dùng trong chứng minh.

Về nguồn gốc, đức Phật đã dạy phương pháp luận này trong *Thánh Thập Pháp Đại Thừa Kinh* (འཕགས་པ་ཆོས་བཅུ་པ་ཞེས་བྱ་བ་ཐེག་པ་ཆེན་པོའི་མདོ) và trong *Tiển Thủ Hoa Nghiêm, Du-già Hành Nữ* (tilakam-nāma-yogini-tantra) [10]. Câu kệ ghi rõ phương pháp TĐL dựa trên nhân-quả như sau:

> Có chim Bói cá thì có nước
> Khói bốc nơi xa tại lửa hồng.
> Do phẩm chất hành vi đạo đức
> Truyền thừa Bồ-tát sẽ suy ra. [11]

Để cho gọn nhẹ, trong nội dung bài này, từ đây về sau, nếu có chi tiết nào không được nêu rõ là "Logic toán học" (hay các thuật ngữ tương đương), thì chi tiết đó mặc nhiên được xem là nội dung được dẫn từ khoa Logic Phật học. Để độc giả dễ theo dõi, bài viết sẽ sử dụng cách trình bày và giọng văn hiện đại.

Trong bộ môn Biểu lý học (tib. རྟགས་རིགས) Tam đoạn luận được trình bày qua 3 mệnh đề như sau:

    A. Chủ đề (tib. ཆོས་ཅན hay རྩོད་གཞི): là khuôn khổ đề cập của phép biện chứng.

---

[9] Chẳng hạn trong chương hai của tác phẩm *Chánh Tri Lượng Thích Luận* (*pramāṇa-varttika-kārikā*). Ngài Nguyệt Xứng đã minh định một câu mở đầu tán thán đức Phật trong *Tập Lượng Luận* (Pramāṇa-samuccaya) và luận lại thành toàn bộ nội dung chương 2 của *Lượng Thích Luận*. Qua đó, ngài dùng Luận lý học để chứng minh Như Lai là trạng thái không thể phủ nhận.

[10] Xem Dege Vol.40-1-167b và Vol.80-1-120b

[11] Nguyên văn Tạng ngữ: དུ་བ་ལས་ནི་མེ་ར་ཤེས་པ་དང་། །ཆུ་སྐྱར་ལས་ནི་ཆུར་ཤེས་སྤྱར། །བྱང་ཆུབ་སེམས་དཔའ་རྡོ་ལྱན་གྱི་རིགས་ནི་མཚན་མ་རྣམས་ལས་ཤེས། །། – nếu dịch đúng thứ tự là "Do bởi khói, biết rằng có lửa, Từ con chim bói cá, biết nơi có nước; Thấy được hành vi đạo đức thì biết đó là đặc điểm của dòng dõi bồ-tát." Trích dẫn này đã bị dẫn nguồn sai từ một số tài liệu tham khảo cho là được đức Phật dạy trong kinh Daśabhūmika Sūtra thuộc bộ Đại Phương Quảng Hoa Nghiêm (chẳng hạn Rigpa). Tuy nhiên, như đã trình bày, lời dạy này trong kinh Thập Pháp (Daśadharma) vốn thuộc bộ Bảo Tích (Ratnakūṭa). Sự kiểm nhận ngoài Đại Tạng Dege còn có thể tìm thấy trong Đại Tạng Lhasa có cùng một kết quả.

B. Điều cần chứng minh (tib. རྣབ་བྱའི་ཆོས། hay གསལ་བ།): là mệnh đề mà qua phép biện chứng đúng thì nó được xác lập.

C. Lý lẽ (hay biểu chứng / biểu lý / dấu chứng) (tib. རྟགས།): là mệnh đề được dùng để biện minh.

Ví dụ 1: Nói về âm thanh, âm thanh tồn tại, vì nó vô thường.

Trong ví dụ này thì "âm thanh" là chủ đề, "âm thanh tồn tại" là điều muốn chứng minh, và "vì nó là vô thường" là lý lẽ.

Chúng ta gọi toàn bộ câu "Nói về âm thanh, âm thanh tồn tại, vì nó vô thường" là một phép biện chứng TĐL.

Để cho một phép biện chứng là có hiệu lực thì Phật giáo nhấn mạnh đến điều gọi là lý lẽ hiệu lực (lý lẽ đúng, dấu chứng hiệu lực) (tib རྟགས་ཡང་དག) thì điều kiện đòi hỏi 3 mối tương quan sau đây giữa Chủ đề, Điều cần chứng minh, và Lý lẽ phải được đúng và đây là 3 hình thức ắt có và đủ để kiểm tra hiệu lực của một TĐL:

1.1 Quan hệ giữa Chủ đề và Lý lẽ (quan hệ thứ nhất – luận đề)[12]: Trong định nghĩa về mối quan hệ đầu tiên nêu rõ các đặc tính sau đậy:

    1.1.1   Phép biện chứng phải có cá nhân thắc mắc hay nghi ngờ về Điều cần chứng minh.

    1.1.2   Lý lẽ phải là một *phù hợp hiện hữu* của Chủ đề (trong ví dụ 1 điều kiện này được hiểu là *Âm thanh thì vô thường, tánh vô thường là một phù hợp hiện hữu của âm thanh*)

    1.1.3   Lý lẽ phải là một phù hợp hiện hữu *phổ dụng* của Chủ đề (trong ví dụ 1 điều kiện này được hiểu là **Mọi** *dạng âm thanh thì vô thường*).

    1.1.4   Các điều kiện 1.1.2 và 1.1.3 về Lý lẽ đã phải được chấp nhận hay được đồng ý một cách chắc chắn bởi cá nhân đó (đề cập trong điểm 1.1.1)

Trong 1.1.2 thuật ngữ *phù hợp hiện hữu* đề cập đến sự tồn tại của sự hợp lệ của mối quan hệ. Nói cách khác, *biểu chứng phải là một*

---

[12] Định nghĩa nguyên văn là: རང་ཉིད་དེ་སྒྲུབ་པ་ལ་རྟགས་ཆོས་དང་པོར་སོང་བའི་གང་ཟག་གིས་རང་ཉིད་ཀྱི་རྟགས་ཀྱིས་དེ་ སྒྲུབ་ཀྱི་ཤེས་འདོད་ཆོས་ཅན་གྱི་སྟེང་དུ་འགོད་ཆོས་དང་མཐུན་པར་ཡོད་པ་ཉིད་དུ་ངེས་པ་དེ།

đặc tính hay yếu tố sẵn có của chủ đề. Tiếp theo đó, 1.1.3 nâng mức đòi hỏi này lên thành mức *phổ dụng* với chính chủ đề, tức là mọi đối tượng của chủ đề phải có sự phù hợp này. Hai phản ví dụ sau đây vốn vi phạm 1.1.2 hay 1.1.3 mà không cần cứu xét đến mệnh đề cần chứng minh

Ví dụ 2: *Âm thanh, là vô thường, vì nó màu trắng.* Phép biện chứng này vi phạm 1.1.2 vì mệnh đề Lý lẽ *màu trắng* không là thuộc tính của Âm thanh.

Ví dụ 3: *Âm nhạc, là vô thường, vì nó là đối tượng dễ nghe.* Ở đây Lý lẽ đã vi phạm tính phổ dụng là vì không chỉ âm nhạc mà có tồn tại các đối tượng khác (như là bản nhạc chát chúa) cũng là âm nhạc nhưng không dễ nghe.

Theo như trên, để dễ nhìn nhận, nếu gọi mệnh đề chủ đề là A và mệnh đề lý lẽ là C. Ta thấy rằng hai điều kiện 1.1.2 và 1.1.3 Chính là mệnh đề "A → C". ($\forall x \in A \rightarrow x \in C$) (mọi phần tử của A đều có đặc tính C).

Như vậy còn lại hai điều kiện 1.1.1 và 1.1.4 chưa đề cập:

Mệnh đề 1.1.1 nói đến ý nghĩa thực tế của một phép biện chứng, tức là nó phải có sự thắc mắc hay nghi ngờ về điều cần chứng minh. Điều này khác với phép biện chứng TĐL trong toán học về việc một chứng minh toán học có thể được phát biểu (chẳng hạn như một định lý) mà không cần biết liệu rằng có ai quan tâm đến điều cần chứng minh đó hay không. Mặt khác, người ta có thể diễn giải sâu hơn rằng nếu đem 1 phép biện chứng ra để bàn thảo với một vị có nhất thiết trí thì phép biện chứng đó trở nên vô nghĩa (vì với khả năng nhất thiết trí, người đã giác ngộ đã thấu hiểu chính xác mọi sự thật mà không cần phải chứng minh thêm). Cũng như là đối với con bò, thì phép biện chứng cũng không thể có hiệu lực vì bò không có nhu cầu hiểu biết này).

Điều 1.1.4 thì lại nhấn mạnh sự việc người theo dõi chứng minh đó phải chấp nhận hay đã chứng thực được "tiền đề" cho rằng "A → C" nghĩa là theo ngôn ngữ toán học thì "A → C" phải được người theo dõi công nhận là mệnh đề đúng. (Ở đây giống như việc giải một bài toán mới cho học sinh, thì người thầy chỉ được sử dụng các kiến thức hay các định lý vốn đã được công nhận hay chứng minh từ trước đó).

Ví dụ 4: Nói về tâm hồn, tâm hồn là thường hằng vĩnh cửu, vì nó là một phần của thượng đế. Ví dụ này vi phạm 1.1.4 vì không chắc gì người tham gia biện chứng chấp nhận Tâm hồn là một phần của thượng đế.

Ngoài ra, các mối liên hệ này còn được diễn giải sâu hơn theo nhiều cách. Chẳng hạn phân chia thành hai loại: mở rộng và thu hẹp.

Loại mở rộng – Biểu chứng có nội hàm lớn hơn hay bằng với nội hàm của chủ đề.

Thí dụ 5: (A) Con người, (B) họ là một dạng sinh giới, (C) vì họ *là* chúng sinh.

Ở đây ta thấy *con người* (A) "là" chúng sanh (C). Tức C là một lớp mở rộng của A (C ⊃ A). *Thuộc tính phổ dụng* ở đây nghĩa là *mọi con người đều là chúng sinh.*

Loại thu hẹp – Biểu chứng là một loại đặc tính mà tất cả mỗi phần tử của A đều có.

Thí dụ 6: (A) Con người, (B) họ biết thở, (C) vì họ *có* lá phổi.

Trường hợp này cho thấy (C) là một đặc tính của (A). Thuộc tính phổ dụng ở đây là mọi *con người đều có lá phổi.*[13]

1.2 Quan hệ giữa Lý lẽ và Điều cần chứng minh (quan hệ thứ hai hay quan hệ *kéo theo*)[14]: Được gọi là mệnh đề xác lập *kéo theo*. Tương tự như mối quan hệ thứ nhất, nó có các đặc tính sau:

> 1.2.1   Phép biện chứng phải có cá nhân như đề cập trong 1.1.1.

> 1.2.2   Lý lẽ phải là *đồng trạng hiện hữu* lên Điều cần chứng minh.

> 1.2.3   Lý lẽ phải là *đồng trạng hiện hữu duy nhất* lên Điều cần chứng minh.

---

[13] Lưu ý: có sự khác nhau trọng yếu của hai loại trên nếu để ý: loại mở rộng dùng thuật ngữ "là", còn loại thu hẹp dùng thuật ngữ "có".

[14] Định nghĩa nguyên văn là: རང་ཉིད་དེ་སྒྲུབ་པ་ལ། རྟགས་ཆོས་ཀུན་གཞིས་པར་སོང་བའི་གང་ཟག་གིས་རང་ཉིད་རྟགས་སུ་དེ་སྒྲུབ་ ཀྱི་མཐུན་ཕྱོགས་ཁོ་ན་ལ་ཡོད་པར་རྗེས་པ་དེ།

1.2.4   Các điều kiện 1.2.2 và 1.2.3 về Lý lẽ đã phải được chấp nhận hay được đồng ý một cách chắc chắn bởi cá nhân đó.

Ở đây, trong quan hệ này, vai trò của biểu chứng được đảo ngược (giờ đây, trong quan hệ đầu, Biểu chứng thủ vai tương tự như Chủ đề và Điều cần chứng minh thủ vai tương tự như Biểu chứng)

Nói gọn lại, mối liên hệ này chỉ ra khả năng *kéo theo* từ việc *có Biểu chứng khiến buộc phải có Điều cần chứng minh*.

Trong điều kiện 1.2.2 Khái niệm *đồng trạng hiện hữu* được hiểu như là *sự tồn tại* của các đối tượng nào đó khiến quan hệ *kéo theo* được xác lập. Và khi đó, tập hợp các lớp đối tượng thỏa mãn quan hệ kéo theo, khiến xảy ra Điều cần chứng minh, thì được gọi là *đồng trạng*.

Thí dụ 7: Xét lại thí dụ 5 – *Con người, là một dạng sinh giới, vì họ là hữu tình*. Ở đây quan hệ *kéo theo: là một dạng sinh giới, vì họ là hữu tình* sẽ có các đối tượng như thú, cá, chim, bò sát ... thỏa mãn được quan hệ này. Vì các mệnh đề khi thay đại từ *họ* bởi các *tên thú, cá, chim, bò sát* ... thì đó là các quan hệ xác lập (mệnh đề đúng, chẳng hạn: *vì cá là hữu tình nên là một dạng sinh giới ...*). Theo đó, *đồng trạng* của mệnh đề *một dạng sinh giới,* bao gồm thực vật, thú, cá, chim, người ...

Thuật ngữ *hiện hữu duy nhất* trong 1.2.3 chỉ đến đặc tính chỉ có tức là từ việc hiện hữu của Biểu chứng ta chỉ có thể dẫn đến nội dung nêu trong Điều cần chứng minh là hiện hữu, mà không thể dẫn xuất đến đặc tính nào khác mâu thuẫn với điều cần chứng minh đó.

Thí dụ 8: Nói về âm thanh, âm thanh vô thường, vì nó hiện hữu. Biểu chứng ở đây đã vi phạm 1.2.2 vì tánh *hiện hữu* có thể tồn tại trong trong sắc tướng, hương, vị... Hơn nữa ví dụ này vi phạm 1.2.3 là vì có tồn tại chân không nhưng lại thường hằng khiến cho tính duy nhất bị vi phạm.

Ngoài ra, để chứng tỏ tính hiệu lực của 1.2.2 và 1.2.3, trong nhiều trường hợp biện minh, một ví dụ cụ thể có thể được nêu ra để làm rõ ý (và cũng để khẳng định *đồng trạng* của mệnh đề cần chứng minh là tồn tại)

Thí dụ 9: Sự việc *"là vô thường vì nó là sinh khởi. Thí dụ, cái bình"*

Giờ cứu xét về 1.2.1, sự khác biệt của 1.2.1 với 1.1.1 là ở chỗ nó chỉ đòi hỏi sự hiện diện của người muốn hiểu biết chính là người đề cập trong quan hệ thứ nhất. Điều cần chứng minh hay thắc mắc đã được đề cập trong 1.1.1 nên không cần nhắc lại. Điều kiện 1.2.4 tương tự 1.1.4 nhấn mạnh rằng người tham gia đã thấu hiểu (hay có kiến thức) một cách chắc chắn rằng mệnh đề Biểu chứng *kéo theo* mệnh đề Cần chứng minh.

Ở đây, nếu gọi:

A: Mệnh đề Chủ đề; B: Mệnh đề cần chứng minh; và C: Mệnh đề Biểu chứng

Thì ta thấy Quan hệ thứ nhì này tương đương với C → B trong logic toán.

Ngang đây, trước khi tiếp cận đến mối quan hệ thứ ba, hãy đúc kết điều gì rút ra được từ hai quan hệ đầu:

- Quan hệ thứ nhất xác lập A → C

- Quan hệ thứ hai xác lập C → B

- Như vậy, toàn bộ nội dung của phép biện chứng kết luận rằng A → B. Điều này hoàn toàn tương đương với phép tam đoạn luận toán học hiện đại (eng. direct proof).

Như vậy tại sao lại có thêm mối quan hệ thứ ba? Ở đây phép biện chứng Phật giáo muốn chỉ đến một biện pháp khác tương đương với phép Phản chứng (Eng. Proof by Contradiction) được sử dụng rất nhiều trong toán học.

1.3 Quan hệ phản chứng giữa Điều cần chứng minh và Biểu chứng (Quan hệ thứ ba -ཕྱོག་ཆུབ་བོ།)[15] là mối liên hệ logic nghịch đảo, vốn tương đương với mối liên hệ kéo theo, và được gọi là quan hệ xác lập phản chứng với các đặc tính:

1.3.1 Phép biện chứng phải có cá nhân như đề cập trong 1.1.1.

[15] Định nghĩa nguyên văn là: རང་ཉིད་དེ་སྒྲུབ་པ་ལ་རྟགས་ཆོས་ཆུལ་གསུམ་པར་སོང་བའི་གང་ཟག་གིས་རང་ཉིད་ཀྱི་རྟགས་ཀྱིས་དེ། སྒྲུབ་ཀྱི་མི་མཐུན་ཕྱོགས་ལ་མེད་པ་ཉིད་དུ་ངེས་པ་དེ། Cũng như là hai định nghĩa tiếp sau được trích từ དགོན་ནཆོག.

1.3.2 Lý lẽ phải xác lập sự việc *không tồn tại* một *phi đồng trạng* của Điều cần chứng minh

1.3.3 Các điều kiện 2.2 và 2.3 về Lý lẽ đã phải được chấp nhận hay được đồng ý một cách chắc chắn bởi cá nhân đó.

Ở đây, *phi đồng trạng* của Điều cần chứng minh bao gồm các lớp đối tượng (kể cả đối tượng không tồn tại hay vô nghĩa) vốn không phải thuộc về *đồng trạng*.

Ví dụ 10: loài thỏ có sừng (hay lông rùa) là mệnh đề vô nghĩa[16] (trong Tạng ngữ thì các pháp vô nghĩa được viết là མེད་པ)

Bây giờ chúng ta lại xem lại, để phù hợp với cách gọi trong 1.2: Nếu B là Mệnh đề cần chứng minh; và C là Mệnh đề Biểu chứng.

Như vậy, điều kiện 1.3.2 nói rằng sự xác lập đồng thời của mọi *phi đồng trạng* của Điều cần chứng minh và Lý lẽ sẽ là một điều vô nghĩa.

Diễn giải điều này một cách cụ thể thì thay vì chứng minh trực tiếp biểu thức (C → B) là hiệu lực bằng cách dùng phép chứng minh *kéo theo,* thì chúng ta có thể chứng tỏ rằng sự có mặt đồng thời C và nghịch đảo của B là vô nghĩa. Tức là (C ∧ !B) là biểu thức không tồn tại. Trong toán học, thì hai mệnh đề logic (C → B) và (!(C ∧ !B)) là tương đương (vì chúng có cùng bảng chân trị).

Quan hệ phản chứng nêu ra ở đây tương đương với lối chứng minh phản chứng toán học (eng. proof by contradiction). Để chứng minh mệnh đề C dẫn tới B thì có thể giả sử B không xảy ra tức là !B, từ đây dẫn đến điều vô lý.[17]

Ví dụ 11: Nếu như ta viết mệnh đề: *Con người, là một dạng sinh giới, vì chúng là chúng sinh.* Dưới dạng phản chứng thì nó sẽ là: *Con người, nếu **không** là một dạng sinh giới,* thì cùng lúc với việc *chúng là chúng sinh* sẽ

---

[16] Lưu ý: các mệnh đề vô nghĩa không phải là một tập trống. Không giống như trong lý thuyết tập hợp tập trống là tập con của mọi tập hợp ($\forall X : X \supset \emptyset$), trong khi đó mệnh đề vô nghĩa thì không thuộc về bất kỳ tập hợp nào nó cũng không có phần tử nào và không có tập con nào.

[17] Các phương pháp biện chứng Phật giáo còn đi rất xa. Bao gồm phân loại các pháp biện chứng. Tuy nhiên, nội dung của bài viết chỉ thu gọn ở mức giới thiệu kiến thức, bạn đọc có dịp tự đào sâu thêm qua các tác phẩm về Biểu lý học hay các tác phẩm của ngài Pháp Xứng và các đồ đệ.

là điều vô lý.

Ví dụ 12: Mệnh đề *Khói ở cánh rừng xa xa, có lửa cháy, vì có khói đen bốc nghi ngút ở đó*, viết dưới dạng phản chứng thành *Khói ở cánh rừng xa xa, nếu không có lửa cháy, thì cùng với việc có khói đen bốc nghi ngút ở đó* là điều vô lý.

Ngoài ra, cần lưu ý rằng theo định nghĩa đồng trạng thì phi đồng trạng của nó sẽ bao gồm trong 3 dạng. Để hiểu rõ hơn, ta cần xem xét thí dụ cụ thể sau

Thí dụ 13: giả sử trong một phép biện chứng với mệnh đề kéo theo mà có *đồng trạng* là *các pháp vô thường* thì theo đó *phi đồng trạng* của các pháp vô thường sẽ bao gồm (1) các pháp thường hằng, (2) các pháp vô nghĩa, và (3) tập hợp các pháp hiện hữu. Dễ thấy (1) và (2) không có phần tử nào vô thường nên hai tập này khác với vô thường. Xa hơn, các pháp hiện hữu cũng không là *đồng trạng* (vì nó có các phần tử thường hằng) nên các pháp hiện hữu thuộc về *phi đồng trạng* của các pháp vô thường.

Như vậy, phương pháp TĐL này đã được sử dụng phổ biến trong Phật giáo. Tuy nhiên, việc áp dụng nó có thêm các ràng buộc như thế nào thì còn tùy thuộc cách mà mỗi bộ phái tiếp nhận Chân đế như là các tiền đề (axioms). Đối với các bộ phái khác với Trung Quán Ứng Thành, thì điều kiện bắt buộc để có thể áp dụng cho hai phía tranh luận cần phải có sự đồng thuận của cả hai phía này về tri kiến (điều này được giải thích là do việc thừa nhận một dạng tồn tại tự tính nào đó của pháp giới trong chủ thuyết của họ). Trong khi đó, để chỉ ra sai lạc của đối phương, theo nhà Trung Quán Ứng Thành, thì không nhất thiết phải chấp nhận các tiền đề của họ, mà Ứng Thành chỉ cần dựa trên hiểu biết của đối phương đó, để dẫn dắt đối phương đến chỗ phi lý bằng các lập luận vững chắc. Rồi từ đó, bác bỏ luận điểm của chính họ. Do vậy, trong lịch sử tranh luận của nội bộ Phật giáo, nhiều khi Trung Quán Ứng Thành bị xem là "kẻ không có luận thuyết" bởi vì Trung Quán Ứng Thành chỉ loại bỏ quan điểm của trường phái khác thông qua các phép suy luận lô-gic. Tuy nhiên, về thực tế Trung Quán Ứng thành bao gồm những người triệt để hiểu và sử dụng nguyên lý Duyên Khởi để giải thích về trạng thái bản thể (không có tự tánh) của vạn pháp. Tưởng cũng nên nhắc thêm, Duyên Khởi theo Ứng Thành bao gồm 3 nguyên lý phụ thuộc quyện hợp vào nhau từ thô đến tế, không tách rời, khiến vạn pháp thế tục trở nên hiện hữu bao gồm:

1. Nguyên Lý phụ thuộc Nhân Quả (khách quan)

2. Nguyên lý phụ thuộc Toàn thể – Bộ phận (chủ quan và khách quan)

3. Nguyên lý phụ thuộc Gán Khái Niệm và Tên (chủ quan danh định)

2. Tứ Phân Phản Biện (tetralema, catuṣkoṭi) của Phật Giáo

Chúng ta bước sang phần thứ nhì để cập đến phương pháp phản chứng phân chia đối tượng cần phản bác thành 4 lớp rời rạc[18] rồi sau đó biện luận để bác bỏ từng phần một. Chúng ta tạm gọi là Tứ phân phản biện. Có một số tác giả Tây Phương còn gán ghép một cách sai lầm rằng phương pháp này là do Long Thụ phát minh. Nhưng như Hoang Phong và nhiều người khác có nêu rằng phương tiện này đã được đức Phật dùng đến từ trước đó[19], và Long Thụ chỉ là người tuân hành tiếp dụng phương tiện này, nhằm giúp diễn đạt một trạng thái mới chưa từng được biết đến đối với người nghe/đọc: Trạng thái Duyên khởi, điều quan trọng này vốn đã được đức Phật dạy từ trước. Trong phần trình bày dưới đây thuật ngữ "ngã" chỉ đến sự tin chấp vào 1 bản ngã có tự tính.

Giờ, chúng ta hãy mượn câu kệ (*sloka*) đầu mà Long Thọ áp dụng Tứ

---

[18] Hoang Phong gọi phương tiện phản chứng này là "Tứ Đoạn Luận". Tuy nhiên, có lẽ đây là một cách đặt tên không chuẩn xác. Lý do là vì, đây không hẳn là một phương pháp luận đặc thù mà nó chỉ là một phương pháp phản chứng được phân thành 4 lớp triệt để. Theo GS. Đỗ Quốc Bảo thì phương pháp này được gọi là Tứ Cú Phân Biệt.

[19] Hoang Phong ghi nhận như sau: "*Như Lai [...] thật sâu thẳm, vô biên, không thăm dò được, giống như đại dương. Những lời lẽ như hiển-hiện, không-hiển-hiện, hiển-hiện và không-hiển-hiện, không-hiển-hiện cũng không phải là không-hiển-hiện, không thể dùng để diễn tả được*". Ở đây, khi tra cứu *Kinh Aggi-Vacchagotta Sutta*, bản dịch của Thanissaro, thì không tìm thấy lời đức Phật nói như trên, mà có đến hai lần Ngài trình bày dạng Tứ phân phản bác: (1) áp dụng lên "sự tồn tại sau khi Như Lai nhập diệt" và (2) áp dụng cho "sự tái trình hiện của vị tăng-già"..

phản phản biện trong *Căn Bản Trung Quán Luận*[20] để phân tích:

> "Không bởi tự ngã, không bởi khác ngã,
> Không bởi cả hai, không không có nguyên nhân
> Cũng vậy với bất kỳ pháp cấu hợp nào,
> Không bao giờ tồn tại sự sinh khởi như thế"[21,22]

Tiếp theo đó là các luận chứng của Long Thụ cho câu kệ này.

Nếu gọi 'A' là sự tự sinh khởi có tự tính, và '−A' là sự sinh khởi có tự tính không phải từ A, thì trong mệnh đề trên ta thấy cấu trúc như sau:

Phủ nhận A.
Phủ nhận −A
Phủ nhận vừa A vừa −A
Phủ nhận sinh khởi không có nguyên nhân.

Nếu theo như cách hiểu thông thường ta sẽ nghĩ rằng −(−A) = A.

Vấn đề là ở chỗ, Long Thụ đang phủ nhận cách hiểu (theo ngoại đạo) cho rằng sự sinh khởi là có tự tính, không phụ thuộc, hay sự sinh khởi tự có riêng phía nó. Nói gọn hơn, đó là sự sinh khởi có bản ngã. Khi phủ nhận 1 trạng thái có ngã như vậy, Ngài Long Thụ (theo chân đức Phật) đã thấy được người nghe /đọc, vốn chấp ngã, sẽ nghĩ tưởng rằng: nếu *sự sinh khởi* không là tự sinh (sinh khởi một cách tự tính) thì nó sẽ là tha sinh (một cách tự tính). Do đây, sai sót nảy sinh trong tư tưởng người theo chủ nghĩa duy thật. Thực tế ra, theo đúng logic, thì việc phủ

[20] Sau đó, *Trung Quán Luận* đã được ngài Long Thụ áp dụng Tứ Phân Phản Biện thêm ít nhất 2 lần nữa, đó là trong các Phẩm 1 Quán Nhân Duyên và Phẩm 12 quán sự khổ.

[21] Nguyên văn trong nửa câu bài kệ ngay sau phần Kính lễ, bản dịch Tây Tạng nguyên văn là: ᨦ. Bản dịch này trích từ Đại Tạng Luận (Dege tengyur Vol.96-1-1b. prajñā-nāma-mūlamadhyamakakārīkā)

[22] Để hiểu các giải thích và biện luận chi tiết có thể đọc thêm các tác phẩm cổ điển như *Trung Quán Luận* (mūlamadhyamakakārīkā; tib. ᨦ) của Long Thụ hay *Nhập Trung Quán Luận* (*madhyamakāvatāra*; tib. ᨦ) của Pháp Xứng. Hay có thể đọc các tác phẩm cận đại như *Illumination of the Thought* (tib. ᨦ) của sơ tổ phái Gelugpa Tsongkhapa; nếu chỉ muốn tìm hiểu tóm lược về Tứ phân phản biện có thể đọc bản tiểu luận *Four Great Logical Arguments of the Middle Way* (ᨦ) của đại học giả Tây Tạng Mipham Rinpoche.

nhận tự sinh (có tự tính) thì ít nhất phải bao hàm một trong hai trạng
thái (affirmative negation):

1. *Tha sinh có tự tính*. Đây là điều duy nhất mà người theo chủ
    thuyết thật hữu có thể nghĩ đến.

2. *Một loại sinh khởi (nào khác) không có tự tính (như là sinh khởi
    do luật Duyên khởi)*. Đây là một loại sinh khởi mới, mà người
    theo chủ nghĩa duy thật (realism)[23] không nghĩ đến hay chưa
    đủ sức hiểu ra.

Do vậy, sự loại trừ khả năng tự sinh khởi có bản ngã bắt buộc dẫn đến
ít nhất sẽ là một trong hai trạng thái kể trên. Nhưng trong thực tế,
do tư tưởng nhị nguyên nhầm lẫn (về tự tính), người theo duy thật sẽ
chỉ thấy rằng nếu phủ nhận tự ngã-sinh thì chỉ có thể là tha ngã-sinh
(trường hợp 1.) không đủ sức để thấy có một khả năng khác (trường
hợp 2.), và ngược lại cũng tương tự. Cho nên ngay trong vế tiếp theo,
Long Thụ cắt bỏ tư tưởng nhị nguyên nhầm lẫn (về 1.) này bằng cụm
từ "không bởi khác ngã" để loại trừ luôn trường hợp nghĩ đến tha sinh
có tự tính. Đến đây, ta thấy ngài không hề đưa vào thêm một trạng thái
hay một kiểu cách siêu việt nào *thoát ra khỏi sự biện luận thông thường*,
ngoại trừ việc loại bỏ các cách hiểu sinh khởi có tự tính.

Nếu theo như cách hiểu logic toán học hiện đại kết hợp với việc chấp
nhận nhân quả, thì việc phủ nhận "tự sinh" lẫn "tha sinh" đã đủ để xác
lập một trạng thái sinh khởi thứ ba nào khác không "tự" cũng không
"tha". Tuy nhiên, *tại sao đức Phật và Long Thụ lại phủ nhận tiếp hai
trạng thái tiếp nữa?*

Bài viết không chủ ý tập trung vào các luận giải đã có trước đây của các
nhà nghiên cứu Tây Phương về chuyện này, người đọc có thể tự tham
khảo thêm các cách giải thích đó từ rất nhiều tài liệu viết về Tứ phân
phản biện. Dưới đây, là một giải thích riêng biệt mà tác giả bài viết cho
là phù hợp nhất về việc có thêm hai vế phủ nhận khác, sau khi đã phủ
nhận tự ngã-sinh và tha ngã-sinh.

Chúng ta cần trở về thời mà đức Phật đang hoằng hóa đã hơn 2600
năm trước. Vào thời gian này, chữ viết cũng chưa được phát triển đầy

---

[23] Chỉ đến những người tin rằng có sự vật hiện tượng là độc lập, có tự tính, hay tồn
tại theo phía riêng của nó không chịu ảnh hưởng môi trường hay tương tác bên
ngoài. Thí dụ tin vào Đấng sáng tạo.

đủ, nền văn minh, sự phát triển khoa học còn thô sơ; đặc biệt là các phương tiện luận lý học còn chưa được phổ dụng hoàn toàn trong giới tu sĩ. Cùng với đó, là sự đa dạng phức tạp về xã hội, về tôn giáo và các giáo pháp hay tu tập tương ứng. Với bối cảnh như thế, một ý tưởng hoàn toàn mới (đối với người nghe/đọc) về Duyên khởi[24], vốn là một bước đột phá cực lớn và uyên áo về triết học, khoa học và luận lý; nên sẽ rất khó để khiến chúng sanh tại thời điểm đó tin theo[25]. Như vậy, để cho việc thấu hiểu được giáo lý Trung đạo được dễ hơn, hoàn thiện hơn, vượt khỏi giáo điều, vượt khỏi các nhầm lẫn, thì bắt buộc phải có thêm những bước truy chứng hỗ trợ về mặt sư phạm cho người nghe, đồng thời tránh cho họ sự nhầm lẫn thêm một lần nữa, để rồi "nhảy" từ cực đoan này sang cực đoan bên kia. Phật pháp ra đời không phải để khoe khoang sự cao thâm, mà là nhằm phổ độ mọi tầng lớp chúng sanh cách hiểu đúng chân lý Trung đạo và vĩnh viễn bước ra khỏi phiền não là một việc tối hệ trọng, mà chưa ai từng đạt đến trước đó. Cho nên, thao tác khéo phương tiện trong chỉ dạy thời đó (cổ Ấn-độ) là điều thật sự cần thiết.

Việc phủ nhận có trong nội dung các vế kế tiếp là những bước có mục tiêu như vậy. Để minh chứng ý tứ này, chúng ta cần tìm ra liệu có các giáo phái cổ Ấn-độ nào có tín tâm tương ứng với từng dạng trong tất cả 4 dạng chấp ngã, vốn bị phủ nhận trong bài kệ (và được lý giải cho rõ ràng sau đó) hay không? Dưới đây là kết quả:

1. Tự ngã-sinh: Các ý niệm về ngã (atman) được truyền bá bởi giáo phái Số Luận (sāṃkhya) cũng như là trong các giáo thuyết Bà-la-môn rất nổi tiếng.[26] (bị bác bỏ bởi vế đầu tiên)

2. Tha ngã-sinh: Các ý tưởng về Thượng đế và các Đấng sáng tạo của các giáo phái Bà-la-môn (và các ngoại giáo khác) chính là

[24] Duyên khởi chỉ ra một trạng thái tồn tại "mới" của vạn vật (kể cả tâm) mà vốn trước đó chưa ai khám phá. Đây có thể xem là một quy luật thống nhất về đặc tính của vạn hữu.

[25] Xem lại tiểu sử đức Phật. (1) Trước khi thành đạo, dù cực kỳ thông tuệ, đức Phật cũng đã có sai lạc khi tin và tu theo các pháp cực đoan khổ hạnh. (2) Ngay sau khi đạt toàn giác, đức Phật đã suy nghĩ về sự uyên áo thâm diệu khó hiểu đến thế nào khiến phải e ngại trong việc hoằng dương giáo pháp và việc lựa chọn người nghe đã thật sự là một suy tính đầy kỷ năng của bậc giác ngộ. Cụ thể hơn, xem Kinh Thánh Cầu thuộc Trung Bộ (Ariyapariyesana sutta. Thanissaro).

[26] Mipham P.1, và Britannica.

tư tưởng tha ngã-sinh. (bị bác bỏ bởi vế thứ nhì)

3. Vừa tự ngã-sinh vừa tha ngã-sinh: Tư tưởng về nguyên tố (prakṛti) của phái Số học vừa có đặc tính tự ngã-sinh vừa là nguyên nhân của mọi thứ vật chất (tha ngã-sinh). Tương tự vậy, ý tưởng tồn tại các hạt nguyên tử tối hậu thường hằng (theo lòng tin của phái Tỳ-bà-sa) cũng vốn là nguyên nhân của thế giới vật chất cấu hợp vốn tuân theo nhân quả, cũng là một hình thức vừa tự ngã-sinh vừa tha ngã-sinh[27]. (bị bác bỏ bởi vế thứ ba)

4. Sinh khởi không có nguyên nhân. Đây là một dạng tư tưởng của người hoặc theo chủ nghĩa hư vô, hoặc theo chủ nghĩa hoài nghi. Chẳng hạn giáo phái Lokāyata hay Carvaka (Duy Vật Khoái Lạc), vốn không tin nhân quả và luân hồi cũng như là không tin thượng đế và tội lỗi[28]. (bị bác bỏ bởi vế thứ tư).

Các giáo phái đã để cập bao gồm Bà-la-môn, sāṃkhya, Lokāyata đều đã xuất hiện trước hay đồng thời với đức Phật cho đến sau thời ngài Long Thụ nhiều thế kỷ, họ vẫn tồn tại[29].

Việc dựa trên lòng tin hay hiểu biết sai lạc của đối phương để từ đó dùng các biện chứng pháp (nhất là phản biện) khiến cho đối phương thấy được lòng tin đó của họ là sai và từ bỏ nó vẫn được Trung Quán Ứng Thành tiếp thu và sử dụng như là công cụ phá chấp triệt để và phổ biến (Cho nên một tên Hán-Việt khác của Ứng Thành gọi là Quy Mậu Biện Chứng phái).

Lý do mà chúng tôi ghi nhận các phân lớp cho phương pháp phản chứng này là rời rạc bởi vì chúng thật sự không có phần tử chung nào, mà thật ra cho đến cùng, cả 4 phân lớp đó đều không chứa một phần tử tồn tại hợp lệ nào. Nói cách khác do các phân lớp trên đều có tự tính, mâu thuẫn với lý Duyên khởi nên chúng là vô nghĩa. Hay nói trắng ra, cả bốn cách hiểu sinh khởi có tự tính đều là vô nghĩa nên chúng hoàn toàn tương đương nhau về mặt logic và cần phải bị bác bỏ, chẳng thể

[27] Mipham P.5, Dutt P.23-24.

[28] Bhattacharya P30,45.

[29] Đạo Bà-la-môn và các tư tưởng về Đấng sáng tạo còn tồn tại đến ngày nay, phái Sāṃkhya tồn tại đến cuối thế kỷ XVI, và Lokāyata có mặt đến ít nhất là thế kỷ thứ VI (Philoshophy).

nào nói cách nào cần trình bày cách nào không! Tuy vậy vẫn cần dẫn luận sao cho có thứ tự để việc minh chứng được sáng tỏ dễ thấy dễ hiểu là tùy vào kỹ xảo của người trình bày.

Thay cho lời kết của bài viết này, xin chia sẻ một mẩu chuyện vui, do nhà toán học GS. TS Lê Khôi Vỹ (University of Missouri) đã kể lại hơn 3 thập niên trước. *Chuyện rằng, một nhà toán học Đông Âu đã rất tự hào khi nghĩ mình phát minh ra bộ môn Logic đa trị (Many-Valued Logic). Cho đến khi ông ta gặp được một vị cao tăng và được diễn giảng để biết rằng, ngài Long Thụ đã biết và ứng dụng các nguyên lý về logic đa trị này (gần 2000 trước). Ngỡ ngàng, nhà toán học Đông Âu đó, quyết định ghép thêm chữ Long Thụ vào tên của định lý mà ông ta chứng minh ra.* Thật ra, nếu đào sâu vào các hiểu biết tổng quát về nguyên tắc Phân lớp rời rạc, cùng với hiểu biết Duyên khởi (theo cách định nghĩa của phái Ứng Thành để cập trên), thì có thể thấy ra các hiểu biết về logic đa trị thật sự đã được phát minh từ... đức Phật. Long Thụ cũng chỉ là người diễn giảng sâu hơn và trình bày rõ ràng với đầy đủ lý giải hơn cho thế hệ hậu học.

3. Tài Liệu Tham Khảo

Bhattacharya, *Studies on the Cārvāka/Lokāyata*. Ramkrishna Bhattacharya. Societe Editrice Fiorentina. 2009.

Bodhi, *Kesaputtiya*. Bhikkhu Bodhi. kesaputtiya sutta. aṅguttara nikāya. The book of the threes. 65. Kesaputtiya. Sutta Central. https://suttacentral.net/an3.65/en/bodhi. Accessed: 05/03/2019.

Britannica, *Atman*. Encyclopedia of Britannica. https://www.britannica.com/topic/atman. Accessed 22/07/2019.

Dalai Lama, *Science and Philosophy in the Indian Buddhist Classics*. Vol1. The Physical World. Conveied and Introduced by His Holliness the Dalai Lama. Trans. Thupten Jinpa. Simon & Schuster. 2014.

Dege   Ten Dharma
Tilaka-of-Gnosis, a Yogini Tantra. Dege Kangyur. Adarsha. https://adarsha.dharma-treasure.org. Accessed 22/08/2019

Dutt   *Samkhya Philosophy And Its Importance In Indian Philosophy*. Sunil Dutt. New Man International Journal of Multidisciplinary Studies. Vol3. Issue8. 2016

Hoang Phong, *Logic Học Trong Phật Giáo*. Hoang Phong. https://thuvienhoasen.org/a17478/logic-hoc-trong-phat-giao. Accessed 05/03/2019.

Mipham, *Four Great Logical Arguments of the Middle Way* (དབུ་མའི་གཏན་ཚིགས་ཆེན་པོ་བཞི་). Mipham Rinpoche and Khenpo Nüden. Lotsawa House. 2019.

Nhan Vo, *Nālandā Truyền Thừa Truyền Nhân và Giáo Pháp*. Võ Quang Nhân. Ed Tuệ Sỹ. Hương Tích. 2018.
Đại Luận về Giai Trình của Đạo Giác Ngộ. Vol3. Lamrim Lotsawas. Hồng Đức 2013

Philoshophy   Lokayata/Carvaka—Indian Materialism. Abigail Turner-Lauck Wernicki. Drew University. Internet Encyclopedia of Philoshophy. https://www.iep.utm.edu/indmat/. Accessed 22/07/2019. Sankhya. Ferenc Ruzsa. Eötvös Loránd University. Internet Encyclopedia of Philoshophy. https://www.iep.utm.edu/indmat/ Accessed 22/07/2019.

Rigpa   Sūtra of the Ten Bhumi. Rigpa Shedra. https://www.rigpawiki.org/index.php?title=Sutra_of_the_Ten_Bhumis. Accessed: 26/08/2019.

Rosen   Handbook Of Discrete and Combinatorial Mathematics. Editor-in-Chief Kenneth H. Rosen.CRC Press 2018

Samdhong Rinpoche, *Tibetan Debate, a Dialectic Process of Disputation*. http://samdhongrinpoche.com/en/tibetan-debate-a-dialectic-process-of-disputation-and-its-tradition/. Accessed 11/05/2018

Stcherbatsky, *Buddhist Logic*. Vol1. T. Stcherbatsky. Motilal Banarsidass. 1993

Sujato, *With the Kālāmas of Kesamutta*. Bhikkhu Sujato. kesamutta Sutta. aṅguttara nikāya. Numbered discourses 3. 7. The great chapter. Sutta Central. https://suttacentral.net/an3.65/en/

sujato. Accessed: 05/03/2019.

Thanissaro, *To Vacchagotta on Fire*. 1997. https://www.accesstoinsight.org/tipitaka/mn/mn.072.than.html. Majjhima Nikaya. MN 72 *Ariyapariyesana Sutta*. https://www.accesstoinsight.org/tipitaka/mn/mn.026.than.html. PTS: M i 483. *Aggi-Vacchagotta Sutta*: Accessed 22/07/2019.

Majjhima Nikaya. MN 26 PTS: M i 160. 2004. Accessed Accessed 22/07/2019.

Tibet Journal, *Phylosophical Debate in the Tibetan Academy*. Kenneth Liberman. The Tibet Journal. A Publication for the Study of Tibet. Library of Tibetan Works and Archives. VolXVII. No1. Spring 1992.

Tsongkhapa, *Illumination of the Thought* (དྲང་མ་ལ་འཇུག་པའི་རྒྱ་ཆེར་བཤད་པ་དགོངས་པ་རབ་ཏུ་གསལ་བ་ཞེས་བྱ་བ). Je Tsongkhapa. Fpmt Masters Program Translation. 2012.

དགོན་ནཚོག   རིགས་ལམ་སློབ་དེབ། དགོན་ནཚོག་དབང་འཇུས། et. al. Sherig Parkhang. 2010.

V.Q.N.

MINDFUL LEADERSHIP FOR A SUSTAINABLE PEACE ORIENTED BY THE EMPEROR TRẦN NHÂN TÔNG

By Rev. M. Phil Thich Thanh An

Introduction

In this day and age, it is noticeable that the world has experienced the gigantic growth in such various fields as economy, politics, society, industry, and social services. Psychological problems, however, are of the biggest concern to humankind. Consequently, managers focus on training not only their own mentality but also that of their employees. With regard to a common practice in this training process, facts show that there has existed a certain factors, one of which is known as 'Practicing mindfulness'. This method is claimed to be one of the keys to the success of a leader. For example, a successful leader should first listen warm-heartedly so that he/she can reflect and make well-informed decisions with his or her mindfulness, and instruct his or her staff how to improve their mental concentration and how to reject their stress by cultivating their internal peacefulness. Such issues were vividly portrayed through the daily life and the literatures of The Emperor Trần

Nhân Tông. It is through His life and writings that the most preeminent modalities to establish a sustainable peace based on mindful leadership were conveyed and applied. Moreover, gaining moral fundamentals in life together with cultivating tranquility in mind to achieve inner peace and spreading out loving-kindness were thoroughly subordinated. Accordingly, The Emperor Trần Nhân Tông made use of these factors to build a sustainable peace, which is considered as an orientation to establish a sustainable peace based on mindful leadership.

During the process of struggle for independence and building the country in a postwar state, The Emperor Trần Nhân Tông manifested excellent leadership skills by practicing mindfulness to facetouch situations in war period as well as map out opportune strategies to surmount extremely unfavorable situations. Further, when the country achieved the peace, The Emperor, with His wisdom and own experiences, took a variety of measures to recuperate the country. Facing up to a host of difficulties and gigantic workload, the Emperor Trần Nhân Tông still remained absolutely composed. As a matter of fact, he showed no discomfiture, horror or panic at all. He controlled his emotions by means of mindfulness and rejected negative thoughts by a way of training his mind. In addition, He highly prioritized and solved the affairs in an orderly fashion. His perseverance and patience in mindfulness were admirable when he had various awkward situations. On the other hand, he understood thoroughly the mindset of His subordinates to promote, encourage and share national responsibilities for a sustainable peace at that time. He had self-awareness about the values of listening to his subordinates to understand them profoundly. Especially, not only could The Emperor have a deep understanding of his juniors, but he could also spread out his loving kindness to enemies. It is this example that could be followed by his followers who want to succeed in the mindful leadership in the contemporary world. His image acted as a typical example for us to follow in the field of leadership. Additionally, His writings might give us a detailed description of useful theories of the art of leadership. It is certain that his orientation can offer various benefits for today's society.

I. The Life and Career of The Emperor Trần Nhân Tông as the Example of the mindful leadership

1. The Art of Emotional Management in The Emperor Trần Nhân Tông's leadership

Historically, The Emperor Trần Nhân Tông had monumental contributions to a sustainable national peace. He became successful in the clever application of Buddhism theories into His life and career based on mindfulness. To understand in detail these clever applications, one typical example is the His leadership after his accession to the throne, fighting against aggression as well as building a national peace in the postwar stage. As a child, He was thoughtfully educated and imbrued with Buddhism theories when He became the Crown Prince at the age of sixteen. He started to practice the Buddha's preaching and meditation when He was a Prince. This is a firm foundation to resolve certain challenging situations in the future. It came to him soon as a big challenge that the North enemy was urgently making their plan to invade Viet Nam when His Grandfather died 2 months ago. As written in detail in the *Complete History of Đại Việt*, Pham, P. T. et al.(2017, p. 235) mention:

> "Learning of Thái Tông's death, the Yüan King intended to occupy our country. He ordered the arrival of Li-pu-shang-shu Ch'ai-ch'ung".

Facing up to such an extraordinarily difficult situation, how did The Emperor Trần Nhân Tông tackle that problem? In fact, hardly anyone could avoid the feelings of distress, anxiety and fear in this case, and The Emperor Trần Nhân Tông was no exception. He experienced a strong sorrow and fell into a spiritual depression due to the death of His grandfather, but showed his great anger with enemy as well as his tenterhooks about the destiny of the country. Among such negative feelings, if He had not been fully aware or mindful of his own upset thoughts and emotions, He could not have coped well with his disturbed mental state. These factors belong to negative emotions as presented by Dr. De Mel, E. (2010, p.44) affirms:

> "Unpleasant emotion such as fear, anger, helplessness, disappointment, jealousy etc. which are harmful to the well-being and development of an individual are considered as

negative emotions".

Negative emotions certainly result in the emergence of misbehavior and wrong thoughts. In this case, each individual is his or her own worst enemy. If you cannot control your emotions then you will destroy everything that refers to your life, your career, and so on. If you consider difficult situations inextricable, then your thought, behavior and emotions will deteriorate seriously. In contrast, if you are self-confident enough to take control of such concerningissues, then you will turn them to your way. Whether it can be ruled or you can be controlleddepends on your mind and how to cultivate your mind in your method. Once your mind's training is able to meet those requirements, you will be capable of breaking through all obstacles from inside and outside. Those with the regular practice of meditation surely possess varying levels of natural mindfulness. They have a skillful "emotion regulatory", and essentially keep their negative emotions in check as Dr. De Mel, E. (2010, p.45) claimed:

> "Emotion competence refer to a person's ability in expressing or releasing their emotions. Emotional competence can lead to improved well-being through avoiding adverse situations that would otherwise result from suppressing emotions. It can also lead to improved relationships since inappropriate emotions are less likely to be expressed and appropriate behavior is not avoided through fear of triggering some emotion".

Based on the way in which The Emperor Trần Nhân Tông dealt with his knotty problems, we could say that He had a great "emotional management art". Where did this art come from? As described above, it came from His act of practicing meditation on a daily basis. The Emperor managed his emotions and transformed his negative emotions into a mindful power to deal with difficult situations in a mindful way. Indeed, He overcame the sadness of his bereavement, controlled his fear and eliminated this worry and stress so that he could carry out several important strategies to cope with the enemy. Instead of letting himself be reigned by his severe depression, he managed to get over it successfully. He transformed this negative emotions into decision-making skills, which will be analyzed in the next part.

His bereavement cannot break him down; this sorrow has no adverse effects on his leadership. He uses mindful therapy to treat his suffering. It can be considered as the process to overcome His sufferings with four parts. Firstly, by the awareness in his mind, he recognizes that this is suffering. He understands that his sadness or his sufferings does not take from of exterior events. In fact, the essence of sufferings lies because it is in his thinking and perception. He sees this directly in meditation, the sadness or suffering was recognized as it was. He brings calm awareness to it and let it be, that he finds relief. By bringing mindfulness to it, he our cooling water on the flame of his inner struggle. After recognizes as suffering, He understands that these suffering come from inside. It is human's distorted perception of reality that hurts, not reality itself. Even though, because of external reasons, if people when human have enough experiences to spend on time breathing, reflect essence of matter, understand about the natures of all being, it will be suffering. In other word, it's main reason come from delusion and earth desire. In the third steps, basing on the understanding about these are as sufferings and their causes, He sees the way out of them through practicing's method and awaken in his mind. He abides in mindfulness and reflect on his body and his mind as well. Step by step, he well-trained practice his process and he overcome his negative emotions and sufferings. This point is as a skillful in his mindful leadership.

2. The Art of Decision Making in The Emperor Trần Nhân Tông's leadership

When the Emperor transformed his sadness, fear as well as worry, He concentrated on the unique aim of coping with the aggression of The North Enemy. As Le, M. T. (2006, p.26) presents:

> "The Emperor Trần Nhân Tông urgently carried out a series of measures aimed at increasing the people's strength in politics, economy, military and diplomatic affairs in order to prepare for coming war, a war that the Emperor and his court found it impossible to avoid".

What are these measures? These are carrying out a policy of assuaging the people and stabilizing the society by liberating prisoners; He ordered the resolution of false charges and unjust trials left among the masses; upgraded the economic life of the people in the country. He also took a census of the population. To live in perfect harmony, he established a close relationship with Champa and performed a flexible policy with Kublai Khan[1]. We can see that he made important strategies in urgent time. These strategies aim to stabilize the society, develop the economy, restructure the country, and extend the time to prepare for the war. Therefore, the essential issues worth focusing on here are that the accurate appraisals were carried out at proper time. It is known that at that time, He was a young King with the lack of his experience in leadership, yet he had a perceptive analysis of the national situation. To make accurate decisions, He made very careful preparations in all respects.

Firstly, for domestic policies, He understood that the national strength was the maximal power against any invaders. He consolidated and strengthened the national defense with the support of by the entire people. He wanted to develop fully the aggregate strength of the country to defend the national territory. When the people were assuaged, and the society was stabilized by means of liberating prisoners or ordering the resolution of false charges and unjust trials left among the masses, citizens felt considerable exaltation and great admiration. It can be said that The Emperor could appreciate the mob and society psychology. The investigation into the mentality of the people had been examined before he made decisions. Without doubt, human beings always long for freedom and good life in an equitable society. The citizens of one country merely obey and listen to a just government where the leader always settles a matter in accordance with both feelings and reasons then the favor of the people there. This is an understanding about general preference of The Emperor. How is this achieved? It completely depends on his concentration on general trend of human beings. When you grasp it, you will carry out accurate decisions.

Secondly, for foreign affairs, thanks to the aforementioned methods, we can see that the policies were based on the understanding about really the satiation of our country and enemy spirit. The Emperor adopted

---

[1]　Chinese: 忽必烈, He was the fifth Khagan (Great Khan) of the Mongol Empire, reigning from 1260 to 1294. He also founded the Yuan dynasty in China as a conquest dynasty in 1271, and ruled as the first Yuan emperor until his death in 1294

basic rules in the process of understanding the enemy, the real situation or the future possibility. In order to achieve these things, as a child, He had to learn many things about every field including the art of war, psychology, administration, management and so on. He meditated upon them and tried to accumulate knowledge from various disciplines and aspects of life. After that, he built an approach to understand the situation of the nation and connected it into a cohesive framework.

From these two issues mentioned above, we see that there is a decision-making skill, which was drawn out by The Emperor. He applied the knowledge that he gained in the past into closely actual situations to thoroughly understand human mentality. The most important factors leading to the success in making decisions is his wisdom and intuitive leadership. By the concentration on reflecting internal and external factors, domestic and foreign affairs, he drawn out accurate strategies as a great leader. This is the second factors in mindful leadership's career of The Emperor Trần Nhân Tông - a decision-making skill.

3. The Art of Popularity by Compassion in The Emperor Trần Nhân Tông's leadership

One aforementioned issue in the decision-making sphere is the release of prisoners of war. This factor demonstrates the Emperor's affection toward his people, which can be seen from his government in several circumstances. Regarding domestic measures in preparation for war as well as maintaining peace in the postwar period, The Emperor implemented policies as mentioned in the Complete History of ĐạiViệt, Pham, P. T. et al. (2017, p.246) aserts:

> "In the summer, the 4th month of Mậu Tý, 1288, the Emperor-Father, who was then taking his imperial seat in the corridor of the Imperial Guard's building (because the palace had been burned down by the enemy), issued the decree of 'nationwide exemption'. Those areas that had been heavily destroyed by the war were completely or partly exempted according to their different circumstance".

This is the clearest evidence of the King's love toward his people. The Emperor empathized with their miseries and losses brought by the war. Experiencing and overcoming difficulties in His own life, He understood the affliction that people endured during the war. Countless families faced loss of lives and destruction of their homes and crops. They had to cope with the aftermath of the war. The Emperor stood by them, and led them against the enemy. He considered his people as his progeny. He always listened to their voice and had a deep empathy with their sufferings. With such empathy, he seemed to endure their pain. He listened wholeheartedly, so he could understand them profoundly. This is known as one fundamental of compassion. As stated by Thich, N. H. (2006, p.130):

> "With deep, compassionate listening and loving speech, we can bring harmony to our families, and our communities can become communities of understanding, peace and happiness".

In fact, the Emperor listened with his heart, and thoroughly understood what they experienced. Thanks to his mindfulness, He had an insightful understanding of the people's sufferings. Because each time we deeply listen to another person, we realize our misperceptions as well as distinguish our own image about ourselves and about other people. This mindful communication is essential to avoiding anger, sufferings and hatred. His mindfulness opened a window into their minds and helped him perceive their scars inflicted by the war or by personal circumstances. Mindfulness had woken the Emperor's mind, to solely concentrate on what was happening at the moment. It encouraged his mind to let go of his absorption in the past or the future: his mind stopped remembering what wrongs they had committed in the past, or wondering about what they would do in the future, in order to just really allow himself to fully embrace the present moment when He was present in front of them, His people including the prisoners. Mindfulness entails an earnest curiosity about the experiences as they unfold in the conversations, but rather than being preoccupied with them, it involves merely noticing and observing without judgment, reactions or anger. He did not get angry with the mistakes which had been created in the past by the prisoners as well as by the enemy who had invaded our country. It was past, at that moment; it was not any longer. In His minds, there were no negative emotions or distinction between two categories: his kin or his enemy.

In addition, in the process of building peace after war, the people's life was adversely impacted by natural calamities. Because of an unfavorable change of weather, from June to October 1289, a severe drought persisted. There were no drops of rain, and consequently, the soil was as dry as a bone. The heat perished all vegetation. During roughly the same year, there was heavy rain in the summer. In 1290, a long-lasting famine resulted in people dying everywhere on the road. Facing these heart-rending situations, The Emperor urgently ordered the delivery of free rice to and exemption from poll-tax for the poor. This action flows from The Emperor's compassionate heart. He loves his people like his children. Although rice and money are national property, there were various Kings who did not give their people and share in their poverty and suffering. Some Kings were so self-fish that they merely kept national wealth to feather their own nests. Unlike them, The Emperor Trần Nhân Tông loved his citizens: he always spread his kindness, shed his love, sympathized with sufferings and considered the people as his kin. By deciding to do this, The Emperor not only gave them his property but also his compassion and his virtue. There was no hidden agenda in this act of giving. He gave because his people were suffering. They wanted to happy and they needed food and money to sustain a living. He gave because of his compassion and because they were his people. This argument is also affirmed by Rinpoche, G. (2006, p.156) that:

> "True generosity does not look for anything in return. Whatever is given is given without attachment or hope of gaining something in return. With true generosity, we are not looking for gratitude. We are certainty not looking for control, influence or power. So when you give, give without any hesitation, without any reservation. Just give."

Through this decision, The Emperor Trần Nhân Tông made use of such instruments to bring happiness and peace to himself and his people and build a sustainable peace for our country as well.

On another level of compassion, the forgiveness for the enemy is the highest practice of loving-kindness meditation. Hence, we can see that the Emperor was developing compassion through mindfulness in his attitude toward the enemy, despite the fact that the North Enemy had invaded our country. They had devastated everything on the road where they had passed. They had killed our innocent citizens, burned our villages and temples, ruined our bastions and our houses as well as digging and destroying our ancestors' graves, among other devastative deeds. The heart-breaking situations in our country at that time were caused by their fiendish acts. Although he had had to face such savage actions from the enemy side, the Emperor forgave the prisoners of war and let them go back to their families. The Emperor had profound feelings for the sufferings of others. Nobody on the world could forgive their enemies and have deep empathy with them. The Emperor had, however, transformed his angry and hostile attitude to forgiveness and sympathy. This is a profound influence by Buddhism not only on his mind but also on His actions and attitudes. Through the practicing of loving-kindness meditation – Mettābhavana, the Emperor recognized the sufferings which came from unwholesome thoughts as well as the mental pain if someone cannot transform or reduce them. This situation leads to mental disorder or abnormal behavior. The only way to transform them is to cultivate our mind in in right path and spread our love and kindness by mindfulness. The Emperor also used it to love himself and other people. Thanks to having a profound understanding about it, He cleverly applied this to his life. He had lived and suffered through two violent wars, so He understood much more deeply than anyone about the suffering experienced by both sides. He felt sorry for all human beings in the war and that was why He focused on making long-term peace not only for his people but also for everyone. Because He had a generous loving kindness for people, He always praised and used loving kindness mindset not only in his works but also in his life. He saw Loving-kindness's significance in our life and how it could be the remedy to all mental illness and mental pain of human beings. Mettā is the best weapon to defeat anger, hatred, and resentment; Mettābhavana - loving-kindness meditation is well known as a therapeutic tool to cure psychological disorders and difficult behaviors caused by hatred. Mettā is known in the Buddhist canon as the first of the four Brahmavihara. It is the opposite of hatred, dosa. Before it destroys others, dosawill destroy oneself first. Anger-rooted consciousness is accompanied with painful mental feeling which agitates the mind. Mettā is the most effective method to maintain purity of mind. So, one should cultivate Mettā to eradicate hatred. It can be appeased by love. When Loving-kindness is developed in the mind, hatred can be reduced. One should never develop Loving-kindness towards a dead person. Mettā is the best remedy for those who are angry with us. By radiating Loving-kindness, one's mind is calm, tranquil, and joyful. No one will try to cause him harm because he wins the love of everybody.

The Loving-kindness meditation is the highest level of practicing forgiveness. There is no enemy and there are good relations that can be formed everywhere. The Emperor applied this method in his management of the nation, such that country would be having sustainable peace because the people loved each other and this helped avoid unnecessary conflicts. The argument by Bayda, E. (2006, p.171) justifies that:

> "Many of our conflicts, both personal and on the global level of politics, come from our inability to break free of underlying cycles of fear and resentment. The practice that deal with this most directly is forgiveness. Forgiveness is about practicing with resentment and healing it. To make this real, bring to mind a person or group toward whom you have the strongest resentment".

According to the arguments mentioned above, we can see that during leadership of the Emperor Trần Nhân Tông, he always applied mindfulness in his thoughts, actions, speeches as well as his measures to deal with country's situations. He succeeded in his management based on mindful leadership in many spheres such as emotional control, decision making, and forgiveness as well.

II. The Emperor Trần Nhân Tông's writing and mindful leadership theories

The mindful leadership theories by the Emperor Trần Nhân Tông not only permeated his government but were also expressed in his writings. If we say that the Emperor's leadership is the practical example then his writing is a description in words of these theories. Using his experiences, he directly expressed these theories in his long poems titled *Worldly*

Life with Joy in the Way and *Song of the Realization of the Way*. In fact, these writings mentioned the applications of mindful practices in government. These theories were presented in delicate expressions and profound signification. The theories of mindful leadership were characterized in words through his works. As Le, M. T. (2006, p.238) cited, the Emperor Trần Nhân Tông said in the first section of the *Worldly Life with Joy in the Way*[2] that:

> "Though I dwell in the city, the way of living I follow is of forest and mountain, 命憹城市，涅用山林".

We can hence see that the Emperor wanted to emphasize that although he was going on in a hectic life with various secular affairs which a person has to undertake, he always keeps the mind in the forest and the mountain. That is calmness and tranquility of mind in a turbulent life. This can be considered as staying in the present moment, in mindfulness and staying away from misleading thoughts. As the beginning step, it is self-awareness. When we practice self-awareness, we can keep a pure mind which would not be polluted by greed, hatred, delusion, negative emotions, misunderstanding, unwholesome thoughts and the like. When we have self-awareness, we can manage our emotions, behavior, and personality. Thence, we can make the changes we want. It is a mental process which can help us control our mind in the right way. When we really concentrate on keeping our mind tranquil, we can achieve authentic peace of mind. De Mel, E. (2010, p.82) posited:

"When you focus your attention, emotions, reactions, personality and behavior determine the direction of your life. Until you create awareness about the forces the govern your thoughts, emotions, words, behavior, you have difficulty making changes in the direction of your life".

No matter what the external world is like, the tranquil mind will embrace it when you manage your thoughts: the external circumstances cannot make you afraid, worried, sad or confused. In order to achieve this, we have to cultivate our mind. Doing that using mindfulness is very crucial. The most important thing is not where you live, who you are

---

[2] Cư Trần Lạc Đạo Phú, 居塵樂道賦 this is a long poem of The Emperor Trần Nhân Tông

at the moment or what kind of family you live in, but how to become awakened to the truth. We can see that peace of mind may be obtained anywhere, even in a life where one undertakes numerous secular affairs.

In addition, as Le, M. T. (2006, p.240) cited in the *Worldly Life with Joy in the Way*, the first section also stated that:

> "The ten thousand actions have calmed and my being is at ease. Already for half a day I have let go of my mind and body, 業朗安閑體性，衅 耒自在身心".

As the leader of Vietnam at that time, the Emperor Trần Nhân Tông had to deal with domestic and foreign affairs. Yet, we can see in his works the constant presence of a leisurely life and the maintenance of a theoretical system of being composed. Facing the unfortunate changes and grim realities of life, He was aware of the value of what is termed tranquility and insight in Buddhism. This most essential method preached by the Buddha was emphasized by the Emperor in his practical way. By controlling your mind and keeping it in peace, not dwelling in the past and also not daydreaming about the future but instead being entirely here and right now, you will be living with a relaxed mind. It is not necessary to seek any other way. When the leaders practice this way, the nature of understanding or nature of awakening will be present in their mind. This is a state which constantly reminds us to come back to the present moment, in order to maintain a clear and single-minded awareness of what actually happens to us and in us in the successive moments of perception. I called this state mindfulness: mindfulness will always be present in their mind when they have 峼耒- mind is one awakened.

Once the mind is awakened, the body and the actions will follow the right path: our life will be led in virtues, uprightness and humaneness based on the moral precepts and generosity. When the leaders are 'cultivating humaneness and uprightness, accumulating virtues as well as observing moral precepts and uprooting greed' they can succeed in every decision that they make. They also have a pure life not only in body but also in soul. This is the decisive factor of success.

Furthermore, the Emperor mentioned how a great man of loyalty and filial piety had to keep adhering to nature-percepts and form-precepts perfectly, both internally and externally. From these issues, they have to righteously serve their masters and respectfully obey their fathers. This is an important foundation to build a sustainable peace and maintain peace and solidarity in society. Indeed, we can see the uniformity between theories and practice in his management characterized by mindful leadership, of which the art of emotional management and the art of decision making were mentioned above.

To make judicious decisions in administrative process, the leaders have to have a pure mind as well as maintain the shining nature of their own selves. The Emperor Trần Nhân Tông confirmed in the third section of *Worldly Life with Joy in the Way* that:

> "As illumination is maintained, it is hard to fall on the wrong track; And all that is studied must be of perfect teaching - 纏性 罵落邪道，所命學朱沛正宗", Le, M. T. cited (2006, p. 275).

The Emperor concentrated on the illumination – the power of reflection. By practicing mindfulness, one can bring his mind back to the present moment and focus on one concrete objective. When one tries to focus on something, there is a natural struggle between his purposeful thoughts and the bad thinking habits of the mind. When one masters control of his own mind through meditation, this struggle will cease and his consciousness will continuously maintain an awareness of the situation in the content of the thoughts. So, when we cultivate our minds in this way, our mind will become quiet and calm. We can thoroughly understand what is happening in our mind: be it the misunderstandings, the unwholesome thoughts, or the wandering of our mind, we can recognize them clearly. This state will be achieved if and only if we practice mindfulness meditation. As De Mel, E. (2010, p.374) asserts:

> "Meditation is the art of silencing the mind. When the mind is silent, concentration is increased and we experience inner peace in the midst of worldly turmoil. This subtle inner peace is what attracts so many people to meditation and is process everyone can benefit from. While being an invaluable tool

for self-discovery, meditation is a practical tool for relaxation, concentration and better health".

Consequently, the Emperor practiced this method deeply and he never went on the wrong track during his management. This is a method which applies mindfulness toward leadership by the Emperor TrầnNhânTông at that time. From the issues explained, we understand that whether it is his ruling or his writings, the Emperor always put mindful theory into practice in the absolute way. This is a prerequisite for making him successful in ruling the country and building a sustainable peace.

Conclusion

Following orientations of the Emperor Trần Nhân Tông, leaders will be resolving the problems in the managerial affairs, currently. With the gigantic growth in business, economy, politics, society, industry, and social services on the world in this period, applying these orientations addressed by the Emperor would be very helpful to the leaders to achieve good qualities in the leadership. The negative emotions are popular problems which leaders as well as employees have to face in current situations. Especially, stress, work pressure, disappointments and depressions are these serious emotions which make them collapse mentally and physically. But, for a mindful leader, it is different. He deeply understands the use of mindfulness in daily life and managerial proceed. That kind of leader can manage his/her emotions and transform those negative emotions into a mindful power to deal with difficult situations in a mindful way. That is the most significant fact of mindfulness for a real leader. Thence, a mindful leader inspires his/her staff or co-worker to practice and achieve good qualities in their works as well as their lives. It is because there is no stress, work pressure or disappointments in their mind. This is the first orientation of the Emperor in mindful leadership, which is called "Emotional Management Orientation".

Secondly, through the practice of mindfulness, the Emperor also showed to model leader one method to make the decisions. Based on mindfulness, the practices of listening carefully and understanding thoroughly will help to the leader to recognize the essence of matter properly. This process can help them to understand themselves well. Hence, concentrating on the reflection of internal and external factors, the leader will be able to reflect and make well decisions. That listening and understanding make the connections between the leaders and their staff members will be good and stronger. This was the method, the Emperor applied in his leadership.

Thirdly, if a leader wants to succeed in the managerial affair, he/she has to cultivate and develop compassion through Loving-kindness meditation. This has been lacking in the process of working in organization. But, a mindful leader always forgives and encourages his/her staffs to be perfect themselves to work harder. When a leader listens carefully to others or staffs, he/she would realize their misperceptions as well as distinguish our own image about ourselves and about other people. However, mindful leader always puts the majority benefit first. This is best way to build a strong community and sustainable development.

Finally, the orientations of the Emperor Trần Nhân Tông to be mindful leaders, are controlling ones own emotions, and keep awareness in mind to build a sustainable peace. One should practice mindfulness in listening and conversation with another person. Cultivating loving-kindness by practicing compassion meditation as well. Moreover, keeping the mind in mindfulness and maintaining that state in every speech, actions and thoughts. This is the most significant contribution of the Emperor Trần Nhân Tông to build sustainable peace in society today.

By T.T.A.

References

Bayda, E. (2006). The Path to Forgiveness. In: M. McLoed, ed., *Mindful Politics a Buddhist Guide to Making the World a Better Place,* 1st ed. Boston: Wisdom Publication.

De Mel, E. (2010*). Optimizing the Infinite Mind.* Las Vegas: International Scientific Publication Division.

Hall, L. (2013). *Mindful Coaching – How Mindfulness Can Transform Coaching Practice.* New Delhi: KoganPage Publication.

Kamath, A. K. (2018). *Positive Mind Power(Lessons that Guide & Inspire).* New Delhi: Lotus Press Publishers & Distributors.

Le, M. T. (2006). *Toàn Tập Trần Nhân Tông.* Translate By S. Đạo. HồChí Minh: Ho Chi Minh City Publication.

Pham, P. T. et al. (2017).大越史記全書. Translate by Đ. T. Nguyen and V. L. Hoang. 1st ed.HàNội: Literature Publishing House.

Rinpoche, G. (2006). Giving and Taking: A Practice to Develop Compassion. In: M. McLoed, ed., *Mindful Politics a Buddhist Guide to Making the World a Better Place,* 1st ed. Boston: Wisdom Publication.

Thich, N. H. (2006). We Have Compassion and Understanding. In: M. McLoed, ed., *Mindful Politics a Buddhist Guide to Making the World a Better Place,* 1st ed. Boston: Wisdom Publication.

Tsering, G. T. (2006). *Buddhist Psychology – The Foundation of Buddhist Thoughts.* Boston: Wisdom Publication.

Tsering, G. T. (2008). *The Awakening Mind– The Foundation of Buddhist Thoughts.* Boston: Wisdom Publication.

Như Tranh Vẽ Trên Hư Không

Nguyên Giác

Trong khi cách nhìn phổ biến nói rằng khổ là có thực, rằng cần đoạn tận lậu hoặc để diệt khổ, vào Niết bàn... các hành giả Thiền Tông nhìn khắp pháp giới như tranh vẽ, rằng không thể nào diệt được cái như huyễn, mà chỉ cần nhìn gốc rễ thực tướng vô tướng thì giải thoát, vì trong cái nhìn này, phiền não cũng chính là Niết bàn, sóng cũng chính là nước. Nghĩa là, cảnh giới Như Huyễn hiện ra trước mắt và bên tai chúng ta: thế giới là một phòng triển lãm đa phương tiện vĩ đại. Đứng trước cái như huyễn, khởi tâm làm gì cũng sai, vì làm gì cũng là như huyễn. Như thế, hành giả chính là họa sư và cũng là người xem tranh.

Tâm như họa sư, năng họa nhất thiết hình tượng... Kinh Hoa Nghiêm viết như thế, rằng tâm như vị thầy hội họa, có thể vẽ tất cả các hình tượng. Lời dạy này được giải thích về cách nhìn tất cả thế giới trong và ngoài (ngoại xứ, nội xứ) đều do tâm tạo. Tức là, ba cõi là tâm. Do vậy, hành giả Thiền Tông chỉ cần giữ vai trò người thưởng thức hội họa: tất cả đều là tranh vẽ trước mắt, dù là núi sông, phố thị, ta và người... Khi nhận ra thế giới là tranh vẽ, là cảnh thêu dệt, là ảnh trong gương tâm, tự khắc hành giả không nắm giữ hình tướng đó làm chi (kinh thường nói: chớ nắm giữ tướng chung, tướng riêng của cái được thấy). Do vậy cốt tủy của Thiền Tông là, trước tiên cần thấy Bản Tâm, tức là ngộ trước, rồi sau mới đúng là tu.

Kinh Hoa Nghiêm truyền thuyết là khởi đầu Đức Phật thuyết. Quan điểm này nhiều thế kỷ sau được chuyển thành Vạn pháp duy thức (tất cả các pháp đều là thức). Khi nhận ra tất cả là thức biến hiện, cũng là nhận ra pháp ấn Vô thường trong tất cả pháp, và rồi sẽ giải thoát khi cái nhìn vô thường này tuần tự gột rửa hết cả các vô minh và hành nghiệp chúng ta huân nhiễm từ vô lượng kiếp.

Lời dạy như huyễn của Thiền Tông đã xuất hiện từ những năm đầu khi Đức Phật mới đi hoằng pháp. Mở đầu nhóm Kinh Tập là Kinh Sn 1.1 - Uraga Sutta. Kinh Sn 1.1 gồm 17 bài kệ, lập lại câu *tất cả thế giới này là không thật* tới 5 lần trong 5 bài kệ mang số từ 9 tới 13.

Trích bài kệ số 9, qua bản Anh dịch Nyanaponika Thera:

> *He who neither goes too far nor lags behind and knows about the world: "**This is all unreal**," — such a monk gives up the here and the beyond, just as a serpent sheds its worn-out skin.*

Bản Thanissaro:

> *The monk who hasn't slipped past or turned back, knowing with regard to the world that "**All this is unreal**," sloughs off the near shore & far — as a snake, its decrepit old skin.*[1]

Dịch là:

> *Người nào không phóng tới cũng không lùi lại, và biết về thế giới: "**Tất cả đều là không thật**" – vị sư như thế rời bỏ được cả bờ này và bờ kia– y hệt một con rắn rũ bỏ lớp da cũ đã mòn. (Ghi chú: bờ này là ba cõi sáu đường, bờ kia là Niết bàn giải thoát.)*

Bản của Bodhi dịch (trên sách giấy, *The Suttanipata*, trang 157-159, không thấy trên mạng) là: "***All this is unreal***" (như Thanissaro dịch).

Điểm đặc biệt, để nhấn mạnh tính Như huyễn của các pháp, Đức Phật lập lại **17 lần nhóm chữ** *"rời bỏ được cả bờ này và bờ kia"* trong 17 bài kệ của Kinh Sn 1.1.

Đó cũng là ngôn ngữ của Bát Nhã Tâm Kinh: "*Vô khổ tập diệt đạo, vô trí diệc vô đắc*" -- Không hề có Khổ, Tập, Diệt, Đạo. Cũng không hề có Trí Tuệ (qua bờ kia), cũng không hề có Chứng Đắc (giải thoát)...

---

[1] Kinh Sn 1.1, bản Nyanaponika:
https://www.accesstoinsight.org/tipitaka/kn/snp/snp.1.01.nypo.html
Bản Thanissaro:
https://www.accesstoinsight.org/tipitaka/kn/snp/snp.1.01.than.html

Cho nên, chư tổ Thiền Tông từng nói "*Gặp Phật thì giết Phật, gặp ma thì giết ma...*" là nằm trong lời dạy những năm đầu Đức Phật đi hoằng pháp. Có thể viết đơn giản là: Hãy buông bỏ cả bờ này và bờ kia. Do vậy, pháp hành trong tận cùng của Thiền Tông là không thấy một pháp nào để tu, nhưng không có nghĩa là không tu. Đức Phật trong Kinh AN 11.10 đã khen ngợi các vị như thế là tuấn mã.

Tới đây, câu hỏi là, làm sao để nhìn thế giới như tranh vẽ trên hư không? Nghĩa là, khi chúng ta bước trong thế giới này, trước mắt nhìn đâu cũng là tranh vẽ (cái được thấy), bên tai nghe gì cũng như nhạc hòa tấu khắp trời (cái được nghe). Đức Phật có dạy cách nhận ra thế giới này như thế.

Trong Tạp A Hàm, Kinh SA 267, bản dịch của hai Thầy Tuệ Sỹ và Thích Đức Thắng viết, trích:

> "*Này các Tỷ-kheo, như loài chim Ta-lan-na có nhiều màu sắc, Ta nói tâm của chúng cũng có nhiều như vậy. Vì sao? Vì tâm của chim Ta-lan-na đa dạng, nên màu sắc đa dạng. Cho nên này Tỷ-kheo, hãy tư duy quán sát rõ tâm mình. Này các Tỷ-kheo, trong lâu đời tâm bị tham dục làm nhiễm ô, bị sân nhuế, ngu si làm nhiễm uế. Này các Tỷ-kheo, vì tâm não nên chúng sanh não; vì tâm thanh tịnh nên chúng sanh thanh tịnh.*
>
> "*Giống **như người thợ vẽ**, hay học trò của người thợ vẽ, khéo dọn sạch đất, rồi dùng các thứ màu, theo ý mình vẽ nên các loại hình tượng khác nhau.*
>
> "*Cũng vậy Tỷ-kheo, chúng sanh phàm phu ngu si, không biết như thật về sắc, về sự tập khởi của sắc, về sự diệt tận của sắc, về vị ngọt của sắc, về sự tai hại của sắc, về sự xuất ly của sắc. Không biết như thật về sắc nên thích thú đắm nhiễm sắc. Vì thích thú đắm nhiễm sắc, nên lại sanh ra các sắc vị lai. Cũng vậy, phàm phu ngu si, không biết như thật về thọ, tưởng, hành, thức; về sự tập khởi của thức, về sự diệt tận của thức, về vị ngọt của thức, về sự tai hại của thức, về sự xuất ly của thức. Không biết như thật nên thích thú đắm nhiễm thức. Thích thú đắm nhiễm thức, nên lại sanh ra các thức vị lai. Vì sắc, thọ, tưởng, hành, thức vị lai sẽ sanh nên đối với sắc không giải thoát; đối với thọ, tưởng, hành, thức cũng không giải thoát. Ta nói người này không giải thoát khỏi sanh,*

già, bệnh, chết, ưu, bi, khổ, não.

"Có đa văn Thánh đệ tử biết như thật về sắc, về sự tập khởi của sắc, về sự diệt tận của sắc, về vị ngọt của sắc, về sự tai hại của sắc, về sự xuất ly của sắc. Biết như thật rồi nên không đắm nhiễm sắc. Không đắm nhiễm nên không sanh ra sắc vị lai. Biết như thật về thọ, tưởng, hành, thức; về sự tập khởi của thức, về sự diệt tận của thức, về vị ngọt của thức, về sự tai hại của thức, về sự xuất ly của thức. Biết như thật nên không nhiễm đắm thức, vì không đắm nhiễm nên không sanh ra các thức vị lai. Không thích nhiễm sắc, thọ, tưởng, hành, thức nên đối với sắc sẽ được giải thoát và đối với thọ, tưởng, hành, thức cũng sẽ được giải thoát. Ta nói những người này sẽ giải thoát khỏi sanh, già, bệnh, chết, ưu, bi, khổ, não."[2]

Biết như thực, cũng có nghĩa là biết thực tướng Như huyễn của các pháp. Có nghĩa là, các pháp là không thật, nhưng không có nghĩa là giả, vì đói vẫn phải ăn, khát vẫn phải uống. Tóm gọn là, biết thực tướng như thế sẽ không đắm nhiễm, và không sanh ra các thức vị lai, nghĩa là giải thoát. Trong Tạng Pali, kinh tương đương là SN 22.100, HT Thích Minh Châu dịch là Kinh Dây Thằng.[3]

Khi nói rằng thế giới (ngoại xứ, nội xứ) là tranh vẽ, có nghĩa là tất cả các pháp đều là thức. Nghĩa là, nghe tiếng chim kêu cũng là nhận ra đó là tâm: cái được nghe chính là người nghe. Tương tự, cái được thấy chính là người thấy. Và cái được tư lường suy nghĩ cũng chính là người tư lường suy nghĩ. Nghĩ thiện, là toàn bộ thân tâm mình là thiện; Nghĩ ác, là toàn bộ thân tâm mình là ác. Người nghe là vô ngã, người thấy là vô ngã, người tư lường suy nghĩ là vô ngã... do vậy, cái được nghe, được thấy, được tư lường chính là tranh vẽ từ chính vị đương cơ – hễ nhận ra như thế, là đương thể tức không.

Về ý nghĩa tất cả các pháp đều là thức biến hiện và do vậy cần phải tịch diệt thức, Đức Phật cũng dạy trong Kinh Trường Bộ DN-11, bản dịch của HT Thích Minh Châu, có thể trích như sau:

---

[2] Kinh SA 267, bản dịch hai thầy Tuệ Sỹ & Thích Đức Thắng:
     https://suttacentral.net/sa267/vi/tue_sy-thang

[3] Kinh SN 22.100, bản dịch HT Thích Minh Châu:
     https://suttacentral.net/sn22.100/vi/minh_chau

*"Này Tỷ-kheo, câu hỏi phải nói như sau: "Chỗ nào mà địa đại, thủy đại, hỏa đại, phong đại, dài ngắn, tế, thô, tịnh, bất tịnh không có chân đứng? **Chỗ nào cả danh và sắc tiêu diệt hoàn toàn?**" và đây là câu trả lời cho câu hỏi này:*

"Thức là không thể thấy, vô biên, biến thông hết thảy xứ. *Ở đây, địa đại, thủy đại, hỏa đại, phong đại không có chân đứng.*

Ở đây, cũng vậy dài, ngắn, tế, thô, tịnh và bất tịnh.

Ở đây danh và sắc tiêu diệt hoàn toàn.

Khi thức diệt, ở đây mọi thứ đều diệt tận".

Thế Tôn thuyết như vậy. Kevaddha, cư sĩ trẻ tuổi hoan hỷ tín thọ lời dạy của Thế Tôn..."[4]

Đó cũng là cốt tủy của tư tưởng Đại Thừa. Không thấy chỗ này, sẽ chỉ nhận ra lý **ngã không**, nhưng không nhận ra lý **pháp không** – một trong những điểm dễ gây tranh cãi.

Chung quanh mình là tranh vẽ, nghĩa là chúng sanh quanh mình chỉ là những hình nộm được nhìn thấy, được nghe thấy, được tương tác. Cũng có nghĩa rằng chính bản thân mình (vị đương cơ, khối ngũ uẩn đang thấy nghe hay biết) cũng là một hình nộm đang đi đứng nói cười.

Một vị thánh ni thời Đức Phật đã so sánh rằng trong mắt ngài, tất cả những người hiện ra chỉ là các búp bê được tô màu, các con rối bằng gỗ được giựt dây nhảy múa. Nghĩa là, trong mắt nhìn của Ni trưởng Subhā, thế giới chỉ là một phòng triển lãm các búp bê biết đi đứng nói cười.

Trong Trưởng Lão Ni Kệ Thig 14.1, bản dịch của Hòa Thượng Indacanda kể chuyện một thanh niên say mê nhan sắc Ni trưởng Subhā đã chiêu dụ ngài về đời sống thế tục, nhưng Ni trưởng trả lời rằng ngài đã tu Bát chánh đạo và vào được ngôi nhà Tánh Không, rằng ngài nhìn thấy chúng sinh chỉ là các búp bê, rằng chàng trai đang chạy theo cái tranh vẽ [nhan sắc] không thật, trích:

[4] Kinh DN 11, bản HT Thích Minh Châu:
    https://suttacentral.net/dn11/vi/minh_chau

"Tôi đây là nữ đệ tử của bậc Thiện Thệ, có sự di chuyển bằng chiếc xe Đạo Lộ tám chi phần, có mũi tên đã được nhổ lên, không còn lậu hoặc, đã được đi đến căn nhà trống vắng, tôi thỏa thích.

Bởi vì tôi đã nhìn thấy những con búp bê khéo được tô màu, hoặc những con rối bằng gỗ, được buộc chặt bằng những sợi dây và những thanh gỗ, nhảy múa theo nhiều kiểu.

Khi (những) sợi dây và thanh gỗ ấy được lấy ra, được tháo rời, được gỡ bỏ, được phân tán, đã được làm thành mảnh vụn, không thể tìm ra, trong trường hợp ấy thì tâm có thể trú vào cái gì?

Tương tự như thế ấy, các phần thân thể của tôi không vận hành nếu thiếu đi các pháp ấy (đất, nước, v.v...); (cơ thể) không vận hành nếu thiếu đi các phần (tay, chân, v.v...), trong trường hợp ấy thì tâm có thể trú vào cái gì?

Giống như ông đã nhìn thấy bức tranh vẽ (hình người) được bôi màu vàng, được tạo ra ở bức tường, cái nhìn của ông về cái (hình người) ấy đã bị bóp méo, cái tưởng về con người (đứng ở bức tường) là không có ý nghĩa.

Tựa như ảo ảnh được tạo ra ở phía trước, tựa như cái cây bằng vàng ở trong giấc mơ, tựa như sự phô bày hình thức ở giữa đám người, này kẻ mù lòa, ông đi theo cái không thật."[5]

Do vậy, Đức Phật dạy rằng tất cả những gì thế giới tương tác với chúng ta đều nên được nhìn như tranh vẽ trên hư không.

Trong Kinh MN 21, bản dịch của HT Thích Minh Châu, trích:

"Chư Tỷ-kheo, ví như một người đến, cầm màu sơn, màu vàng, màu xanh sẫm hay màu đỏ tía; người ấy có thể nói như sau: "Ta sẽ viết các hình sắc trên hư không này. Ta sẽ làm cho các hình sắc hiển hiện". Các Tỷ-kheo, các Ông nghĩ thế nào? Người ấy có thể viết các hình sắc trên hư không và làm cho các hình sắc hiển hiện được không?

---

[5] Thig 14.4, bản dịch HT Indacanda:
https://suttacentral.net/thig14.1/vi/indacanda

— Bạch Thế Tôn, không thể được. Vì sao vậy? Bạch Thế Tôn, hư không là vô sắc, không thể thấy được. Ở đây, không dễ gì viết các hình sắc và làm hình sắc hiển hiện, trước khi người ấy bị mệt nhoài và bị thất bại."[6]

Thấy được như thế, tự thân các pháp trở về không. Và thế giới chung quanh chúng ta trở thành một phòng triển lãm tranh rộng vô tận, một phòng triển lãm búp bê rộng ngút ngàn. Đó là Như huyễn tam muội. Đó là Thiền Tông. Đó là khi thiền sư đưa cây gậy lên và nói, chớ gọi là cây gậy, hãy nói đó là cái gì. Đó là lời chỉ vào chỗ thức đã tịch lặng. Đó là vượt qua cả bờ này và bờ kia.

N.G.

---

[6] Kinh MN 21, HT Thích Minh Châu: https://suttacentral.net/mn21/vi/minh_chau

LUẬT TỨ PHẦN

LỊCH SỬ BIÊN TẬP
và HÌNH THỨC TỔ CHỨC

Thích Tâm Nhãn

Tiếp theo Luận tập 5

I. TỔNG QUAN

Luật tạng của bộ phái Pháp tạng cũng như những bộ phái khác đều chia làm ba loại: Quảng luật, Giới kinh và Luận của luật.

1. Quảng luật là bộ luật *Tứ phần* 60 quyển đang lưu hành hiện nay. Cách sắp xếp trong luật *Tứ phần* theo bản Hán như sau:

1. Chương Tỳ-kheo phân biệt (*Bhikṣuvibhaṅga*), trang 568 - 713 (quyển 1 đến quyển 21).

2. Chương Tỳ-kheo-ni phân biệt (*Bhikṣunīvibhaṅga*), trang 714 - 778 (quyển 22 - quyển 30).

3. Kiền-độ (*Skandha*), trang 779 – 971 (quyển 31 – quyển 54).

4. Hai chương phụ lục, trang 971 – 1014 (quyển 55 – quyển 60).

Kết cấu trong phần Kiền-độ:

1. Kiền-độ Thọ giới 受戒揵度 (*Pravrajyāvastu*), trang 779a1 – 816c4 (quyển 31 - quyển 35).

2. Kiền-độ Thuyết giới 說戒揵度 (*Poṣadhavastu*), trang 816c5 – 830a24 (quyển 35 – quyển 36).

3. Kiền-độ An cư 安居揵度 (*Varṣāvastu*), trang 830b1 – 835c11 (quyển 37).

4. Kiền-độ Tự tứ 自恣揵度 (*Pravāraṇāvastu*), trang 835c12 - 843b10 (quyển 37 – quyển 38).

5. Kiền-độ Da thuộc 皮革揵度 (*Carmavastu*), trang 843b11 –

849b9 (quyển 38 – quyển 39).

6. Kiền-độ Y 衣揵度 (*Cīvaravastu*), trang 849b10 – 866b23 (quyển 39 – quyển 41).

7. Kiền-độ Thuốc 藥揵度 (*Bhaiṣajyavastu*), trang 866c1 – 877c4 (quyển 42 – quyển 43).

8. Kiền-độ Y Ca-thi-na 迦絺那衣揵度 (*Kaṭhinavastu*), trang 877c5 – 879b22 (quyển 43).

9. Kiền-độ Câu-thiểm-di 拘睒彌揵度 (*Kośāmbakavastu*), trang 879b23 – 885a7 (quyển 43).

10. Kiền-độ Chiêm-ba 瞻波揵度 (*Karmavastu*), trang 885a8 – 889a12 (quyển 44).

11. Kiền-độ Khiển trách 呵責揵度 (*Pāṇḍulohitakavastu*), trang 889a13 – 896b24 (quyển 44 – quyển 45).

12. Kiền-độ Người 人揵度 (*Pudgalavastu*), trang 896b25 – 903c20 (quyển 45).

13. Kiền-độ Phú tàng 覆藏揵度 (*Pārivāsikavastu*), trang 904a1 – 906a8 (quyển 46).

14. Kiền-độ Ngăn 遮揵度 (*Poṣadhasthāpanavastu*), trang 906a9 – 909b6 (quyển 46).

15. Kiền-độ Phá Tăng 破僧揵度 (*Saṃghabhedavastu*), trang 909b7 – 913c11 (quyển 46).

16. Kiền-độ Diệt tránh 滅諍揵度 (*Śamathavastu*), trang 913c12 – 922c5 (quyển 47 – quyển 48).

17. Kiền-độ Tỳ-kheo-ni 比丘尼揵度 (*Bhikṣuṇīvastu*), trang 922c6 – 930c5 (quyển 48 – quyển 49).

18. Kiền-độ Pháp 法揵度 (*Ācāravastu*), trang 930c6 – 936b17 (quyển 49).

19. Kiền-độ Phòng xá 房舍揵度 (*Śayanāsanavastu*), trang 936b18 – 945a19 (quyển 50 - quyển 51).

20. Kiền-độ Tạp 雜揵度 (*Kṣudrakavastu*), trang 945a20 – 966a11 (quyển 51 – quyển 53).

21. Tập pháp Tì-ni ngũ bách nhân 集法毘尼五百人 (P. *Pañcasatikakkhandhakaṃ*), trang 966a12 – 968c17 (quyển 54).

22. Thất bách tập pháp Tì-ni 七百集法毘尼 (P. *Sattasatikakkhandhakaṃ*), trang 968c18 - 971c3 (quyển 54).

23. Điều bộ (調部), trang 971c4 – 990b7 (quyển 55 – quyển 57).

24. Tì-ni tăng nhất (毘尼增一), trang 990b8 - 1014b20 (quyển 57 – quyển 60).

Bản Hán phân làm 4 phần (Tứ phần), Phần thứ I (Sơ phần 初分) từ quyển 1 đến quyển 21; Phần thứ II (Đệ nhị phần 第二分) từ quyển 22 đến quyển 37; Phần thứ III (Đệ tam phần 第三分) từ quyển 38 đến quyển 49; Phần thứ IV (Đệ tứ phần 第四分) từ quyển 50 đến quyển 60.

2. Giới kinh: Phạn ngữ *Prātimokṣa sūtra*, dịch âm *Ba-la-đề-mộc-xoa kinh*, Tăng đoàn thường dùng tụng vào nửa tháng. Hán dịch thường gọi là "Giới bổn" hay "Giới tâm". Giới kinh có loại được dịch trực tiếp từ bản Phạn, có loại được chép từ Quảng luật. Giới kinh dành cho hai bộ Tăng khác nhau: *Tỳ-kheo giới bổn* và *Tỳ-kheo-ni giới bổn*. Giới bổn của bộ phái Pháp tạng bản Hán hiện còn: *Tứ phần (luật) tỳ-kheo giới bổn*, *Tứ phần Tăng giới bổn*, *Tứ phần tỳ-kheo-ni giới bổn* (Xem Chương I, mục ii *Tam tạng hệ Hán*).

Phật giáo phát triển trong thời kỳ đầu, Giới kinh liên quan mật thiết với nguyên tắc bố-tát, thuyết Ba-la-đề-mộc-xoa (*deśana-prātimokṣa*), Hán dịch là "thuyết giới". Bố-tát, phiên âm từ tiếng Phạn poṣadha. Đây là từ ngữ có hình thái của tiếng Phạn hỗn chủng của đạo Phật, Pāli đọc uposatha, tiếng Phạn cổ điển của nó là upavasatha với biến thái là upavāsa. Luận *Câu-xá*[1] giải thích, nó xuất phát từ hai động từ "Puṣ"gpoṣa: nuôi lớn, và Dhā: đặt để hay duy trì. Do ý nghĩa này, Hán dịch là "trưởng tịnh" hay "trưởng dưỡng", tức nuôi lớn sự thanh tịnh hay thiện pháp.[2]

3. Luận của luật: Hiện nay có 2 tác phẩm liên quan ít nhiều đến luận giải về luật *Tứ phần*, là *Thiện kiến luật tỷ-bà-sa* và kinh *Tì-ni-mẫu*.

---

[1] *Kośabhāṣya*, tr. 214: *poṣaṃ dadhāti manasaḥ kuśalasya yasmād uktas tato bhagavatā kila poṣadho' yam iti*, "bởi vì nó thúc đẩy sự tăng trưởng của thiện tâm nên Thế Tôn gọi là poṣadha."

[2] Tuệ Sỹ, *Yết-ma yếu chỉ*, Nxb Phương Đông 2011, tr. 212.

a) *Thiện kiến luật tỷ-bà-sa* 善見律毘婆沙 (*Samantapāsādikā*) 18 quyển, Đại chánh 24, No. 1462. Sa-môn ngoại quốc Tăng-già-bạt-đà-la *(Saṃghabhadra)* dịch tại Quảng châu, năm thứ 7 niên hiệu Vĩnh minh thời Tiêu Tề.

Các nhà Phật học Trung Hoa cổ xưa cho rằng *Thiện kiến luật* là bản luận của luật *Tứ phần*, vì trong quyển 16 (trang 787a27) ghi: "*Hai giới điều ngủ nghỉ và cất giấu tài vật trong tháp Phật, bản Phạn không có. Sở dĩ không có vì khi đức Phật còn tại thế chưa có tháp. Giới điều này khi Phật tại thế có chế: không được mang dép, giày da vào trong tháp Phật, không được cầm dép, giày da vào trong tháp Phật; không được mang giày phú-la vào trong tháp Phật... 20 giới điều kể trên bản Phạn không có. Như Lai tại thế tháp không có Phật.*"

20 giới điều *Thiện kiến luật* nói, kể cả "*giới điều ngủ nghỉ và cất giấu tài vật trong tháp*" là "Chúng học pháp", từ điều 60 đến 85 trong luật *Tứ phần*. Trong các bộ Giới bổn chỉ có *Tứ phần* mới bàn đến tháp Phật. Các nhà Phật học Nhật Bản Takakusu Junjiro, Nagai Makoto, ...[3] so sánh với bản luật *Samantapāsādikā* (*Nhất thiết thiện kiến*) của Buddhaghosa biên soạn vào thế kỷ thứ V (sách chú thích Tạng luật Pāli), cho rằng *Thiện kiến luật* là bản sao của luật *Nhất thiết thiện kiến*.

Theo *Lịch đại tam bảo ký* quyển 11, trang 95c01 (T49n2034) chép: "*Tam tạng pháp sư (có lẽ chỉ cho Buddhaghosa) đến Quảng châu, giao cho đệ tử là Tăng-già-bạt-đà-la. Năm Vĩnh minh thứ 6 (488), Tăng-già-bạt-đà-la ở chùa Trúc lâm Quảng châu cùng sa-môn Tăng Y dịch Thiện kiến tỷ-bà-sa (dịch xong vào tháng bảy năm Canh ngọ, năm thứ 7 niên hiệu Vĩnh minh).*" Mizuno Kōgen cho rằng, Tăng Y dựa vào luật Tứ phần bổ sung chỉnh lý lại bản dịch *Thiện kiến luật*. Lúc Tăng-già-bạt-đà-la đến Trung Quốc không giỏi Hán ngữ, cho nên đối với thể tài văn dịch gặp trở ngại, và sau khi dịch xong ông sẽ trở về nước, do vậy mà Tăng Y phải hỏi Tăng-già-bạt-đà-la những chỗ chưa rõ rồi tự mình chỉnh lý bản dịch. Như Tăng Y chất vấn những điều trong *Pháp chúng học* nêu trên, Tăng-già-bạt-đà-la nói: "*Tôi phụng giữ giới luật là lúc Phật tại thế chế định. Vì vậy mà sau khi Phật diệt độ, giới điều liên quan đến tháp Phật và tượng Phật không có tồn tại.*" Cho nên Tăng Y mới viết lại ý của Tăng-già-bạt-đà-la. Còn câu "*Bản Phạn không có*", làm nhiều người tưởng nguyên bản *Thiện kiến luận* (*Thiện kiến luật*) là bản Phạn, không

---

[3] Cf. 水野弘元/ *Mizuno Kōgen* - 佛教文獻研究, p. 103.

phải bản Pāli. Thực chất, từ bản Phạn là chỉ chung cho ngôn ngữ Ấn-độ, bản Phạn, Pāli, hoặc bản Prākrit, cổ đại đều gọi chung bản Phạn. Do đó mà bản *Thiện kiến luận* là bản Pāli mà lại gọi là bản Phạn.[4]...

Tóm lại, *Tăng Y* ảnh hưởng luật *Tứ phần*, sắp xếp thứ tự theo luật *Tứ phần*, sáp nhập giới điều của luật *Tứ phần*, chất vấn dịch giả những câu khó hiểu trong *Tứ phần*, giữ nguyên văn ghi thêm lời giải đáp, và dùng kệ trong *Tứ phần* v.v... Như trong *Thiện kiến luật tỷ-bà-sa* quyển 16, trang 783c06, ghi bài kệ đức Phật dạy Châu-la-bàn-đà (*Cūḷapanthaka*):

入寂者歡喜，見法得安樂，
世無恚最樂，不害於眾生。
世間無欲樂，出離於愛欲，
若調伏我慢，是爲第一樂。

Luật *Tứ phần* 12 (T22n1428), trang 647c21, pācittiya 21, *Giáo giới ni không được Tăng sai*:

入寂者歡喜，見法得安樂，
世無恚最樂，不害於眾生。
世間無欲樂，出離於愛欲，
若調伏我慢，是爲第一樂。

(*Người chứng ngộ, hoan hỷ;*
Thấy pháp, được an vui.
Đời không sân, vui nhất,
Không tổn hại chúng sanh.
Đời vô dục, an lạc,
Ra khỏi các ái dục.
Nếu điều phục ngã mạn,
Ấy là lạc đệ nhất!)

Hai bài kệ này trong luật *Samantapāsādikā* không có. Nhưng tìm thấy trong luật Pāli, pācittiya 22 (*Atthaṅgatasikkhāpadaṃ/ điều học về mặt trời đã lặn* [giáo giới ni khi mặt trời lặn]) có kệ tương tự:

Adhicetaso appamajjato,

[4] Cf. 水野弘元, p. 110, 112.

munino monapathesu sikkhato:
Sokā na bhavanti tādino,
upasantassa sadā satīmato.

(Tâm cao, không phóng dật,
Thánh nhân tu trí tuệ,
Thường niệm, tâm tịch tĩnh,
Vị ấy không ưu sầu.)

Do vậy mà bản *Thiện kiến luật* Hán dịch giống với luật *Tứ phần*, kỳ thật *Thiện kiến luật* và luật *Samantapāsādikā* là bản chú thích Luật tạng Pāli.

b) *Tì-ni mẫu kinh* 毘尼母經 (hoặc gọi là luận), 8 quyển, Đại chánh 24, No. 1463, mất tên người dịch, xếp vào phụ lục đời Tần. Tì-ni mẫu (mātṛkā) là luận của Tì-ni, cho nên *Tì-ni mẫu kinh* chính là bộ luận về Bản mẫu tạng Tì-nại-da. Trong luận có trích dẫn quan điểm các bộ: Ca-diếp-duy (*Kāśyapīya*, Ẩm quang bộ), Di-sa-tắc (*Mahīśāsaka*, Hóa địa bộ), Tát-bà-đa (*Sarvāstivāda*, Hữu bộ), Đàm-vô-đức (*Dharmaguptaka*, Pháp tạng bộ).

Ấn Thuận giải thích "lấp lửng" bộ luận này không thuộc các bộ kể trên, hoặc có thể thuộc phái Pháp tạng, vì bộ luận này chia làm năm phần gần với luật *Tứ phần*. Nhưng trong quyển 3 (trang 181a19) nói "các kiền-độ Mẫu kinh" không thấy nói "Điều bộ", nên không hợp với tổ chức của luật *Tứ phần*. Không giống với luật *Tứ phần*, nói Ức Nhĩ (*Śroṇa-koṭikarṇa*) 12 năm mới thọ cụ túc (quyển 4, trang 822a), còn *Tứ phần* (quyển 39, trang 845b) ghi chỉ 3 năm...[5]

Tiến sĩ *Kanakura Enshō* thấy trong quyển 4 (trang 822c19) ghi: Đây là sự kết tập pháp tạng của 500 tỳ-kheo ở Tuyết sơn, nên ông suy đoán là thuộc Tuyết sơn bộ (*Haimavata*).[6]

A. Bareau thì dứt khoát xác định *Tì-ni mẫu*(*Vinayamātṛkā*) bản Hán dịch hiện còn là tác phẩm của Tuyết sơn bộ. Giáo sư cho rằng trong *Tì-ni mẫu* đặt nhiều câu hỏi liên quan đến Tuyết sơn (Himālaya), cho

---

[5] 印順/ Ấn Thuận – 原始佛教聖典之集成/ *Lịch sử kết tập thánh điển Phật giáo nguyên thủy*, p. 87.

[6] *Tì-ni mẫu kinh*/ 毘尼母經4, T24n1463, p. 819a29-b1:「此是雪山中五百比丘所集法藏」. *Nghiên cứu luật tạng* của Bình Xuyên Chương (Akira Hirakawa), p. 263-264.

phép (tỳ-kheo) cư ngụ ở đó (vùng núi tuyết) được mặc áo ấm,[7] và ngài Ca-diếp (*Kāśyapa*), là tổ sư truyền pháp ở Tuyết sơn v.v. Ông nói: Tuyết sơn bộ hiện diện như một trong các học phái chịu ảnh hưởng của cả Trưởng lão bộ (*Sthaviras*) và Đại chúng bộ (*Mahāsaṅghika*), và trong một thời kỳ nào đó đã có một giáo thuyết chiết trung. Đây cũng là trường hợp của Pháp tạng bộ - học phái có giáo điển nếu không đồng nhất thì cũng rất giống với giáo điển của Tuyết sơn bộ.[8]

II. GIỚI KINH

Giới kinh của bộ phái Pháp tạng dùng làm nghi thức tụng đọc trong ngày bố-tát hiện nay là từ truyền bản *Tứ phần Tăng giới bổn* 四分僧戒本, 1 quyển (Tập 22, No. 1430), Tam tạng Phật-đà-da-xá (Buddhayaśas) dịch. Hệ Pāli gọi là *Kinh phân biệt* (Suttavibhaṅga).

Nội dung Giới kinh (nghi thức bố-tát):

Giới kinh chia làm ba phần: 1. Lời tựa, hay gọi tựa Ba-la-đề-mộc-xoa (Skt. *Prātimokṣa*, P. *Pātimokkha*); 2. Phần chánh văn; 3. Lời kết phần chánh văn.

1. Lời tựa:

Tứ phần Tăng giới bổn, mở đầu bằng 12 bài tụng, phần "Tán thán và quy kính" nói rõ lợi ích của việc trì giới và sự thương tổn khi phạm giới; 12 bài tụng này chính là kệ tụng tóm tắt ý nghĩa từ 46 bài tụng rưỡi trong luật *Tứ phần* (Quảng luật):

> *"Cuối đầu lễ chư Phật, Chánh pháp, Tỷ-kheo Tăng,*
> *Nay diễn pháp Tì-ni, khiến Chánh pháp trường tồn,*
>
> ....
>
> *Tì-bà-thi, Thức-khí, Tì-xá, Câu-lâu-tôn,*

---

[7] *Tì-ni mẫu kinh* 4, p. 822a7: Sau mùa an cư, các tỳ-kheo ở vùng Tuyết sơn về thăm Phật. Sau khi đảnh lễ, đức Phật hỏi: "Vì sao thân thể các thầy bị khô nứt?" Các tỳ-kheo thưa, vì ở trong núi tuyết băng lạnh nên thân thể đều khô nứt. Phật hỏi: "Vậy phải mặc gì để thân khỏi khô nứt" Các tỳ-kheo bạch: Chân phải mang đồ da, phải đắp y hai lớp v.v...

[8] André Bareau, ibid., p. 107.

Câu-na-hàm Mâu-ni, Ca-diếp, Thích-ca văn,
Các Đại đức Thế Tôn, vì tôi dạy sự này,

....

Trong tất cả các Luật, Giới kinh là tối thượng,
Như Lai lập cấm giới, nửa tháng tụng một lần."

2. Phần chánh văn:

(Thượng tọa tác pháp yết-ma hỏi) Tăng đã họp chưa? Người chưa thọ đại giới đã ra chưa? Các tỷ-kheo không đến có thuyết dục và thanh tịnh không? Có ai sai tỷ-kheo-ni đến thọ giáo giới không? Nay Tăng hòa hợp để làm gì? (Đáp: Thuyết giới yết-ma).

"Đại đức Tăng xin lắng nghe! Hôm nay ngày 15, Tăng bố-tát thuyết giới, nếu thời gian thích hợp đối với Tăng, Tăng chấp nhận hòa hợp thuyết giới. Đây là lời tác bạch.

Thưa các đại đức! Nay tôi muốn thuyết giới (thuyết Ba-la-đề-mộc-xoa), chúng Tăng hiện tiền im lặng lắng nghe, khéo ghi nhớ. Nếu tự biết mình có phạm nên bày tỏ phát lộ (sám hối). Ai không phạm thì im lặng. Do sự im lặng mà tôi biết Tăng (các đại đức) thanh tịnh. Nếu có người khác hỏi, phải như thật mà đáp. Như vậy, (các) tỷ-kheo trong chúng đã ba phen hỏi, nhớ nghĩ mình có tội phải phát lộ, không phát lộ (không sám hối), tỷ-kheo ấy đắc tội vọng ngữ. Phật nói vọng ngữ là pháp chướng đạo. Tỷ-kheo nào nhớ nghĩ mình có tội, muốn cầu sự thanh tịnh phải phát lộ (sám hối). Phát lộ thì được an ổn (sám hối thì được an lạc); không phát lộ tội càng sâu nặng (Tứ phần luật tỷ-kheo giới bổn: không có câu này).

Thưa các đại đức! Tôi đã thuyết tựa Giới kinh. Nay hỏi các đại đức, trong đây thanh tịnh không? (ba lần hỏi như vậy). Các đại đức trong đây thanh tịnh vì im lặng. Tôi ghi nhận như vậy."

"Thưa các đại đức! Đây là bốn pháp khí (ba-la-di [S. pārājikā/P. pārājika]), mỗi nửa tháng tụng trong Giới kinh..."

Tiếp đến là tụng 13 pháp tăng-già-bà-thi-sa (S. *saṃghāvaśeṣa*/P. *saṃghādisesa*), 2 pháp bất định (*aniyata*), 30 ni-tát-kì ba-dật-đề (S. *niḥsargikā-pātayantika*/P. *nissaggiya-pācittiyā*), 90 ba-dật-đề (S. *pātayantikā*/ P. *pācittiyā*), 4 pháp ba-la-đề đề-xá-ni (S. *pratideśanīyā*/ P.

pāṭidesaniyā), 100 pháp chúng đa học (S. *saṁbahulāḥ-śaikṣa-dharma/* P. *sekhiyā-dhamma*), 7 pháp diệt tránh (S. *adhikaraṇaśamathā-dharma/* P. *adhikaraṇasamathā-dhamma*).

3. Lời kết:

> *"Thưa các đại đức! Tôi đã tụng xong tựa Giới kinh, đã nói bốn pháp ba-la-di..., đã nói bảy pháp diệt tránh. Đây là những điều Phật dạy được ghi chép trong Giới kinh, mỗi nửa tháng tụng một lần. Còn có Phật pháp khác nữa, trong đây tất cả đều phải cùng hòa hợp, cùng học tập.*
>
> *Nhẫn nhục đệ nhất đạo,*
> *Phật nói vô vi tối,*
> *Xuất gia não hại người,*
> *Không gọi là sa-môn.*
> *Đây là lời của Như Lai Tì-bà-thi, Vô sở trước, Đẳng chánh giác, chính là Giới kinh.*
>
> *Ví như người mắt sáng,*
> *Có thể tránh đường hiểm,*
> *Đời có người thông minh,*
> *Có thể xa việc ác.*
> *Đây là lời của Như Lai Thi-khí, Vô sở trước, Đẳng chánh giác, chính là Giới kinh.*
>
> *Không phỉ báng, ganh ghét,*
> *Thường phụng trì giới hạnh,*
> *Ẩm thực biết tri túc,*
> *Vui sống nơi rừng vắng,⁹*
> *Tâm định, vui tinh tấn,*
> *Là lời chư Phật dạy.*
> *Đây là lời của Như Lai Tì-diếp-la, Vô sở trước, Đẳng chánh giác, chính là Giới kinh.*
>
> *Thí như ong tìm hoa,*
> *chỉ bay đến lấy mật,*
> *không hại sắc và hương,*

---

[9] Hán: không nhàn 空閑, Skt. *araṇya*, P. *arañña*.

Tỷ-kheo vào xóm làng,
Không làm trái việc người,[10]
Không thấy làm, không làm,
Chỉ tự quán thân hành,
Đoan chính, không đoan chính.
Đây là lời của Như Lai Câu-lưu-tôn, Vô sở trước, Đẳng chánh
giác, chính là Giới kinh.

Chớ để tâm phóng dật,
Thánh pháp cần phải học,
Như vậy không ưu sầu,
Tâm định nhập niết-bàn.
Đây là lời của Như Lai Câu-na-hàm Mâu-ni, Vô sở trước, Đẳng
chánh giác, chính là Giới kinh.

Tất cả ác chớ làm,
Nên phụng hành điều thiện,
Tự tịnh tâm ý mình,
Là lời chư Phật dạy.
Đây là lời của Như Lai Ca-diếp, Vô sở trước, Đẳng chánh giác,
chính là Giới kinh.

Khéo phòng hộ lời nói,
Tự tịnh tâm ý mình,
Thân chớ làm điều ác,
Ba nghiệp đạo thanh tịnh,
Có thể hành như thế,
Là đạo của Đại tiên.
Đây là Giới kinh mà Như Lai Thích-ca Mâu-ni, Vô sở trước,
Đẳng chánh giác, trong 12 năm đầu Tăng vô sự nên thuyết vậy.
Từ đó về sau rộng nói phân biệt. Các vị tỷ-kheo, tự vì pháp lạc,
thích hạnh sa-môn, có tàm có quý, là ưa học giới, phải cần nên
học.

Người sáng khéo hộ giới, có được ba điều vui:
Danh thơm, và lợi dưỡng, khi chết được sinh thiên.
Phải quán chiếu như vậy, có trí cần hộ giới,

---

[10] *Tăng nhất A-hàm/* 增壹阿含經 44, T02, no. 125, p. 787, a11: "... không phỉ
báng người khác, cũng không nhìn thị phi..."

Giới tịnh có trí tuệ, sẽ được đạo đệ nhất.
Như chư Phật quá khứ, và cho đến vị lai,
Các Thế Tôn hiện tại, vượt thắng mọi ưu phiền,
Thảy đều tôn kính Giới, đây là pháp chư Phật.
Nếu người nào vì mình, muốn cầu vào đạo Phật,
Phải tôn trọng chánh pháp, là lời chư Phật dạy.
Bảy vị Phật Thế Tôn, diệt trừ các kết sử,
Thuyết ra bảy Giới kinh, giải thoát hết trói buộc,
Đã nhập vào niết-bàn, các hý luận diệt tận.
Tôn hành Đại tiên thuyết, Thánh hiền xưng tán giới,
Cho đệ tử phụng hành, nhập tịch diệt niết-bàn.
Khi Thế Tôn niết-bàn, hưng khởi tâm đại bi,
Tập hợp chúng tỷ-kheo, Ngài giáo giới như vầy:

'Chớ vì Ta niết-bàn, không giữ gìn tịnh hạnh.
Ta nay thuyết Giới kinh, cũng khéo nói Tì-ni,
Tuy Ta bát-niết-bàn, phải xem như Thế Tôn.
Kinh này mãi trụ thế, Phật pháp sẽ hưng thịnh,
Do Phật pháp hưng thịnh, mà đắc nhập niết-bàn.
Nếu không giữ giới này, như tụng đọc bố-tát,
Ví cho mặt trời lặn, thế gian đều tối tăm.
Phải khéo hộ trì giới, như trâu Mao quý đuôi,
hòa hợp ngồi một chỗ, là lời Phật đã dạy.'

Tôi đã thuyết Giới kinh, chúng Tăng bố-tát xong,
Nay tôi thuyết Giới kinh, công đức thuyết giới này,
Ban bố khắp chúng sanh, đều trọn thành Phật đạo."

Nghi thức bố-tát trong phần chánh văn, những từ để trong ngoặc là đối chiếu bản *Tứ phần (luật) tỷ-kheo giới bổn*. Nội dung cả hai bản này đều giống nhau.

Về kệ tụng *Giới kinh* của 7 vị Phật quá khứ thuyết, ghi trong phần *Lời kết* có sự bất đồng giữa các bộ phái. Kinh *Mahāpadāna sutta* (Đại bổn/ Pāli Trường bộ, DN.14) gộp chung 3 bài kệ: *"Nhẫn nhục đệ nhất đạo,... không gọi là sa-môn"*, *"Tất cả ác chớ làm,... là lời chư Phật dạy"*, *"Không phỉ báng, ganh ghét,... tâm định, vui tinh tấn, là lời chư Phật dạy"*[11] thành một bài Giới bổn của đức Phật Vipassī (Tì-bà-thi) thuyết. Kinh *Đại*

---

[11] Dhp. 184-186.

bốn trong *Trường A-hàm* bản Hán, ghi kệ Giới kinh của Phật Tì-bà-thi thuyết giống *Tứ phần Tăng giới bốn*:

> *"Nhẫn nhục là bậc nhất,*
> *Niết-bàn (vô vi) là tối thượng,*
> *Cạo tóc não hại người,*
> *Không phải là sa-môn."[12]*

Hoặc kệ: *"Tất cả ác chớ làm,... tự tịnh tâm ý mình, là lời chư Phật dạy"*, Giới kinh của Hữu bộ lại nói của Phật Thích-ca thuyết,[13]không phải của Phật Ca-diếp (*Kassapa*) như trước dẫn. Vậy do vị Phật nào nói?

Từ lời ghi chú cuối phần kệ tụng "Tán thán và qui kính" trong *Tứ phần* (Quảng luật) chép: *"Kệ này không phải do kỳ kết tập Luật của một nghìn vị dưới sự lãnh đạo của Ca-diếp tạo ra, mà sau khi phân chia thành 5 bộ, mỗi bộ theo đó truyền thừa, tức đặt theo tên vị lãnh đạo của mỗi phái. Nay vì đại chúng muốn giải thích Luật tướng, nên trước dùng kệ tán thán, sau đó mới thuyết giới."[14]* Cho nên bộ phận Lời tựa, Lời kết, phần kệ tán thán và hồi hướng đều do các Luật sư đời sau tạo ra, thì cũng có thể chính họ biên tập kệ *Giới kinh* của mỗi vị Phật theo bộ phái, với mục đích tạo thêm niềm tin cho đồ chúng chấp nhận sau này. Ấn Thuận nói, quan điểm này là "Phật Phật đạo đồng", như 7 đức Phật quán duyên khởi thành đạo trong *Nidānasaṃyuttaṃ* (*Tương ưng Nhân duyên* [*Saṃyutta-nikāya*]), và *Tạp A-hàm* (15, T2n99, p.101a17) đã nói.[15] Còn Akira Hirakawa lại suy luận, kệ của 7 đức Phật là dựa theo bài kệ của Phật Vipassī, từ đó mở rộng thêm mà biên tập thành.[16]

Trong *Giới kinh* của Thượng tọa bộ không có kệ của bảy vị Phật là tiêu biểu cho nghi thức bố-tát trong thời kỳ đầu. Pháp tạng bộ lại qui kết từ ba đời chư Phật đến bảy đời chư Phật thành lời giáo huấn của Phật

---

[12] *Trường A-hàm*/長阿含經 1, T01, no. 1, p. 10, a26: 忍辱爲第一，佛說涅槃最，不以除鬚髮害他爲沙門. Cf. Dhp. 184.

[13] *Căn bản Thuyết nhất thiết hữu bộ giới kinh*/根本說一切有部戒經 1, T24, no. 1454, p. 507, c19.

[14] *Luật Tứ phần*/四分律 1, T22, no. 1428, p. 568c3.

[15] Cf. 印順，原始佛教聖典之集成，三章波羅提木叉經/ Chương iii, Ba-la-đề-mộc-xoa kinh, p. 105.

[16] Akira Hirakawa/Bình Xuyên Chương, 律藏之研究 (*Nghiên cứu Luật tạng*), p. 373.

Thích-ca khi nhập niết-bàn mà *Tứ phần Tăng giới bổn* ghi:

> *...Như chư Phật quá khứ, và cho đến vị lai,*
> *Các Thế Tôn hiện tại, vượt thắng mọi ưu phiền,*
> *Thảy đều tôn kính Giới, đây là pháp chư Phật.*
>
> ....
>
> *Bảy vị Phật Thế Tôn, diệt trừ các kết sử,*
> *Thuyết ra bảy Giới kinh, giải thoát hết trói buộc,*
>
> ....
>
> *Khi Thế Tôn niết-bàn, hưng khởi tâm đại bi,*
>
> ....
>
> *Ta nay thuyết Giới kinh, cũng khéo nói Tì-ni,*
> *Tuy Ta bát-niết-bàn, phải xem như Thế Tôn."*

Đồng thời Ba-la-đề-mộc-xoa mang tính cách chung mới phổ biến hóa thành pháp giới ba đời chư Phật để quy kính, rồi hồi hướng: *"Nay ta thuyết Giới kinh, công đức thuyết giới này. Ban bố khắp chúng sanh, đều trọn thành Phật đạo."* Đây là nét đặc thù riêng của phái Pháp tạng, gần với Phật giáo Đại thừa, nên nghi thức bố-tát trong *Tứ phần Tăng giới bổn* xuất hiện sau này, tương đối trẻ.[17]

Một số nhà nghiên cứu luật học đều đặt câu hỏi, vì sao nghi thức tụng giới trở thành tên *Giới kinh* (kinh Giới)? *Ngũ phần giới bổn* (T22n1422) của Hóa địa bộ, *Ma-ha-tăng-kì luật đại tỷ-kheo giới bổn* (T22n1426) của Đại chúng bộ, *Thập tụng ba-la-đề-mộc-xoa tỷ-kheo giới bổn* (T23n1436) của Hữu bộ cũng gọi như thế.

Theo luật *Tứ phần*[18] và *Ngũ phần*[19] đều ghi chép nội dung gần như nhau, nói rằng đức Phật ví Ba-la-đề-mộc-xoa như sợi chỉ xâu các loại hoa lại, khi gió thổi đến nó không bay tứ tán được. Cũng vậy chánh pháp được tồn tại nhờ thâu nhiếp bằng kinh pháp. Ý nghĩa kinh (Skt. *sūtra*) là sợi chỉ. Cho nên các bộ phái đều gọi giới là kinh có thể từ ý nghĩa này. *Ma-ha-Tăng-kì luật* quyển 14 cũng nói: *"Ba-la-đề-mộc-xoa là 10 kinh."*[20] 10 kinh chính là tựa Ba-la-đề-mộc-xoa và 9 pháp (ba-la-

---

[17] Cf. 印順/ Ấn Thuận, ibid., p. 122.

[18] 四分律 1, T22, no. 1428, p. 569c1.

[19] 五分律 1, T22, no. 1421, p. 1c13.

[20] 摩訶僧祇律 14, T22, no. 1425, p. 338, c20: 波羅提木叉者，十修多羅也.

di đến pháp diệt tránh).

Akira Hirakawa đưa ra quan điểm theo cách giải quyết trên,[21] nhưng đại sư Ấn Thuận lại cho rằng, đem nghi thức bố-tát họp chung với tụng Ba-la-đề-mộc-xoa gọi tên "kinh" là cường điệu hóa, từ đó lưu truyền lâu dần mà quên đi ý nghĩa gốc là "học xứ".[22]

Như vậy, *Giới kinh* (Ba-la-đề-mộc-xoa kinh/*Prātimokṣa sūtra*) được tổ chức thành nghi thức tụng đọc trong ngày bố-tát, từ bài kệ đến khi đức Phật chế học xứ sắp xếp thứ tự sao cho tiện việc thuyết giới phải trải qua một thời gian, như chúng ta thấy ban đầu Phật thuyết giới bố-tát, sau đó trong chúng có người phạm giới, từ đó Phật giao lại cho chúng Thanh văn chủ trì thuyết giới (xem mục iii, Duyên khởi bố-tát). Sự việc phân loại và thời gian biên tập theo Ấn Thuận nói: "*Thời điểm lúc Phật 55 hoặc 56 tuổi chọn A-nan (Ānanda) làm thị giả, đến gần 60 tuổi Ngài định cư cũng nhiều, thì việc hoằng pháp bắt đầu giao cho Xá-lợi-phất (Śāriputra), và Mục-kiền-liên (Mahāmaudgalyāna) chủ trì lãnh đạo, phân bố đi các nơi giáo hóa. Việc phân loại biên tập Ba-la-đề-mộc-xoa kinh để dùng cho việc bố-tát rất có khả năng hình thành khoảng thời gian này.*

Sự phân loại biên tập Giới kinh từ khi Phật còn tại thế cho đến các bộ phái phân hóa biên tập thành 8 thiên của Giới kinh phải trải qua nhiều giai đoạn, sớm nhất là 5 bộ. Luật được chia thành 5 thiên 7 tụ là tên gọi quen thuộc của các nhà trì luật. 5 thiên là quan điểm chung của các bộ phái, còn 7 tụ là truyền thuyết của một số bộ phái... Thật ra 5 thiên là bộ phận nguyên thủy về sự hình thành Giới kinh, luật Ma-ha-tăng-kì[23] gọi là 5 diên kinh (五綖經)."[24]

III. DUYÊN KHỞI BỐ-TÁT, Ý NGHĨA BA-LA-ĐỀ-MỘC-XOA VÀ HỌC XỨ

1. Duyên khởi và ý nghĩa bố-tát:

[21] Akira Hirakawa, ibid., p. 298-300.

[22] 印順, ibid., p. 126.

[23] 摩訶僧祇律 27, p. 448, a15.

[24] 印順, 原始佛教聖典之集成, p. 133.

Luật *Tứ phần* quyển 35, kiền-độ Thuyết giới (tr. 816c6) ghi lại như sau:

Khi Phật ở tại thành La-duyệt, các phạm-chí ngoại đạo trong thành mỗi [nửa] tháng ba lần tập hội vào các ngày mồng 8, 14, 15.[25] Mọi người tụ tập đông đảo, lui tới giao hữu với nhau, cung cấp thức ăn thức uống, cúng dường suốt ngày, rất là thân thiết.... Vua Bình-sa (*Bimbisāra*) thấy vậy đến thưa thỉnh Thế Tôn, muốn Thế Tôn dạy cho các tỳ-kheo mỗi [nửa] tháng ba lần tập hội các ngày như vậy, để mọi người các nơi tới lui..., nhà vua và quần thần cũng đến tập hội. Thế Tôn chấp thuận, sau đó cho phép chúng tỳ-kheo hành sự bố-tát.[26] Và trong 12 năm đầu (từ khi đức Phật thành đạo) trong Tăng vô sự, đức Phật chỉ dùng một bài kệ để thuyết minh về tinh thần giới như *Tứ phần Tăng giới bổn* ghi ở trước:[27]

> *"Khéo phòng hộ lời nói,*
>
> ....
>
> *Có thể hành như thế,*
> *Là đạo của Đại tiên."*

Căn bản Thuyết nhất thiết hữu bộ tỉ-nại-da quyển 1 (T23n1442, tr. 628a14) chép: đến năm thứ 13, Tu-để-na con trai Ca-lan-đà (*Sudinna-kalandaka-putra*) làm hạnh bất tịnh, từ đó đức Phật mới chế học xứ, và nói lợi ích về học xứ, tức nói Ba-la-để-mộc-xoa. Xem như Pháp tạng bộ và Hữu bộ cùng thống nhất về thời gian này. Nhưng *Thiện kiến luật tỷ-bà-sa* quyển 6 (Thượng tọa bộ) lại nói, *"Sau khi đức Phật thành đạo được 12 năm, Tu-để-na xuất gia... học đạo được 8 năm thì trở về thôn Ca-lan-đà, vào thời điểm này đức Phật đã thành đạo 20 năm."*[28] Tuy Buddhaghosa nối kết hai khoảng thời gian thành một nhưng thực tế thì ban đầu, khi Phật thành đạo 12 năm chưa chế định học xứ, vì để thích ứng với xã hội mà thiết lập bố-tát, chỉ tuyên thuyết bài kệ: *"Khéo phòng hộ lời nói... "*

Thời gian khác, đức Phật ở nước Chiêm-bà (Campā), bên sông Hằng,

---

[25] Tính theo tháng 15 ngày. Nếu tính theo tháng 30 ngày, thì mỗi tháng có sáu lần hội, vào các này: 8, 14, 15, 23, 29, 30.

[26] 四分律 35, p. 816, c6.

[27] *Tứ phần Tăng giới bổn*/四分僧戒本　1, T22, no. 1430, p. 1030, b4.

[28] 善見律毘婆沙 6, T24, no. 1462, p. 712, b7.

hôm ấy nhằm ngày 15 bố-tát, đức Thế Tôn ngồi với chúng tỳ-kheo nơi đất trống, Ngài nhìn khắp trong chúng Tăng rồi im lặng đình chỉ bố-tát. A-nan ba lần thưa thỉnh Phật thuyết giới. Đức Phật bảo: *"Chúng không thanh tịnh. Như Lai không thể thuyết giới.... Từ nay các thầy tự thuyết giới. Ta không thuyết giới cho tỳ-kheo nữa."* (Luật *Ngũ phần* 28, T22n1421, tr. 180a14).

Truyền thuyết của Thượng tọa bộ cũng ghi chép (*Thiện kiến luật* quyển 5): *"Đức Phật Thích-ca Mâu-ni từ khi thành đạo dưới cội bồ-đề, trong thời gian 20 năm đều giảng dạy Ba-la-đề-mộc-xoa. Một lần khác tại chánh điện Mi-già-la Mẫu (Migāramātu pāsāda) trong Tăng-già-lam Phú-bà (Pubbārāma)... Phật dạy các tỳ-kheo: 'Từ nay về sau Ta không tham gia bố-tát, Ta không giảng dạy Ba-la-đề-mộc xoa... Như Lai không thể bố-tát và thuyết Ba-la-đề-mộc-xoa chung với chúng không thanh tịnh.' Từ đó đến nay đệ tử Thanh văn thuyết oai đức Ba-la-đề-mộc-xoa (ānāpātimokkha)."*[29]

Như vậy hình thức bố-tát chia làm hai giai đoạn. Giai đoạn đầu là thuyết nghĩa *Ba-la-đề-mộc-xoa* đọc bài kệ trên như sách tấn cho chúng tỳ-kheo tu học. Giai đoạn thứ hai, Tăng đoàn ngày một đông, nhiều người xuất gia vì lợi dưỡng không vì lý tưởng giải thoát, cho nên đức Phật chế định học xứ dần, thì việc bố-tát thuyết Ba-la-đề-mộc-xoa trở thành định kỳ và nhờ oai đức tập thể Tăng-già cũng như oai đức Ba-la-đề-mộc-xoa mà Buddhaghosa ghi trong *Thiện kiến luật,* khiến tỳ-kheo phạm giới không thể không sám hối, nhờ vậy mà duy trì sự hòa hợp, thanh tịnh của Tăng-già. Duy trì sự hòa hợp và thanh tịnh này là bổn phận tất yếu, không thể thiếu sót của bất cứ tỳ-kheo nào. Cho nên ý nghĩa bố-tát theo giai đoạn thứ hai là nhắc nhở tỳ-kheo chấp hành các học xứ, phải có trách nhiệm bố-tát, để sống theo nguyên tắc hòa hợp, thanh tịnh, và tinh thần dân chủ.

Luật *Tứ phần* quyển 35 (tr. 818b19) ghi: *"Nếu cùng một trú xứ mà không hòa hợp thuyết giới, phạm tội đột-kiết-la (Skt. duṣkṛta/P. dukkaṭa)"*; luật *Ma-ha-Tăng-kì* quyển 27 (tr. 449c6): *Tăng tập hợp bố-tát, tỳ-kheo nào không đến dự, phạm thâu-lan-giá (Skt. sthūlātyaya / P. thullaccaya).*

---

[29] 善見律毘婆沙 5, p. 708, a7.

Hoặc chuyện tôn giả Đại Ca-tân-nậu[30] sống tại trú xứ Tiên nhân, bên núi Hắc thạch,[31] tư duy mình thanh tịnh bậc nhất nên không muốn đến dự thuyết giới. Đức Phật biết, mới hiện đến trước mặt Đại Ca-tân-nậu, dạy rằng: *Ông có đến hay không đến dự thuyết giới, ông vẫn thường thanh tịnh bậc nhất. Song, này Ca-tân-nậu, pháp thuyết giới cần phải được cung kính, tôn trọng, thừa sự. Nếu ông không cung kính bố-tát, không tôn trọng thừa sự, thì ai cung kính, tôn trọng, thừa sự? Cho nên ông phải đến dự thuyết giới, không được không đi. Nhưng nên đi bộ, không nên dùng thần túc mà đi. Ta cũng sẽ đến.* (Luật *Tứ phần* quyển 35, tr. 818a28).

2. Ba-la-đề-mộc-xoa:

Về ý nghĩa của từ *Ba-la-đề-mộc-xoa* trong thời kỳ đầu các bộ phái đều nói như nhau, tức là bài kệ trên, và ý nghĩa nguyên thủy của Ba-la-đề-mộc-xoa được hiểu theo nghĩa nữa là như sợi chỉ xâu các loại hoa lại, nên gọi là *"Kinh"* như luật *Tứ phần* và *Ngũ phần* giải thích, rồi từ đó hiểu theo cách mở rộng *Ba-la-đề-mộc-xoa* là sợi dây ràng buộc các thành viên của cộng đồng Tăng lữ bằng kỷ luật tu đạo và đời sống hòa hợp tập thể.[32] Sau đó, tùy theo vi phạm của các tỳ-kheo, đức Phật chế học xứ (*śikṣāpada*), tụng *Ba-la-đề-mộc-xoa* lấy học xứ làm nội dung, *Ba-la-đề-mộc-xoa* lại được hiểu thêm nghĩa khác. Luật *Tứ phần* giải thích, *"Ba-la-đề-mộc-xoa: là giới vậy. Đó là sự tự mình nhiếp trì oai nghi, trú xứ, hành vi; là gốc rễ, là mặt, là đầu, tập hợp các pháp lành, thành tựu tam-muội."*[33] Luật Pāli cũng định nghĩa tương tự, Vin. i. 103: *pātimokkhan' tiādimetammukhametampamukhametamkusalānamdhammānam* (*Ba-la-đề-mộc-xoa, đây là khởi điểm [căn bản], là mặt, là đầu của hết thảy pháp thiện*). Đó vẫn là cách giải thích của thời kỳ đầu, cho rằng *Ba-la-đề-mộc-xoa* là chỗ dựa căn bản để tất cả pháp thiện phát sinh.

Dần dần về sau, do Phật chế lập học xứ, tùy theo sự việc, tùy theo cá nhân hay nhóm người nào đó, sự thọ trì không giống nhau, như giới

[30] Đại Ca-tân-nậu 大迦賓 , cũng phiên âm là Ma-ha Kiếp-tân-na. Pāli, Mahāvagga ii, Vin. i. 105, Mahā-Kappinna. Ngũ phần 18, tr.121c27: Kiếp-tân-na 劫賓那. Thập tụng 22, tr.158a18: Đại Kiếp-tân-na 大劫賓那.

[31] Tiên nhân trú xứ Hắc thạch sơn 仙人住處黑石山. Pāli: tại Maddakucchi, trong vườn Nai. Ngũ phần, ibid.: núi Ất-sư-la 乙師羅山.

[32] Tuệ Sỹ, ibid., tr. 211.

[33] 四分律 35, p. 817, c11-12:「波羅提木叉者，戒也。自攝持威儀住處行根面首，集眾善法三昧成就．」

của tỳ-kheo và tỳ-kheo-ni khác nhau, đưa đến giải thoát phiền não khổ đau mang tính cá biệt khác nhau; vì vậy mà *Ba-la-đề-mộc-xoa* lại được giải thích một cách đặc biệt khác, cũng là cách giải thích theo ngữ nguyên của *Ba-la-đề-mộc-xoa,* Sanskrit "*Prātimokṣa*", Pāli: *Pātimokkha,* từ nguyên "*Prāti*" là khác biệt, đối hướng, thuận hướng; "*mokṣa*" là giải thoát. Các trường phái sau này đều định nghĩa như thế. Buddhaghosa đại diện cho Thượng tọa bộ viết trong Visuddhimagga (*Thanh tịnh đạo luận* 1-43), *pātimokkhasaṃvarasīlaṃ:*

> *Pātimokkhasaṃvarasaṃvutoti ettha pātimokkhanti sikkhāpadasīlaṃ. Tañhi yo naṃ pāti rakkhati, taṃ mokkheti mocayati āpāyikādīhi dukkhehi, tasmā pātimokkhanti vuccati.*
>
> (*Phòng hộ Biệt giải thoát luật nghi: Biệt giải thoát luật nghi này là học xứ. Vì giới có chức năng phòng hộ riêng biệt, khiến giải thoát, thoát ly khổ ác thú, nên gọi Biệt giải thoát luật nghi*).
>
> *Căn bản Tát-bà-đa bộ luật nhiếp* của Hữu bộ cũng ghi: "*Biệt giải thoát là y vào Biệt giải thoát kinh (Prātimokṣa sūtra) như thuyết tu hành, đối với hạ hạ đẳng cửu phẩm các hoặc*[34] *thứ tự đoạn trừ vĩnh viễn không thoái thất, giải thoát các phiền não, gọi là Biệt giải thoát.*"[35]

3. Học xứ:

Các học xứ mà Phật quy định cho bốn chúng đệ tử lãnh thọ (cận sự nam, cận sự nữ, cận trụ, sa-di, sa-di-ni, chánh học ni, tỳ-kheo và tỳ-kheo-ni)

---

[34] Hoặc (Tu hoặc 修惑; Tư hoặc 思惑), gọi đủ "Tu đạo sở đoạn hoặc 修道所斷惑" (bhāvanā-mārga-prahātavya-kleśa), tức chỉ cho các "hoặc" (phiền não) như tham, sân, ... được đoạn trừ ở giai vị Tu đạo. Theo *Câu-xá* 25, thì 4 phiền não tham, sân, si, vô minh đối với cảnh sắc, thanh, hương, vị, xúc dấy sinh các hành tướng đắm trước, ghét bỏ, kiêu căng, mê muội, gọi là Tu hoặc. Tu hoặc khởi lên khắp 3 cõi 9 địa, rất khó đoạn trừ, cho nên mỗi địa chia nhỏ làm 9 phẩm: Thượng thượng, thượng trung, thượng hạ; Trung thượng, trung trung, trung hạ; Hạ thượng, hạ trung, hạ hạ. tổng cộng 81 phẩm. Những phiền não căn bản mà hành giả ở giai vị Tu đạo phải diệt trừ gồm 10 thứ, cõi Dục có 4: tham, sân, si, mạn; cõi Sắc và Vô sắc ngoại trừ sân, còn lại đều có tham, si, mạn. Hạ hạ cửu phẩm là cửu phẩm (9 phẩm) cuối cùng tu tập đoạn trừ phiền não, không còn thoái thất. (Cf. *Phật quang đại từ điển*, HT. Thích Quảng Độ dịch, Đài bắc 2000, tr. 6485; *Tì-ni quan yếu sự nghĩa* 1, X40n721, p.647a11).

[35] 根本薩婆多部律攝 1, T24, no. 1458, p. 525, a16.

là thuộc bộ phận của biệt giải thoát (*pāṭimokkha*), như Buddhaghosa định nghĩa trong *Thanh tịnh đạo luận*. Nhưng ý nghĩa học xứ được giải thích trên là giai đoạn sau này khi đức Phật chế định giới điều.

Học xứ 學處 (Skt. *śikṣāpada*, Pāli: *sikkhāpada*) trong *Pháp uẩn túc luận* quyển 1, định nghĩa: *"Thế nào gọi là học? Thế nào gọi là xứ? Và thế nào gọi là học xứ? Nói học là năm điều... (5 giới) chưa viên mãn làm cho viên mãn, thường xuyên chuyên cần chân chánh tu tập gia hành, nên gọi là học (śikṣā/sikkhā). Nói xứ tức là sở y của học, lìa bỏ sát sinh, v.v... nên gọi là xứ (pada). Lại nữa, lìa bỏ sát sinh v.v... tức gọi là học, cũng gọi là xứ, nên gọi là học xứ."*[36]

Quyển 2: *"Chúng đệ tử Phật chung một giới, chung một học, chung một thuyết, chung một biệt giải thoát; đồng giới, đồng học, đồng thuyết, đồng biệt giải thoát; như học xứ mà người dù đã thọ cụ túc giới trăm năm cần phải học, người mới thọ cụ túc cũng học trong ấy; như học xứ mà người mới thọ cụ túc cần phải học, người thọ cụ túc giới dù đã trăm năm cũng học trong ấy. Như pháp mà người dù đã thọ cụ túc trăm năm cần phải học, người mới thọ cụ túc cũng học trong ấy; như pháp mà người mới thọ cụ túc cần phải học, người thọ cụ túc giới dù đã trăm năm cũng học trong ấy."*[37]

Từ "học" ban đầu là học tập và tư duy pháp, *Tứ phần* ghi rằng: *"Đức Phật bảo Xá-lợi-phất: Đức Phật Câu-na-hàm Mâu-ni, đức Phật Tùy-diệp không công bố pháp rộng rãi cho các đệ tử nghe như: Khế kinh,... vì vậy cho nên pháp không tồn tại dài lâu. Đức Thế Tôn kia biết tâm các đệ tử mỏi mệt nhàm chán thì chỉ dạy như vậy: Điều này nên niệm; điều này không nên niệm. Điều này nên tư duy; điều này không nên tư duy. Điều này nên đoạn; điều này nên thành tựu và an trú."*[38]

Mục đích khai thị của Phật cũng nhằm hướng đến 3 điều phải học: tăng thượng giới học (*adhiśīlaṃśikṣa*), tăng thượng tâm học (*adhicitta-śaikṣa*), và tăng thượng tuệ học (*abhiprajñā-śaikṣa*). Cho nên trong chương *Tỷ-kheo-ni* (luật *Tứ phần*) ghi nhận, đức Phật cho phép tỷ-

---

[36] 阿毘達磨法蘊足論1, T26, no. 1537, p. 458, a18.

[37] 法蘊足論 2, p. 463b15.

[38] 四分律 1, p. 569, b3.

kheo-ni được quở trách tỳ-kheo, nếu vì mục đích giúp tỳ-kheo trì tăng thượng giới, tăng thượng tâm, tăng thượng trí.[39] Đến khi đức Phật chế định học xứ nhiều thì ý nghĩa học xứ dung hòa với 3 điều học trên, trong *Tạp A-hàm* quyển 29 nói: *"Đức Phật ở tại thôn Bạt-kỳ. Tôn giả Bạt-kỳ Tử (Vajjiputta)... bạch Phật: 'Thế Tôn thuyết hơn 250 giới, khiến cho tộc tánh tử (kula-putra/thiện nam tử) cứ mỗi nửa tháng đến thuyết Ba-la-đề-mộc-xoa tu-đa-la (Pātimokkha sutta)... con không thể theo đó để học.' Phật bảo: 'Ngươi tùy thời mà học tăng thượng giới, học tăng thượng tâm, học tăng thượng tuệ...'... Tôn giả Bạt-kỳ Tử lãnh hội lời Phật dạy... nơi chỗ vắng tinh tấn tư duy... chứng A-la-hán."*[40]

Hiện nay luật điển của các bộ phái dịch chữ "giới" và "học xứ" không thống nhất, ví dụ giới văn ba-la-di đầu tiên:

> (1). Luật Pāli (*Vinayapiṭaka*) của Thượng tọa bộ. Thời vua A-dục, thế kỷ thứ III trước Tây lịch, thái tử Mahinda mang bộ luật này truyền đến Tích-lan, bấy giờ chỉ là hình thức khẩu tụng. Đến thế kỷ thứ I trước Tây lịch, thời vua Vaṭṭagāmaṇi mới dùng bút mực ghi chép lại.[41]
>
> Pāli, Vin. Pārājika 1. Methunadhamma:
>
> > *Yo pana bhikkhu bhikkhūnaṃ sikkhāsājīvasamāpanno sikkhaṃ appaccakkhāya dubbalyaṃ anāvikatvā methunaṃ dhammaṃ paṭiseveyya, antamaso tiracchānagatāyapi, pārājiko hoti asaṃvāso.*[42] (Chương I. Ba-la-di, pháp bất tịnh: "Tỳ-kheo nào thọ nhận học xứ của tỳ-kheo, không xả học xứ, không tuyên bố sự bất lực của mình, mà hành pháp bất tịnh, ngay cả với loài súc sinh, vị ấy phạm pārājika, không được sống chung).
>
> (2). Căn bản Thuyết nhất thiết hữu bộ tì-nại-da (根本說一切有部毘奈耶/ Mūla-sarvāstivāda-vianaya), là Quảng bản của Hữu bộ, nhánh lưu hành tại Mathurā, được Nghĩa Tịnh mang bản Phạn từ Ấn về, dịch ra Hán văn vào năm Trường an thứ

---

[39] 四分律 48, p. 927a23.

[40] 雜阿含經 29, T02, no. 99, p. 212, c8; Pāli, A 3. 83 Vajjiputta.

[41] 印順, 原始佛教聖典之集成, p. 67; 佛光大辭典, p. 1384a.

[42] https://suttacentral.net/*Theravāda Bhikkhupātimokkha - ChaṭṭhaSaṅgāyana Tipiṭaka.*

3 (703) thời Vũ Hậu nhà Đường. Bản Hán lưu hành hiện nay gồm 50 quyển.

Giới văn ba-la-di thứ nhất (pārājika 1): "若復苾芻，與諸苾芻同得學處，不捨學處，學羸不自說，作不淨行兩交會法，乃至共傍生，此苾芻亦得波羅市迦，不應共住".[43] (Lại có bí-sô nào cùng với các bí-sô đồng được học xứ, không xả học xứ, học xứ bị sút kém, không tự nói lên,[44]làm hạnh bất tịnh, hai bên làm pháp giao hội, cho đến cùng với bàng sanh; bí-sô ấy phạm ba-la-thị-ca, không được sống chung).

Bản Phạn: Pārājika 1. *yaḥpunarbhikṣur bhikṣūṇāṃ śikṣāsājīvasamāpannaḥ śikṣām apratyākhyāya śikṣādaurbalyam anāviṣkṛtyābrahmacaryaṃ maithunaṃ dharmaṃ pratisevate antatas tiryagyonigatayāpi sārdhaṃ, ayam api bhikṣuḥ pārājiko bhavaty asaṃvāsyaḥ.*[45]

(3). Luật *Thập tụng* (十誦律/*Sarvāstivāda-vinaya, Daśa-bhāṇavāra-vinaya*), cũng là luật của Hữu bộ nhưng là lược bản, nhánh lưu hành ở Kaśmīra.

Giới văn:

"若比丘同入比丘學法，不捨戒、戒羸不出行婬法，乃至共畜生者，是比丘得波羅夷不應共住".[46] (*Tỷ-kheo nào, đồng nhập học pháp của tỷ-kheo, chưa xả giới, giới sút kém không nói ra mà hành dâm, cho đến với loài súc sinh, tỷ-kheo ấy phạm ba-la-di, không được sống chung*).

Bản Phạn: Pārājika 1. *yaḥ punar bhikṣur bhikṣubhiḥ sārdhaṃ śikṣāsāmīcisamāpannaḥ śikṣām apratyākhyāya śikṣādaurbalyaṃ vānāviṣkṛtvā maithunaṃ dharmaṃ pratiseveta antatas tīryagyonigatayāpi sārdham ayaṃ bhikṣuḥ*

---

[43] *Căn bản 1*, T23, no. 1442, p. 629c26.

[44] Pāli: dubbalyaṃ anāvikatvā, không tuyên bố sự bất lực của mình (không kham nổi đời sống tỷ-kheo).

[45] https://suttacentral.net/*gilgit buddhist manuscripts* 3. *Mūlasarvāstivāda bhikṣu prātimokṣa – Anukul Chandra Banerjee.*

[46] 十誦律1, T23, no. 1435, p. 2, a25.

pārājiko bhavaty asaṃvāsyaḥ.[47]

(4). Luật *Ma-ha Tăng-kì* (摩訶僧祇律/ *Mahāsaṅghavinaya*) của Đại chúng bộ.

Giới văn:

"若比丘於和合僧中受具足戒，不還戒、戒羸不出、相行婬法，乃至共畜生，是比丘得波羅夷，不應共住。"[48] (*Tỷ-kheo nào đã thọ giới cụ túc trước chúng Tăng hòa hợp, không hoàn giới, giới yếu kém không xuất [không nói] mà hành dâm, cho đến hành dâm với súc sinh, thì tỷ-kheo ấy phạm ba-la-di, không được sống chung*).

Bản Phạn: Pārājika 1: *maithunaṃ: yo punabhikṣu bhikṣuṇā śikṣā sāmīcīsamāpanno śikṣāmāpratyākhyāya daurvvalyamanāviṣkṛtvā maithunaṃ grāmyadharmmaṃ pratiṣeveya antamaśato tiryagyonigatāyamapi sārddhamayaṃ bhikṣuḥ pārājiko bhavatyasaṃvāsyo na labhate bhikṣu hi sārddha saṃvāsaṃ |*[49]

(5). Luật *Ngũ phần* (彌沙塞部和醯五分律/ *Mahīśāsakavinaya*) của Hóa địa bộ.

Giới văn:

"若比丘，共諸比丘同學戒法，戒羸不捨行婬法，乃至共畜生，是比丘得波羅夷，不共住。"[50] (*Tỷ-kheo nào, cùng các tỷ-kheo đồng học giới pháp, giới sút kém không xả mà hành pháp dâm dục, cho đến với loài súc sanh, tỷ-kheo ấy phạm ba-la-di, không được sống chung*).

(6). Luật *Tứ phần* (四分律/ *Dharmagupta-vinaya*):

Giới văn:

"若比丘共比丘同戒，若不還戒、戒羸不自悔，犯不

---

[47] https://suttacentral.net/*sanskrittexte aus den turfanfunden* 11. *Sārvāstivāda prātimokṣasūtra* – Georg von Simson.

[48] 摩訶僧祇律2, p. 235, c15.

[49] https://suttacentral.net/*Mahāsāṃghikānāṃ prātimokṣasūtram* – W. Pachow, R. Mishra.

[50] 五分律1, p. 4, b2.

淨行乃至共畜生，是比丘波羅夷不共住” (*Tỳ-kheo nào, cùng với tỳ-kheo đồng giới, không hoàn giới, giới sút kém không tự phát lồ, cho đến cùng với loài súc sinh, phạm bất tịnh hạnh; tỳ-kheo ấy là kẻ ba-la-di, không được sống chung*).

Phạn bản của hai bộ luật *Tứ phần* và *Ngũ phần* không còn nhưng theo Nishimura Minori chứng minh rằng: cả hai bộ phái này ban đầu đều sử dụng ngôn ngữ Gāndhārī (vùng Gandhāra hoặc Swat), sau đó là Prākrit, cuối cùng là Sanskrit.[51] Đặc biệt trong chương 6, viết về luật *Tứ phần*, ông nói thêm: văn Hán luật *Tứ phần* liên hệ đến ngôn ngữ Gāndhārī rất nhiều.[52] Như vậy, giới văn trong các bản gốc đều dùng từ "học xứ", không phải từ "giới" (śīla). Chẳng qua một số vị Tam tạng truyền dịch chọn cách chuyển ngữ từ "*śikṣā*" thành từ "giới" cho phổ thông.

Luật sư Tuệ Sỹ cho rằng, từ giới và học xứ có nghĩa khác nhau, như phạm giới có thể hiểu không thể sám hối; còn phạm học xứ thì có thể sám hối. Luật Phật chế không phải hình phạt theo nghĩa "trả thù" như luật xã hội thế gian, mà yếu tính là cứu độ, nâng đỡ người sa ngã sai phạm. Cho nên "học xứ" có nghĩa cần phải học, học mãi, dành cho tỳ-kheo lầm lỡ, học để tiếp tục đứng lên.

Luật *Thập tụng* kể: Tỳ-kheo Nan-đề không kiềm chế được lửa dục, hành dâm với con ngựa cái đã chết ở rừng An-hoàn.[53] Đức Phật tập Tăng, bảo các tỳ-kheo bạch tứ yết-ma trao cho tỳ-kheo Nan-đề "dữ học xứ"[54] (*śikṣādattaka*, cho lại giới).

Luật *Tứ phần* 34 (T22n1428, tr. 809a8) cũng kể là tỳ-kheo Nan-đề.

[51] 西村実則, 仏教とサンスクリット [Phật giáo và Sanskrit], 山喜房佛書林, 平成 29 (2017), p. 115-132.

[52] 西村実則, ibid., p. 274-275.

[53] Rừng An-hoàn 安桓林: Phiên âm khác An-đà 安陀, An-hòa 安和, P. *andhavana*, dịch nghĩa rừng bóng tối (Ám lâm 闇林)... *Dictionary of* Pāli *Proper Name* (*G.P. Malalasekera*) ghi: Một khu rừng nhỏ về hướng nam *Sāvatthi*, cách thành một *gāvuta* (¼ yojana [do-tuần]). Nó được bảo vệ cẩn thận để các tỳ-kheo và tỳ-kheo-ni đến đây hành thiền. Vào thời Phật Kassapa, những kẻ cướp phục kích một vị ưu-bà-tắc đã chứng quả A-na-hàm tên là Sorata..., chúng móc mắt và giết chết ông. Ngay sau đó tất cả bọn cướp đều bị tước mất thị giác và mù loà đi lang thang trong rừng. Do câu chuyện này mà có tên khu rừng (thường là "mù", nhưng bị dịch sai là "tối tăm").

[54] 十誦律 1, T23, no. 1435, p. 2, c29.

Ngũ phần 28(T22n2421, tr. 182c10) nêu một tỳ-kheo tọa thiền, không nói tên. Tăng-kì 26(T22n1425, tr. 441a28) ghi: tỳ-kheo Thiền Nan-đề, phân biệt với các vị tên Nan-đề khác.

Về vấn đề này, các bộ phái đã từng tranh luận với nhau: Luận sư Kinh bộ (Sautrāntika) nói, phạm một trong bốn tội cực trọng chiêu cảm tội đọa địa ngục. Phạm một trong bốn tội đó luật nghi của tỳ-kheo và sa-di cũng bị xả.[55]

Bộ phái Pháp tạng (Dharmagupta) nói, do chánh pháp diệt cũng có thể khiến cho biệt giải luật nghi xả. Vì khi chánh pháp diệt, tất cả yết-ma, kết giới, học xứ đều xóa sạch.[56]

Tuy nhiên, các vị luận sư Tỳ-bà-sa (vibhāṣā/ thuộc Hữu bộ) ở Ca-thấp-di-la (Kaśmīra) có quan điểm: khi phạm tội căn bản (chỉ bốn trọng cấm), không xả luật nghi tỳ-kheo.[57] Vì sao? Không phải do phạm một bộ phận, mà toàn bộ luật nghi đều xả. Không phải phạm một tội khác mà lại đoạn thi-la.[58]

Luận sư Kinh bộ vấn nạn: Nếu nói thế, do duyên gì mà đức Thế Tôn nói, "Kẻ phạm bốn trọng tội không còn là tỳ-kheo, không gọi là Sa-môn, chẳng phải Thích-ca Tử, phá thể tánh tỳ-kheo, hủy hoại tánh Sa-môn, hoại diệt, đọa lạc, bị kẻ khác đánh bại."[59]

Luận sư Hữu bộ hỏi lại: Nếu tỳ-kheo phá giới không còn là tỳ-kheo, làm sao có tỳ-kheo "dữ học xứ" (cho lại giới)?[60]

Luận sư Kinh bộ trả lời: *Chúng tôi không nói những người phạm trọng tất cả đều thành tội ba-la-di. Nhưng thành tội ba-la-di do che giấu, nhất*

---

[55] *Câu-xá luận kí* (Quang kí)/俱舍論記 （光記） 15, T41n1821, p. 235b29;Cf. *Câu-xá luận*/ 阿毘達磨俱舍論15, T29n1558, p.79b5; *Câu-xá* 3, Việt dịch Tuệ sỹ, 2015, tr. 442.

[56] *Quang kí*, p. 235c03; *Câu-xá*, p. 79b06.

[57] *Tỳ-bà-sa* 119, T27n1545, p.623a27: "Các vị ở Ca-thấp-di-la nói rằng, người ấy khi phạm luật nghi nhưng không xả luật nghi, mà đắc phi luật nghi phi bất luật nghi (xử trung)." *Quang kí*: không phải luật nghi cực thiện, cũng không phải bất luật nghi cực ác, nên gọi là xử trung. (*Câu-xá*, Việt dịch, tr. 390).

[58] *Śīlacchedaḥ*, mất giới thể.

[59] *Parājita*, bị kẻ khác (Ma) đánh bại, khuất phục; ở đây hiểu đồng nghĩa với *Pārājika* – *ba-la-di*. *Câu-xá*, p. 79b14; *Quang kí*, p.236a03.

[60] *Câu-xá*, p. 79c14.

định nói chẳng phải tỷ-kheo.[61] Hoặc người có tâm tàm quý thù thắng luôn tương tục trong thân, tuy phạm trọng lại chẳng phải tội tha thắng (kẻ khác đánh bại), vì vị kia không có tâm che giấu dù chỉ một niệm như Thiện Nan-đề v.v...; Pháp Chủ Thế Tôn chế lập như vậy."[62]

IV. PHÂN TÍCH GIỚI KINH

Phân tích *Giới kinh*, là bộ phận phân tích giảng rộng về *Giới kinh*, hoặc gọi *Ba-la-đề-mộc-xoa phân biệt* (波羅提木叉分別). Bộ phận này theo Luật tạng Pāli gọi là *Kinh Phân biệt (Suttavibhaṅga/Phân tích Giới bổn)*, từ đây chia làm hai phần: 1. Đại phân tích *(Mahāvibhaṅga)*, tức *Phân tích Giới bổn tỷ-kheo (Bhikkhuvibhaṅga)*; 2. *Phân tích Giới bổn tỷ-kheo-ni (Bhikkhunivibhaṅga)*. Hai bộ phận này trong luật *Tứ phần* cũng phân làm hai nhưng không có tổng đề. Phần của tỷ-kheo từ quyển 1 đến quyển 21, Hán dịch *Tỷ-kheo phân biệt* (Skt. *Bhikṣuvibhaṅga*); phần của tỷ-kheo-ni từ quyển 22 đến quyển 30, *Tỷ-kheo-ni phân biệt* (Skt. *Bhikṣunīvibhaṅga*).

Kinh Phân biệt theo Quảng luật Hán dịch của mỗi bộ phái còn gọi là Luật, Tì-nại-da, Tì-ni (Skt=P. Vinaya), như luật *Tứ phần* quyển 54 chép: *"Bấy giờ, các vị tập hợp tất cả các việc của tỷ-kheo lại một nhóm gọi là luật tỷ-kheo. Phần việc của tỷ-kheo-ni thành một nhóm gọi là luật tỷ-kheo-ni."*[63] Luật *Tăng-kì,*[64] gọi bộ phận của tỷ-kheo là *"Ba-la-đề-mộc-xoa phân biệt"*, phần tỷ-kheo-ni là *Tỷ-kheo-ni tì-ni* (毘尼). Luật *Ngũ phần* gọi cả hai là Tì-ni. Luật *Căn bản* Hữu bộ cũng gọi là Tì-nại-da: *Căn bản Thuyết nhất thiết hữu bộ tì-nại-da* (根本說一切有部毘奈耶

---

[61] *Câu-xá* 3, Việt dịch Tuệ Sỹ, tr. 446: "Chúng tôi không nói những người phạm trọng tất cả đều thành ba-la-di. Nhưng người phạm ba-la-di nhất thiết không còn là tỷ-kheo..."

[62] *Quang kí*, p. 237b04; Cf. *Abhidharmakośabhāṣyam*: [224|10-224|11] *yadi hi dauḥśīlyādabhikṣuḥ syāt śikṣādattako na syāt/ na vayaṃ brūmaḥ sahādhyāpattyā sarvaḥ pārājikaḥ iti/* [12] *yastu pārājikaḥ so 'vaśyamabhikṣuḥ/* [13] *kaścittu saṃtānaviśeṣānna pārājika ekacittenāpyapraticchādanāditi vyavasthāpitaṃ dharmasvāminā.*

[63] 四分律 54, p. 968, b2-4: "時彼即集比丘一切事并在一處，爲比丘律．比丘尼事并在一處，爲比丘尼律．"

[64] 摩訶僧祇律 22, T22, no. 1425, p. 412, b14-15.

[*phần Bí-sô*]), *và Căn bản Thuyết nhất thiết hữu bộ bí-sô-ni tì-nại-da* (根本說一切有部苾芻尼毘奈耶).

Kinh Phân biệt là bộ phận quan trọng trong Luật tạng của các bộ phái, ký tải cả một quá trình lịch sử biên tập từ thời kỳ đầu cho đến bộ phái phân hóa như trong mục *Giới kinh*, ý nghĩa *Ba-la-đề-mộc-xoa...* đã nói ở trước. Song muốn tìm hiểu sự hình thành bộ phận này phải bắt đầu từ việc nhân duyên Phật chế học xứ, kết cấu văn cú, thứ tự thiên tụ, vân vân.

1. Nhân duyên chế học xứ

Luật *Tứ phần* thuật:

> *"Tôn giả Xá-lợi-phất ở nơi nhàn tĩnh, nghĩ như vầy: 'Pháp tu tập phạm hạnh của những vị Đẳng chánh giác nào được tồn tại lâu dài? Và pháp tu tập phạm hạnh của những vị Đẳng chánh giác nào không tồn tại lâu dài?' Tôn giả đến thưa hỏi Phật.*
>
> *Đức Phật bảo: Đức Phật Tì-bà-thi (Vipassī), đức Phật Thức (Sikhī), đức Phật Câu-lưu-tôn (Kakusandha), đức Phật Ca-diếp (Kassapa), pháp tu tập phạm hạnh của các vị Phật này được tồn tại lâu dài. Pháp của Phật Tùy-diệp (Vissabhu), Phật Câu-na-hàm Mâu-ni (Konāgamana) không tồn tại lâu dài...*
>
> *Này Xá-lợi-phất! Đức Phật Tì-bà-thi, đức Phật Thức, đức Phật Câu-lưu-tôn, đức Phật Ca-diếp vì các đệ tử rộng nói kinh pháp, từ Khế kinh cho đến Ưu-ba-đề-xá kinh, cũng kết giới, cũng thuyết giới. Khi tâm chúng đệ tử mỏi mệt nhàm chán; đức Phật biết,... chỉ dạy như vầy: 'Điều này nên niệm... Điều này nên tư duy...'*
>
> *Này Xá-lợi-phất, các đức Phật kia và chúng Thanh văn khi còn ở đời thì Phật pháp lưu bố. Nếu các đức Phật kia và chúng Thanh văn sau khi diệt độ; người trong thế gian đời sau, đủ mọi thành phần khác nhau, đủ các dòng họ, đủ các gia tộc khác nhau xuất gia, không khiến cho Phật pháp mau diệt. Vì sao? Vì được thâu nhiếp bằng kinh pháp. Ví như các loại hoa rải trên mặt bàn được xâu lại bằng sợi chỉ; tuy bị gió thổi nhưng không bị phân tán... Do nhân duyên này mà Phật pháp thời đức Phật Tì-bà-thi, cho đến đức Phật Ca-diếp được tồn tại lâu dài, và cũng do nhân duyên này mà Phật pháp thời đức Phật Câu-na-hàm Mâu-ni, đức Phật*

Tùy-diệp không tồn tại lâu dài."[65]

Sau đó gặp nạn mất mùa, tỳ-kheo Tu-đề-na (Sudinna) quay về quê khất thực, phạm bất tịnh với người vợ cũ. Đức Phật quở trách rồi bảo các tỳ-kheo:

> *"Tu-đề-na là người ngu si... là kẻ phạm giới đầu tiên. Từ nay trở đi, Ta vì các tỳ-kheo kết giới, nhắm đến mười cú nghĩa: 1. Nhiếp thủ đối với Tăng. 2. Khiến cho Tăng hoan hỷ. 3. Khiến cho Tăng an lạc. 4. Khiến cho người chưa tín thì có tín. 5. Người đã có tín khiến tăng trưởng. 6. Để điều phục người chưa được điều phục. 7. Người có tàm quý được an lạc. 8. Đoạn hữu lậu hiện tại. 9. Đoạn hữu lậu đời vị lai. 10. Chánh pháp được tồn tại lâu dài.*[66]*"*

Câu "Nhắm đến mười cú nghĩa", Hán dịch: Tập thập cú nghĩa 集十句 義. Luật *Ngũ* phần, Thập tụng dịch "dĩ thập lợi cố 以十利故"; Tăng-kì: "thập sự lợi ích 十事利益". Pāli: dasa atthavase paṭicca, căn cứ trên 10 ý nghĩa (mục đích).

Như vậy đức Phật chế lập học xứ vì hai lý do chính: muốn "Phạm hạnh tồn tại lâu dài 梵行佛法久住", và vì 10 điều lợi ích. Tuy Tu-đề-na là người phạm đầu tiên nhưng Phật chế học xứ cũng thuộc trong hai mục đích đó. *Tứ phần* quyển 57 ghi: Phật dạy, *"Như Lai ra đời vì thấy những*

---

[65] 四分律 1, p. 569, a19.

[66] *Ngũ phần* (tr.3c1): 1. Tăng hòa hiệp; 2. Tăng đoàn kết; 3. Chế ngự người xấu; 4. Để cho người biết hổ thẹn được yên vui; 5. Đoạn hữu lậu đời này; 6. Diệt hữu lậu đời sau; 7. Khiến người chưa tin có tín tâm; 8. Khiến người có tín tâm được tăng trưởng; 9. Để Chánh pháp lâu dài; 10. Phân biệt tì-ni phạm hạnh tồn tại lâu dài. *Tăng-kì* (tr.228c24): 1. Nhiếp Tăng; 2. Cực nhiếp Tăng; 3. Để Tăng an lạc; 4. Chiết phục người không biết hổ thẹn; 5. Để người có tàm quý sống yên vui; 6. Người chưa tin được tin; 7. Người đã tin thì tin thêm; 8. Trong đời này được lậu tận; 9. Các lậu đời vị lai không sinh; 10. Để chánh pháp cửu trụ. *Căn bản* (tr.629b22), như Pāli. Pāli, Vin.iii. tr.32: saṅghasuṭṭhutāya (vì sự ưu mỹ của Tăng); saṅghaphāsutāya (vì sự an lạc của Tăng); dummaṅkūnaṃ puggalānaṃ niggahāya (để chế phục hạng người không biết hổ thẹn); pesalānaṃ bhikkhūnaṃ phāsuvihārāya (để các tỳ-kheo nhu hòa sống an lạc); diṭṭhadhammikānaṃ āsavānaṃsaṃvarāya (để ngăn chặn hữu lậu đời này); samparātikānaṃ āsavānaṃ paṭighātāya (để đối trị hữu lậu đời sau); appasannānaṃ pasādāya (vì tịnh tín của người chưa có tín); pasannānaṃ bhiyyobhāvāya (vì sự tăng trưởng của người có tín); saddhammaṭṭhitiyā (vì sự trường tồn của chánh pháp); vinayānuggahāya (để nhiếp hộ tì-ni).

lỗi lầm nên bằng một ý nghĩa, vì các tỳ-kheo kết giới, nhiếp thủ Tăng. Do ý nghĩa này nên Như Lai vì các tỳ-kheo mà kết giới."[67] Bằng một "ý nghĩa" là vì 10 điều lợi và phạm hạnh tồn tại lâu dài. Luật *Tăng-kì* chép: Vì muốn *"Chánh pháp tồn tại lâu dài."*

Theo Akira Hirakawa nhận xét, luật Pāli, Ngū phần, Tứ phần là hình thức biên tập cổ, vì để cập đến chuyện đức Phật ở ấp Tỳ-lan-nhã (Verañjā) ăn lúa dành cho ngựa. Ý kiến của Ấn Thuận ngược lại, đại sư cho rằng bộ phái Thuyết nhất thiết hữu bộ được hình thành từ Thượng tọa bộ tách ra, không để cập đến việc ăn lúa ngựa, là hình thức cổ xưa của Ba-la-đề-mộc-xoa phân biệt. Ba-la-đề-mộc-xoa phân biệt (luật Ma-ha-tăng-kì) của Đại chúng bộ có truyền thuyết Xá-lợi-phất thưa hỏi, có thể câu chuyện này xuất hiện thời vua Aśoka. Vì thời điểm này Đại chúng bộ hợp tác với Phân biệt thuyết bộ, còn Thuyết nhất thiết hữu bộ cự tuyệt, di chuyển xuống phương Bắc. Đại sư suy luận, chuyện ba tháng ăn lúa ngựa chỉ là truyền thuyết, do Luật sư hệ phái Phân biệt thuyết [Vibhajjavādin] (luật Pāli, Ngū phần, Tứ phần) kết nối việc Xá-lợi-phất thưa hỏi với chuyện ăn lúa ngựa để ám chỉ: Tu-đề-na không kham nổi đời sống đạm bạc, tham cầu sung túc mà trở về cố hương mới phạm ác hạnh.[68]

2. Văn cú kết giới

Theo văn luật *Tứ phần*,[69] sau khi tỳ-kheo Tu-đề-na phạm hạnh bất tịnh, đức Phật chế: *"Tỳ-kheo nào, phạm bất tịnh hạnh, hành pháp dâm dục, tỳ-kheo ấy là kẻ ba-la-di, không được sống chung."* Lần thứ hai, tỳ-kheo Bạt-xà Tử[70] vì ưu sầu không muốn sống tịnh hạnh, về nhà cùng vợ cũ làm việc bất tịnh. Phật lại chế: *"Tỳ-kheo nào, cùng với tỳ-kheo đồng giới,*

[67] 四分律 57, p. 990, c9-11: 「爾時佛告諸比丘,「如來出世,見眾過失故,以一義爲諸比丘結戒攝取於僧。以此一義故,如來爲諸比丘結戒。」

[68] Cf. 印順, 原始佛教聖典之集成, p. 203.

[69] 四分律 1, p. 568c7 - p. 571a24.

[70] Bạt-xà Tử 跋闍子. *Tăng-kì* (tr.231b24), Phật trụ Tì-xá-li, có hai người Li-xa Tử 離車子. *Thập tụng* (tr.1c22), Phật tại Xá-vệ, tỳ-kheo tên Bạt-kì Tử 跋耆子. *Ngũ phần* (tr.4a1), một số đông các tỳ-kheo; nhưng sự kiện được để cập sau nhân duyên vượn cái. Pāli, Vin.iii.23, *sambahulā vesālikā vajjiputtakā bhikkhū*, một số đông các tỳ-kheo người Vajji ở Vesāli. Nhưng sự kiện để cập sau nhân duyên vượn cái như *Ngũ phần*.

không xả giới, giới sút kém không tự phát lộ,[71] phạm bất tịnh hạnh, hành pháp dâm dục, tỷ-kheo ấy là kẻ ba-la-di, không được sống chung." Lần thứ ba, có tỷ-kheo khất thực[72] sống trong rừng, hành dâm với con vượn cái. Phật chế: *"Tỷ-kheo nào, cùng với tỷ-kheo đồng giới, không hoàn giới, giới sút kém không tự phát lộ, cho đến cùng với loài súc sinh, phạm bất tịnh hạnh; tỷ-kheo ấy là kẻ ba-la-di, không được sống chung."*

Giới này luật *Ngũ phần, Thập tụng, Căn bản* cũng kết 3 lần, *Tăng-kì* kết 4 lần. Các Luật sư Hữu bộ phân tích: đức Phật *"Vì các bí-sô chế rộng học xứ,... Đây là chế lần đầu, đây là tùy chế (chế lại), đây là định chế, đây là tùy thính."*[73] Một số học xứ khác cũng vậy, chế đi chế lại nhiều lần mới đi đến cố định. Như học xứ *saṃghāvaśeṣa* (Tăng tàn) 1: cố ý tiết tinh, *Tứ phần,*[74] *Ngũ phần,*[75] *Thập tụng*[76] kết 2 lần; *Tăng-kì*[77] kết 3 lần. Như vậy mỗi học xứ cùng một vấn đề mà phát sinh nhiều lần, và tùy theo lý do khác nhau bắt buộc phải chế đi chế lại. Hoặc tùy hoàn cảnh, vùng miền, địa vực, giới luật được Phật linh hoạt cho phép gọi là tùy thính 隨聽 (khai). Luật *Ngũ phần* ghi lời Phật dạy: *"Tuy là điều chính Ta chế cấm nhưng nơi khác không cho đó là thanh tịnh thì không cần ứng dụng (dùng). Tuy chẳng phải điều chính Ta chế cấm mà nơi khác thấy cần phải làm thì không thể không làm."*[78]

Tiếp theo phân tích học xứ ba-la-di thứ hai: không cho mà lấy, văn *Tứ phần*: *"Tỷ-kheo nào, nơi thôn xóm hay chỗ trống vắng, với tâm trộm cắp,*

---

[71] Nguyên Hán: Giới luy bất tự hối 戒羸不自悔. *Thập tụng*: giới luy bất xuất 戒羸不出. Pāli: *dubbalyamanāvikatvā*, không tuyên bố sự bất lực của mình (không kham nổi đời sống tỷ-kheo).

[72] Khất thực tỷ-kheo 乞食比丘: tỷ-kheo sống chỉ bằng khất thực; một trong 12 hạnh đầu-đà. *Ngũ phần* (tr.3c6): a-luyện-nhã tỷ-kheo 阿練若比丘; *Thập tụng* (tr.2a1), một tỷ-kheo sống một mình trong rừng, ở Câu-tát-la. Pāli (Vin. iii. 22), một tỷ-kheo sống trong rừng Đại lâm (Mahāvana), Vesāli.

[73] *Tạp sự*/ 雜事 40, T24n1451, p. 408, a21: 爲諸苾芻廣制學處... 此是初制、此是隨制、此是定制、此是隨聽.

[74] 四分律 2, p. 579, a11.

[75] 五分律 2, p. 10, b2.

[76] 十誦律 3, p. 13, c27.

[77] 摩訶僧祇律 5, p. 262, a20.

[78] Luật *Ngũ phần*/五分律 22, p. 153, a14-17: 「雖是我所制，而於餘方不以爲淸淨者，皆不應用；雖非我所制，而於餘方必應行者，皆不得不行。」

lấy vật không được cho. Tùy theo vật không được cho mà lấy, hoặc bị vua hay đại thần của vua bắt, hoặc giết, hoặc trói, hoặc đuổi ra khỏi nước, rằng 'Ngươi là giặc, ngươi ngu si, ngươi không biết gì.' Tỷ-kheo ấy là kẻ ba-la-di, không được sống chung."[79]

Luật Ngũ phần,[80] giới này kết hai lần. *Tăng-kì,*[81] kết ba lần, thời gian kết giới: đức Phật Thành đạo năm thứ 6, mùa đông, nửa tháng phần hai, ngày 10 (tức ngày 20 tháng âm lịch), sau bữa trưa, lúc bóng sáng ngả về đông dài bằng 2 người rưỡi. *Thập tụng,*[82] *Căn bản,*[83] cũng như *Tứ phần,*[84] giới kết một lần. *Pāli,*[85] giới kết hai lần.

Tứ phần hiệp chú giải thích:[86] đoạn văn *'Ngươi là giặc, ngươi ngu si, ngươi không biết gì,'* có thể coi như là một kiểu tuyên án về tội trộm.

[79] *Căn bản*/根本說一切有部毘奈耶2, p. 637, a23:

「若復苾芻，若在聚落、若空閑處，他不與物以盜心取。如是盜時，若王、若大臣，若捉、若殺、若縛驅擯、若呵責言：『咄！男子汝是賊！癡、無所知，作如是盜。』如是盜者，此苾芻亦得波羅市迦，不應共住。」 (*Nếu lại có bí-sô hoặc ở trong tụ lạc, hoặc ở chỗ rừng vắng, lấy vật không có đối tượng cho, với tâm trộm cắp. Khi ăn trộm như vậy, hoặc vua, hay Đại thần của vua, hoặc bắt, hoặc giết, hoặc trói, đuổi khỏi nước, hoặc quở trách: 'Này ông kia! Ông là giặc, là người ngu si không biết gì, làm việc ăn trộm như vậy'. Như vậy là kẻ ăn trộm. Bí-sô này phạm ba-la-thị-ca, không được sống chung.*)
Bản Phạn (MSV 2,0: Prātimokṣasūtra): *yaḥ punar bhikṣur grāmagatam araṇyagataṃ vā pareṣām adattaṃ steyasaṃkh[yātam ādadī]ta yadrūpeṇādattādānena rājā vainaṃ gṛhītvā rājamātro vā (hanyād vā saṃbadhnīyād vā pravāsayed vā evaṃ cainaṃ vadet* -- tvaṃ bhoḥ puruṣa cauro 'si) (2) bālo 'si mūḍho 'si steyo 'sīty evaṃrūpaṃ bhikṣur adattaṃ ādadānaḥ ayam api bhikṣuḥ pārājayiko bhavaty asaṃvāsyaḥ |* (Banerji FE1.1:2). Bản Tây Tạng (Kj ca 3b2-3): *yaṅ dge sloṅ gaṅ gźan dag gi groṅ na 'dug pa'am || dgon pa na 'dug pa ma byin par rku ba'i graṅs su gtogs pa blaṅs na | ji tsam ma byin par blaṅs pas de rgyal po'am | (3) blon po chen pos bzuṅ nas de la 'di skad ces | kye mi khyod ni rkun ma'o || byis pa'o || blun pa'o || rku ba'o źes zer źiṅ gsod dam || 'chiṅ ṅam | spyugs kyaṅ ruṅ ste | dge sloṅ de ltar ma byin par len na dge sloṅ de yaṅ pham par gyur ba yin gyis gnas par mi bya'o ||* (Bản Phạn và Tây Tạng dẫn từ *University of Oslo - www2.hf.uio.no*).

[80] 彌沙塞部和醯五分律 1, p. 5, b1.

[81] 摩訶僧祇律 2, p. 238, a27.

[82] 十誦律 1, p. 3, b8.

[83] 根本說一切有部毘奈耶 2, p. 635, c24.

[84] 四分律 1, p. 572, b6.

[85] Vin.iii, p. 41.

[86] HT. Thích Trí Thủ... *Tứ phần hiệp chú* (2A), ấn hành 1991, tr. 91.

Sau khi tội danh được pháp đình tuyên án, áp dụng luật hình sự như sau: *"bắt, hoặc giết, hoặc trói, hoặc đuổi ra khỏi nước."* Nghĩa là khi nào người có đủ bằng chứng và hội đủ yêu cầu luật định mới có thể bắt giữ nó với tội danh ăn trộm. Còn giết, trói, và đuổi là ba trường hợp hình sự được áp dụng cho nó. Điều lưu ý ở đây rằng, trong văn Pāli, từ giết được nói là *haneyyuṃ*.[87] Nghĩa đen từ này là *"họ có thể gây thiệt hại"*; cụ thể là *"gây thiệt hại đối với thân thể".* Mức độ thiệt hại này có nặng nhẹ khác nhau. Nhẹ nhất như trường hợp vua Tần-bà-sa-la (*Bimbisāra*)[88] đã xử một tên trộm là chặt một ngón tay, nặng nhất là chặt đầu, hay giết. Luật gia các bộ phái bị chi phối bởi ấn tượng về hình phạt tử hình đối với tội trộm, do đó dịch chữ Hán là sát 殺. Chính do cách dịch tiếng Phạn *"hanyāt"* trong ý nghĩa cực trọng của nó, cho nên các luật gia Trung Quốc không có cách hiểu nào khác hơn ngoài cách hiểu rằng: 5 tiền[89] là mức giá trị để xử tử ăn trộm, và tỏ ra không thắc mắc gì cả. Trở ngại thứ hai cho các luật gia Trung Quốc là danh từ māsaka, được dịch nghĩa là tiền. Đó là một trọng lượng vàng rất nhỏ. Một đoạn trong *Tứ phần* 40, kể chuyện nhà y sĩ Kỳ-bà trị lành bệnh một phú gia và được

---

[87] Chú trong *Tứ phần hiệp chú* (2A): Giải thích của Vibhaṅga, Pāli (Vin. Iii. 47): *haneyyuṃ vā 'ti hatthena vā pādena vā kasāya vā vettena vā aḍḍhadaṇḍakena vā chejjāya vā haneyyuṃ,* "gây tổn hại hoặc bằng tay, hoặc bằng chân, hoặc bằng roi, hoặc bằng hèo, hoặc bằng gậy, hoặc tra khảo."

[88] *Tăng-kỳ* 3, p.242b26 dẫn: "Đức Phật hỏi vua Bình-sa pháp trị tội kẻ ăn trộm, vua nói: trong thời tổ tiên, nếu kẻ ăn trộm thì dùng tay tát vào đầu để nghiêm trị..., kẻ trộm xấu hổ không dám tái phạm. Đến thời ông nội của vua, nếu kẻ ăn trộm bắt đứng một chỗ dùng tro rắc xung quanh... kẻ trộm xấu hổ không dám tái phạm. Đến đời phụ vương của vua, nếu kẻ ăn trộm thì đuổi ra khỏi thành... Đến đời vua Bình-sa thì đuổi ra khỏi nước... Nếu kẻ trộm bị trục xuất bảy lần nhưng vẫn cướp của giết người nơi thành ấp.... thì chặt ngón tay út."

[89] *Tứ phần/*四分律 1, p.573b3: Nếu lấy 5 tiền hay vật trị giá 5 tiền sẽ bị tội chết 若取五錢，　若直五錢物應死. Vin.nt., *pādena... tena kho pana samayena rājagahe pañcamāsako pādo hoti,* bằng 1 *pāda*... thời bấy giờ, ở Rājagaha, 1 *pāda* = 5 *māsaka. Ngũ phần, Thập tụng:* 5 tiền 五錢. *Căn bản:* 5 ma-sái 磨灑. *Tăng-kỳ* 3: Phật trực tiếp hỏi vua Bình-sa. Vua trả lời: "19 tiền là 1 kế-lị-sa-bàn 罽利沙槃. Phân 1 kế-lị-sa-bàn (Pāli: *kahāpaṇa*; Skt. *kārṣāpaṇa*) thành 4; trộm 1 phần, hay vật trị giá 1 phần, tội chết."

thưởng công với giá 40 lạng vàng.[90] Mặc dù đây là con số có thể khoa trương quá trớn, nhưng nó chứng tỏ giá trị 5 māsaka chưa đủ lớn để đáng xử tử. Ngoại trừ nếu đó là lệnh của một bạo chúa cực kỳ hung ác. Nếu các luật gia Phật giáo Trung Quốc hiểu rõ một māsaka giá trị bao nhiêu, nhất định các ngài sẽ đặt vấn đề, khi đối chiếu với tội ăn trộm trong luật hình sự của các triều đại vua chúa Trung Quốc.

Ở đây tạm thời có thể kết luận như sau: tỳ-kheo nào lấy vật không cho với mức giá trị mà theo pháp luật hiện hành Tòa án có thể đưa ra xét xử và tuyên án với tội danh là ăn trộm theo luật hình sự, tỳ-kheo ấy phạm ba-la-di. Bởi vì, dưới con mắt người đời, mỗi kẻ đã bị một Tòa án công bình và chính trực tuyên án là phạm tội ăn trộm, kẻ đó đã mất phẩm cách con người, và khó khăn lắm mới có thể phục hồi danh dự làm người. Cũng vậy, một tỳ-kheo có thể bị kết tội theo luật hình sự hiện hành là phạm tội ăn trộm, thì bản thể tỳ-kheo hoàn toàn bị vỡ, không thể dự vào hàng ngũ của địa vị chúng trung tôn, không xứng đáng mọi người kính trọng như các tỳ-kheo khác mà bản thể tỳ-kheo chưa bị vỡ.

> Học xứ này được diễn giải lại như sau: *"Tỳ-kheo nào, lấy vật không cho từ tụ lạc, hay từ a-lan-nhã với tâm trộm cắp, với hành vi lấy vật không cho ấy, trong mức độ mà nó có thể bị bắt giữ theo luật hình sự hiện hành và bị tuyên án là phạm tội ăn trộm; cho đến mức độ này, tỳ-kheo ấy là kẻ phạm ba-la-di."[91]*

Chúng tôi chỉ nêu văn cú một vài học xứ để có cái nhìn toàn diện về các học xứ khác, và qua ý kiến giảng giải của các nhà soạn luật tại Việt Nam, như Hòa thượng Trí Thủ, Tuệ Sỹ, minh thị cho chúng ta hiểu rằng, văn cú giới luật Phật chế đều có liên quan chặt chẽ với luật pháp xã hội bên ngoài. Vì đời sống cộng đồng Tăng lữ là một xã hội thu nhỏ, sự sinh hoạt của tập thể tỳ-kheo hay cá nhân đều có tương tác với xã hội thế

---

[90] Chú trong *Tứ phần hiệp chú*: Cũng nên thêm một bằng chứng khác, Hữu bộ *Tỳ-bà-sa* 5 (Đại 23, tr. 537c), giải thích ni-tát-kỳ ba-dật-đề 25: (...) tỳ-kheo dựt y từ tỳ-kheo khác (...) tính theo giá tiền mà định tội. – *Luật nhiếp* 7 (Đại 24, tr. 563b), thêm chi tiết: có thể thành tội ba-la-di. Tổng hợp hai giải thích này: nếu chiếm đoạt y của tỳ-kheo khác, mà y ấy có giá trị từ 5 ma-sa trở lên, có thể phạm tội ba-la-di. Cố nhiên ăn cắp hay dựt một chiếc y, bất cứ trong trường hợp nào, khó có thể bị khép tội tử hình. Cho nên, cần kết luận dứt khoát rằng, 5 ma-sa không phải là trị giá để định mức tội tử hình.

[91] *Tứ phần hiệp chú* (2A), tr. 91-94.

gian. Giới luật nhà Phật không những bảo vệ bản thể của tỳ-kheo mà còn mang lại an bình cho những người xung quanh. Cho nên văn cú các học xứ tuy cách xa thời đại này, trên hai ngàn năm nhưng giá trị lợi ích cho chúng xuất gia vẫn còn như thuở Phật tại thế. Không thể đem trí năng phàm phu xem đó là lỗi thời rồi gạn lọc tự tiện cắt bỏ.

3. Năm thiên

Năm thiên là ba-la-di (Skt. *pārājikā*/ P. *pārājika*), tăng-già-bà-thi-sa (Skt. *saṃghāvaśeṣa*/ P. *saṃghādisesa*), ba-dật-đề (Skt. *pātayantikā*/ P. *pācittiyā*), ba-la-đề đề-xá-ni (Skt. *pratideśanīyā*/ P. *pāṭidesaniyā*), đột-kiết-la (Skt. *duṣkṛta*/ P. *dukkaṭa*) (bất định, chúng học pháp, 7 diệt tránh), gọi là năm nhóm tội phạm (5 tụ phạm 五犯聚), hay gọi năm tụ tội, năm thiên tội, đồng nghĩa với Pāli: pañcaāpattikkhandā (Vin. v. 91). Luật *Tứ phần* quyển 59: *"Lại có năm loại phạm: ba-la-di, tăng-già-bà-thi-sa, ba-dật-đề, ba-la-đề đề-xá-ni, đột-kiết-la, là năm, cũng gọi năm loại chế giới, cũng gọi năm nhóm tội phạm."*[92] Luật *Tăng-kỉ* gọi là năm thiên, *"Tỳ-kheo phạm ba-la-di, ... việt Tì-ni là năm thiên tội phỉ báng, nghĩa là do phỉ báng mà sinh tranh chấp."*[93] Hoặc gọi 5 diên kinh (五綖經),[94] 5 tu-đa-la (五修多羅, sūtra),[95] 5 chúng tội (五眾罪),[96] từ "chúng" cách dịch khác là uẩn 蘊 (*skandha*), tụ (*khandha*).

Trong mục II. Giới kinh đã nói, 5 thiên là hình thức tổ chức sớm nhất, rồi từ 5 thiên (bộ) này sau dần dần thành 8 thiên, thêm bất định, ni-tát-kỳ ba-dật-đề, chúng học pháp và diệt tránh. Điều này cho thấy sự hình thành Giới kinh, bố-tát thuyết giới, học xứ không ngừng thêm vào, do tùy phạm tùy chế. Như trong *Tứ phần* quyển 4 và 5[97] nêu việc Đề-bà-đạt-đa (Devadatta) phá hòa hợp Tăng (tăng-già-bà-thi-sa 10), và tùy thuận phá Tăng (tăng-già-bà-thi-sa 11), hai học xứ này Phật chế lúc Ngài 70 tuổi. Hoặc ba-dật-đề 72, khinh chê học giới (*Tứ phần* quyển

---

[92] 四分律59, p.1004, c8-10:「復有五種犯：波羅夷、僧伽婆尸沙、波逸提、波羅提提舍尼、突吉羅，是爲五，亦名五種制戒，亦名五犯聚。」

[93] 摩訶僧祇律 12, p. 328, c11.

[94] Ibid., 27, p. 448, a17.

[95] Ibid., 32, p. 492, b22.

[96] Ibid., 7, p. 283, a2.

[97] 四分律 4, p. 590, b13; 5, p. 595, c2.

18): *"Tỳ-kheo nào, khi thuyết giới,*[98] *nói như vậy: Đại đức, thuyết những giới vụn vặt như vậy để làm gì? Khi nói các giới ấy, khiến cho người sanh ra hoài nghi, phiền muộn, xấu hổ;*[99] *vì khinh chê giới, ba-dật-đề."*[100]

Rõ ràng học xứ này chế thêm và bổ sung sau khi việc bố-tát thuyết giới đã thiết lập. Học xứ này liên quan với ba-dật-đề 73, vô tri học giới: Duyên khởi nói một tỳ-kheo trong nhóm sáu tỳ-kheo khi đang nghe giới, biết mình phạm tội, sợ tỳ-kheo thanh tịnh phát giác nêu tội, bèn đến trước vị tỳ-kheo thanh tịnh nói: *"Nay tôi mới biết, pháp này chép trong giới kinh, mỗi nửa tháng nói một lần, rút ra từ giới kinh."*[101]

Liên hệ học xứ ba-dật-đề 72, 73, cho thấy đời sống chúng tỳ-kheo ngày một đông và phức tạp nên mới xuất hiện nhiều tỳ-kheo không tuân thủ giới, nói dối mình không biết, hoặc khinh chê học xứ như thế. Từ việc này giúp chúng ta suy luận, thời Phật hoằng hóa bị giới hạn ở khu vực sông Hằng, hoặc khu vực này quá rộng, và giao thông bất tiện, ngôn ngữ bất đồng, lại không có văn tự ghi chép để truyền đạt đến phương xa, cho nên nhờ việc thuyết Ba-la-đề-mộc-xoa để phổ biến học xứ mới chế lập. Do đó mà sự việc trong ba-dật-đề 73 có thể nói lên học xứ đã chế mà vẫn chưa kịp lưu truyền đến nhiều nơi khác nhau, mới khiến tỳ-kheo không biết học xứ mới.[102]

Lại nữa, thời xưa đời sống kinh tế rất giản đơn, nhu cầu chi dụng hằng ngày của tỳ-kheo không ngoài y, bát, ngọa cụ, ẩm thực, thuốc thang, nếp sống "ít muốn biết đủ". Nhưng đến khi Phật giáo phát triển, tín chúng cúng dường dồi dào, tỳ-kheo cũng mong cầu nhiều. Trước hiện tượng đó đức Phật phải tùy chế. Những phẩm vật nhận không đúng quy định, hay vượt quá giới hạn phải xả bỏ (hoàn lại cho chủ cũ), đồng thời phải sám tội ấy. Do về sau học xứ này càng nhiều mới phân ba-dật-đề thành xả đọa và đơn đọa. Cho nên ban đầu 5 thiên, học xứ ni-tát-kỳ ba-dật-đế 尼薩耆波逸提 (Skt. *niḥsargikā-pātayantika*/ P. *nissaggiya-*

---

[98] *Tăng-kì:* "Khi tụng Ba-la-đề-mộc-xoa mỗi nửa tháng mà nói như vầy..." *Ngũ phần:* không có chi tiết "thuyết giới." Pāli: *uddissamāne*, trong khi đang thuyết giới; sớ giải, VA. 876: *ācariyenaantevāsikassauddissamāne*, "trong khi thầy đang thuyết cho đệ tử."

[99] Pāli: *kukkccāya vihesāya vilekhāya...*, khiến cho nghi hoặc, phiền muộn, rối loạn.

[100] 四分律 18, p. 686, a2.

[101]   Ibid., 18, p. 686, a19.

[102]   Cf. 原始佛教聖典之集成, p. 145.

pācittiyā) không nhắc tới, vì nó được xếp chung trong thiên ba-dật-đề 波逸提. Ba-dật-đề, dịch là đọa, hay gọi đơn đọa 單墮 (Skt. *śuddha-prāyaścittika*), đơn là đối trước một tỳ-kheo thanh tịnh phát lồ xuất tội; ni-tát-kỳ ba-dật-đề, dịch là xả đọa 捨墮.

Còn hai pháp bất định 二不定法 (aniyata-dharma): thứ nhất không xác định phạm ba-la-di, tăng-già-bà-thi-sa, hay ba-dật-đề; thứ hai không xác định tăng-già-bà-thi-sa, hay ba-dật-đề. Hành vi này liên quan đến ái nhiễm dễ dẫn đến phá phạm hạnh, tuy tội chưa rõ nhưng vẫn định là đột-kiết-la. Học xứ này chế thêm bổ sung, như vành đai an toàn cho tỳ-kheo. Hoặc nói cách khác nhờ đến lớp Phật tử chánh tín giữ gìn bảo vệ cho Tăng-già thanh tịnh, nhưng với điều kiện là ưu-bà-di trụ tín chứng sơ quả mới đủ thẩm quyền tư cách như pháp để thưa lỗi tỳ-kheo. Điều này cũng giống như các yếu tố hợp pháp mà tòa án xét để chấp thuận đơn khởi tố.

Trong *Minh liễu luận* 明了論, Phất-đà-đa-la-đa (Buddhatrāta) người phái Chánh lượng bộ biên soạn (Chân Đế dịch), ghi: *"Có sư khác nói rằng, hai bất định này dường như là nghĩa gốc của luật."*[103] Đây là quan điểm của Luật sư bộ phái, có thể Chánh lượng bộ cho rằng chớ khinh suất tội nhỏ, từ tội nhỏ có thể phát sinh tội lớn.

Và pháp diệt tránh 滅諍法 (*adhikaraṇaśamathā-dharma*): Diệt tránh còn có một dịch ngữ Hán khác: chỉ tránh, đình chỉ tránh sự. Diệt hay chỉ, trong nghĩa gốc tiếng Phạn (Skt. *śamatha*, Pāli: *samatha*), là tình trạng lắng dịu, tĩnh lặng. Tuy nhiên, trong ý nghĩa chuyên biệt của Luật, nên hiểu đó là sự phán quyết về một vụ án. Hiểu như thế, thì các pháp diệt tránh là những nguyên tắc để Tăng xử trị các trường hợp phạm luật, bao trùm cả phạm vi cá nhân, và tập thể. Nói cách khác, chúng giống như những nguyên tắc pháp chế mà một tòa án thế tục phải tuân theo khi xét xử một vụ án, để cho phù hợp với công bằng và lẽ phải.[104] Và xét về bản chất, 7 diệt tránh là các học xứ của tỳ-kheo, tức những nghĩa vụ luật ấn định, các tỳ-kheo phải chấp hành. Ai không chấp hành phạm đột-kiết-la.[105]

---

[103]   律二十二明了論 1, T24, no. 1461, p. 667, a3:
有餘師說：此二不定似律本義」

[104]   Thích Tuệ Sỹ, *Pháp diệt tránh*, Nxb Phương đông, tr. 50.

[105]   Thích Tuệ Sỹ, ibid., tr. 59.

Ấn Thuận cho rằng, trong *Ưu-ba-li vấn Phật kinh* 優波離問佛經 (T24n1466, Cầu-na-bạt-ma [Guṇavarman] dịch) và *Phật thuyết bí-sô ngũ pháp kinh* 佛說苾芻五法經 (24n1479, Pháp Thiên dịch) là hai bản ghi chép tổ chức hình thức thuyết Ba-la-đề-mộc-xoa cổ nhất, không thấy ghi chép pháp bất định và pháp diệt tránh, đoán định hai chương này được bổ sung vào thời kỳ kết tập 700 vị tại Vaiśāli.[106]

Cuối cùng trong thiên đột-kiết-la là pháp chúng học. Pháp này xếp thành bộ phận thứ 5 trong *Giới kinh*. Bộ phận này *Tứ phần* dịch âm "Thức-xoa-ca-la-ni pháp" (式叉迦羅尼法). Lời chua nhỏ trong bản Hán: *"Tiếng của người Hồ (Phạn) chính xác phải nói là thức-xoa-ca-la-ni. Những chỗ nào đọc và viết, nên theo từ này. Vì không thể nhất nhất đều theo văn mà sửa, do đó cứ để nguyên như vậy. Đan bản gọi trăm pháp chúng học."*[107]

Thức-xoa-ca-la-ni là phiên âm Phạn: śikṣā karaṇīyā, "điều cần phải học." Căn bản Thuyết nhất thiết hữu bộ tì-nại-da 50 (T23n1442, tr.901b17) gọi "Chúng đa học pháp 眾多學法". Các bộ khác, Ngũ phần 10 (tr.73c27), Tăng-kì 21 (tr.399b07), Thập tụng 19 (tr.133b14) gọi: Chúng học pháp 眾學法. Pāli (Vin. iv. 185): sekhiyā dhammā (sikkhā karaṇīyā). Bản Sanskrit. saṃbahulāḥ śaikṣā dharmāḥ (śikṣā karaṇīyā).

Điều học này lúc đầu khác với nghĩa "học xứ", nhưng dần dần phát triển theo đời sống của Tăng mà thành tội, không học không được. Luật Tăng-kì gọi là Việt tì-ni (vinayātikrama), Thập tụng gọi đột-kiết-la (duṣkṛta, dịch ác tác), tội này nhẹ, phạm chỉ sám hối tự tâm, gắng học thì được thanh tịnh. Tuy nhiên, theo *Tát-bà-đa tì-ni tỷ-bà-sa* của Hữu bộ cho rằng, loại này được chế định sớm nhất trong năm thiên giới.[108] Bộ phái này kết luận như vậy không phải không có lí do, sự kiện lịch sử ghi chép như sau: Đức Phật quán biết nhân duyên hội đủ, sai bí-sô Mã Thắng (*Aśvajit*) dùng oai nghi đi độ Địa-sư (地師, Tiṣya/Upatiṣya, tức Xá-lợi-phất) và Câu-lý-ca (拘哩多, Kolita, là Mục-kiền-liên). *"Oai nghi của Mã Thắng trang nghiêm thanh thoát, trời và người trông thấy*

---

[106] Cf. 原始佛教聖典之集成, p. 148.

[107] 四分律 19, p. 698, a8-9:
「胡音不正，應言式叉迦羅尼。諸有讀寫者，盡應從此式叉迦羅尼。不能 ⋯⋯ 就文治，故斑之出。丹本即云百眾學法之 ⋯」

[108] 薩婆多毘尼毘婆沙 9, T23, no. 1440, p. 561, c20.

đều phát tâm."[109]

Cho nên khi Tăng-già hình thành thì oai nghi chánh hạnh của tỳ-kheo chắc chắn được Phật chỉ dạy trước tiên.

Tóm lại, khi Phật còn tại thế, kết tập Ba-la-đề-mộc-xoa là 5 bộ (5 thiên), thời gian này học xứ vẫn tiếp tục lập chế, tương truyền có hơn 150 học xứ. Thiên đột-kiết-la chỉ có pháp chúng học. Sau khi Phật nhập diệt, lần kết tập đầu tiên, Ba-la-đề-mộc-xoa có 193 giới. Hai pháp bất định và 7 pháp diệt tránh là phần phụ lục không phải phần chính. Do truyền tụng lâu ngày mà trở thành bộ phận trong Giới kinh, thành 202 giới. Đây là Giới kinh cổ truyền, cũng là thời điểm Tăng-già hòa hợp, và được xem là Giới kinh xưa nhất của Phật giáo nguyên thủy.

Đến khi Phật nhập diệt sau 300 năm, Pháp tạng bộ phân nhánh từ Hóa địa bộ, họ kết tập Luật tạng, pháp chúng học trong *Tứ phần giới bổn* lúc bấy giờ là 100, cộng thành 250 giới. Vì giới điều ba-đật-đề và pháp chúng học của mỗi bộ phái có sự biên tập thêm, như 26 điều tôn trọng tháp trong pháp chúng học của phái Pháp tạng là biên tập thêm. *Thiện kiến luật* ghi: "*Khi đức Phật còn tại thế chưa có tháp.*"[110]

Như vậy Giới kinh thời kỳ đầu chia thành 5 thiên, từ 5 thiên này hình thành 5 nhóm tội. Về sau một số bộ phái thấy 5 nhóm tội không đủ bao quát tất cả, mới y trên cơ sở 5 tụ phạm mà mở rộng thành 7 tụ phạm, gọi là thất tụ.

4. Thất tụ

Luật *Tứ phần* quyển 5: có bảy phạm tụ, ba-la-di, tăng-già-bà-thi-sa, ba-dật-đề, ba-la-đề đề-xá-ni, thâu-lan-giá, đột-kiết-la, ác thuyết (*dubbhāsita*).[111]

Luật *Pāli*, liệt kê 7 nhóm tội (*Sattapi āpattikkhandhāti*): *pārājikaṃ, saṅghādisesaṃ, thullaccayaṃ, pācittiyaṃ, pāṭidesanīyaṃ, dukkaṭaṃ, dubbhāsita.* Thứ tự khác với *Tứ phần*, thâu-lan-giá xếp thứ ba.

Luật *Ngũ phần* quyển 19 ghi: "*Có một tỳ-kheo, ngày tự tứ, phạm tội đột-*

---

[109]   *Xuất gia sự*/出家事 2, T23, no. 1444, p. 1027, a26.

[110]   善見律毘婆沙 16, p. 787, a28:「佛在世未有塔」.

[111]   四分律 5, p. 599, c25-27:「有七犯聚：波羅夷、僧伽婆尸沙、波逸提、波羅提提舍尼、偷蘭遮、突吉羅、惡說。」

kiết-la, hướng đến các tỳ-kheo nói: Một bên nói là ba-la-đề đề-xá-ni, một bên nói là đột-kiết-la... Phật dạy: Nên sai một tỳ-kheo đưa đến chỗ mắt thấy tai không nghe, dạy tác pháp hối quá đột-kiết-la... Người nào hỏi, phạm đột-kiết-la, phạm ba-la-đề đề-xá-ni,... cho đến phạm thâu-lan-giá, cũng như vậy. Nếu phạm tăng-già-bà-thi-sa, hoặc phạm ba-la-di, nên bạch yết-ma đình chỉ việc này."[112] Theo như nội dung *Ngũ phần* nêu thì 7 tụ tội thứ tự giống với Pāli. Có thể *Tứ phần* sắp xếp thâu-lan-giá đứng thứ 5 đến đột-kiết-la, ác thuyết là theo tội phạm mở rộng, ngoài tội chính trong 5 thiên. Còn luật sư các bộ phái khác xếp thâu-la-giá thứ 3 có lẽ xem tội phạm nếu không ở mức ba-la-di, hay tăng-già-bà-thi-sa thì sẽ thâu-lan-giá.

Thiện kiến luật định nghĩa thâu-lan-giá 偷蘭遮 (Pāli: *thulla/thūlaccaya;* Skt. *sthūlātyaya*), "*thâu-lan (sthūla) là lớn, giá (atyaya) là nói chướng ngại con đường thiện, sau đọa ác đạo.*"[113]

> Đơn cử trường hợp thâu-lan-giá, luật *Tứ phần* định tội như sau: "*Các kho tàng chôn dưới đất... như bảy báu gồm vàng, bạc, lưu ly...; hoặc những nhu yếu phẩm khác có chủ và được chôn trong lòng đất. Những vật này có giá trị năm tiền hoặc quá năm tiền, nếu lấy với tâm trộm cắp; lấy bằng cách lôi kéo đi chỗ khác, hoặc chôn giấu đi, hoặc di chuyển khỏi nguyên vị trí; vật vừa rời khỏi nguyên vị trí, thành ba-la-di. Nếu phương tiện muốn nhấc lên, nhưng không nhấc nổi, phạm thâu-lan-giá.*"[114]

Nguyên lý cơ bản để xác định tội trạng là sự thành tựu của nghiệp đạo căn bản qua 3 giai đoạn: 1. Gia hành của nghiệp đạo, là khởi niệm ăn trộm, cho tới khi vật muốn trộm bị dời chỗ, lúc muốn nhấc đi là thâu-lan-giá (coi như tiên khởi của nghiệp đạo). 2. Căn bản nghiệp đạo, là lúc vật được dời đi, lúc này nghiệp đạo căn bản thành hình, phạm ba-la-di. 3. Hậu khởi, là từ sát-na trở về sau, sử dụng, hoặc chia chác... là hậu khởi nghiệp đạo.

Luật hình sự thế pháp vì căn cứ trên quyền lợi bị thiệt hại của sở hữu chủ mà quy định tội trạng; nói cách khác, mục đích của nó là bảo vệ tài

[112]   五分律 19, p. 132, c19.

[113]   善見律毘婆沙 9, p. 733, c18.

[114]   四分律 1, p. 573, c15.

sản của sở hữu chủ. Trái lại, luật tỳ-kheo có mục đích bảo vệ bản thể của tỳ-kheo, căn cứ trên mức độ hủy diệt của bản thể này mà định tội, hoặc ba-la-di, hoặc thâu-lan-giá, hoặc đột-kiết-la. *Tứ phần hiệp chú* giải thích thêm: *"Trong số những người đồng mưu ăn trộm, nửa chừng, có kẻ hối tâm, tư niệm tức động lực của nghiệp đạo trộm bị tiêu diệt, nghĩa là hoàn toàn không còn ý định ăn trộm nữa, thì sự phân biệt tội trạng như vầy: (a) Nếu hối tâm lúc một kẻ trong đồng bọn đã mó tay vào đối tượng trộm nhưng chưa dời chỗ, phạm thâu-lan-giá. (b) Nếu hối tâm trước hành vi mó tay này, đột-kiết-la. Còn như đối tượng trộm đã bị dời chỗ mới hối tâm, nghĩa là sau đó y không dự phần chia chác nữa, thì căn bản của nghiệp đã thành tựu nên chia hay không vẫn phạm ba-la-di."*[115]

Và tội thâu-lan-giá này cũng là thay thế cho pháp bất định, do pháp bất định không xác định được tính tội, còn pháp diệt tránh cũng không được xếp trong 7 tụ này, vì trước sau nó vẫn mang ý nghĩa phụ lục. Trong 7 tụ cũng không có ni-tát-kỳ ba-dật-đề, có thể các bộ phái quy tội đồng với ba-dật-đề như đã nói ở 5 thiên.

Hai tụ cuối là đột-kiết-la và ác thuyết. Đột-kiết-la 突吉羅 (P. *dukkaṭaṃ*, Skt. *duṣkṛta*), dịch là ác tác 惡作, tức việc làm sai trái, xấu ác. Luật Pāli Thượng tọa bộ, *Ngũ phần* của Hóa địa bộ, *Tứ phần* Pháp tạng bộ khi chia 7 tụ lược ni-tát-kỳ ba-dật-đề mà phân đột-kiết-la thành ác tác vi phạm về thân nghiệp và ác thuyết 惡說 vi phạm về khẩu nghiệp. Còn phạm hai pháp bất định, pháp chúng học, 7 pháp diệt tránh đều trong học xứ đột-kiết-la.

(Còn tiếp)

Nha Trang, chùa Long Sơn, | T.T.N.
tiết Nguyên tiêu, Kỷ hợi. |

---

[115] HT. Thích Trí Thủ..., *Tứ phần hiệp chú* 2A, 1991, tr. 96-98.

MỘT SỐ THAM CHIẾU VỀ HAI HỆ THỐNG ĐỘNG TỪ: ĐỘNG TỪ TIẾNG PHẠN VÀ HY LẠP

Pháp Hiền cư sỹ

Oṃ! Đánh lễ Pháp

Yad vā naḥ tad vā naḥ
Cái gì của ta là của ta
(Điển ngữ Ấn-độ)

ου πολλα αλλα πολύ
Phi tính tức tính
(Greek maxim)

Đối với cá nhân tôi, năm 1625, là năm tiếng-nước-Việt bị nhấn chìm trong vòng nước lũ của tự dạng tiếng Latin, khi Alexandre, cập cảng Hội An, và bắt đầu thực hiện ý đồ truyền đạo Cơ Đốc của mình. Từ đó, tiếng Việt đã mất dần và ngữ nguyên *của tiếng nước ta* thì chìm khuất. Nền tảng Hán-Nôm với tinh hoa tạo dựng từ các bậc tiên hiền đã xem như mai một, cuốn theo Tây học. Căn nguyên của Hán-Nôm, tuy là được gán ghép từ Hoa ngữ, thế nhưng ý niệm về vạn hữu, ngôn âm và nền tảng triết học, triết lý của bản thân dân tộc mình – dân tộc của tôi – bấy giờ, như thực trạng, đang và sẽ trở thành bóng đêm cho những thế hệ tiếp theo, khi mà ngữ nguyên của dân tộc đã bị thay thế bằng những quan điểm lợi-hại từ việc Latin hóa, và như vậy, ta cần trông đợi từ một lịch sử phải được đánh thức qua phê phán. Tuy nhiên, khi không truy được ngữ nguyên của một từ, dù ngữ nguyên, nguyên tố (căn tố) của từ ấy phát xuất từ đâu, hoặc vay mượn từ "ngôn bản" của bất cứ loại ngôn ngữ nào, của ai, thì "dân tính", ngữ tính của dân tộc ấy sẽ rất khó đưa bản ngữ của mình vào quy luật nghĩa, minh định từ và hậu quả như ta biết, Việt ngữ đã được (bây giờ) dùng, đã diễn ra như thế nào, tùy tiện và những tranh luận vô cớ, vì không có khởi điểm căn cơ.

Và, vì, một ngôn ngữ đã không còn hoặc mất dần ngữ nguyên, những vay mượn không rõ nguồn gốc, thì những văn bản độc lập, sáng tạo sẽ thành là những tác dụng phụ trên những ngôn ngữ có ngữ nguyên.

Có thể, đi tìm và giáo dục trở lại nền tảng Hán-Nôm cho tiếng Việt-người Việt là một công việc "lạc hậu" và có thể là một trò cười cho thiên hạ. Tuy nhiên, ta giả dụ rằng, nếu ngay bây giờ, ta bắt đầu học lại tiếng Hán-Nôm, thì chắc gì những tiếp cận đa phương của ta về mọi ngôn ngữ được ký tự bằng tiếng Latin hoặc ngoài Latin, là có thể dễ dàng hơn và thâm thúy hơn (thăng hoa cái cần và loại trừ cái không cần thiết) và biết đâu, với nền tảng từ nguyên của mình – khái niệm về vạn hữu cộng thông với Hán văn – có lẽ tiếng Việt hay Việt ngữ của chúng ta, sẽ thành là một trong những ngôn ngữ chánh yếu trên thế giới này thì sao?

Bởi vì, vào lúc này, bất cứ ai, nếu muốn học tiếng Việt của ta, thì người ấy phải học đến – cùng một lúc – "ba ngoại ngữ" như chính chúng ta. Điều này, có thể gây trở ngại trong giao tiếp, nhưng chắc chắn điều đó sẽ dẫn ta đến kho tàng vốn có của bản ngữ mình, như người Tây Phương đã học tiếng "mẹ đẻ" của họ ra sao qua Latin và Hy Lạp hoặc cả khi họ phải học tiếng Hán như thế nào.

Hãy tưởng tượng, nếu bạn được học ngay từ vỡ lòng, cấu trúc ngôn ngữ ngữ nguyên - Hán Nôm - thì tôi tin rằng, đó sẽ là cơ sở khả hữu để ta dễ dàng đi vào Đông phương học, bởi, chữ viết ấy, tự bản thân nó, khi đặt bút, ta phải, tâm bình, khí tịnh và trạng thái này là một trạng thái ắt có và đủ cho mọi loại chữ viết mang tính thánh ngữ, nhất là, đương nhiên đối với người học Phật - Phạn ngữ. Hãy tưởng tượng, nếu vì, phiền não, phung phí sức khỏe vào những điều vô bổ, thì ngay cả chữ viết tiếng Việt theo dạng Latin hóa như ngày nay ta đang dùng, thì cái chữ viết ấy, có được sự ngay ngắn chỉnh thể như ngày thường chăng? Hà huống Hán-Nôm là loại chữ viết cần đến một chút trang nghiêm và thanh tịnh. Tuy nhiên, đây chỉ là giấc mơ, nó chỉ tồn tại trong các chuyên khoa Đại học thôi.

Nói như thế, không có nghĩa là các anh "Tàu" Chợ Lớn đều có thể mở toang cánh cửa Phật giáo, có một chỉnh thể nào đó trong tư duy, thế nhưng, cái mà ta muốn nói, tức là, tâm bình khí tịnh, trên ngọn bút của mình. Và điều này, hầu như có rất nhiều trong môi trường, chữ viết Hán- Nôm mà thôi – chữ viết của Nho phong với tính hàn lâm thật sự của nó.

Tới đây, tôi còn nhớ như in những "roi vọt" của ông nội tôi khi mỗi ngày tôi ngáy ngủ trên Tam Thiên Tự của thời xa xưa ấy. Tôi còn thấy như in những vết nhăn trên khuôn mặt già nua của mình khi về Già Lam học Phạn văn với thầy Thích Nguyên Giác. Những vết roi, vết hằn đó, đôi khi lại là những vết trí khắc sâu vào "tâm khảm" mình, để một ngày của một kiếp nào đó, nó có thể cất cánh bay, như một lần họa long điểm nhãn, cũng nên.

Cái mà ta muốn, như một sự thật lịch sử, chính là tổ tiên của chúng ta đã được tôn kính như thế nào trong truyền thống Hán-Nôm trên cái "trang thờ" đang đặt ở giữa nhà ta với những câu liễn-đối cực kỳ sâu lắng và đẩy tính triết học và triết lý đạo học đang treo 'quên' trên ấy.

Tiếc thay! Cái cảnh giới Nho-Nôm-Việt-học đó giờ được thay bằng bụi bặm và những nén hương với nhiều hóa chất và một niềm tin đang dần mục rỗng với những chắp vá mơ hồ.

Cảnh giới Nho học sẽ luôn là phần còn lại – phần còn lại của trí thức – cho những ai đã tiếp cận nó và cho những ai đã được truyền từ những tiếp cận đó trên tinh túy của "bốn ngàn năm văn hiến".

Cái cảnh giới Hán-Nôm, sẽ khiến cho một cậu học trò, một người học trò trầm tư nhiều hơn về và trong tâm thức của mình và, ngay từ bây giờ, tâm thức ấy sẽ là hệ quy chiếu trên các hệ thống ý thức hệ toàn cầu này.

Một viễn cảnh như thế giúp ta nhiếp dung hết tất cả và thanh lọc được những tinh hoa trên bản ngữ văn hóa mình mà đó là một tổng thể của nền minh triết Đông phương như ta vốn tự hào.

Chính cái đạo đức hằn sâu trong truyền thống Hán-Nôm, sẽ khiến ta khỏi cất công xiển dương một lần nữa về "tiên học lễ hậu học văn", về tình trạng hơi kém lễ nghĩa của học trò bây giờ đối với thầy, cha mẹ, cộng đồng, và sự tôn trọng lẫn nhau trong tiếp cận – một nền tảng được xây dựng bằng "Đông phương học" và cái học về Tây phương, được xét như là một quy chiếu để làm giàu thêm vốn quý của mình, là điều có thể.

Đặc biệt hơn, cái cảnh giới đó sẽ giúp ta đi vào những vùng sâu nhất của cảm thụ và sáng tạo – Phật giáo.

Trở lại tinh thần Hán-Nôm, không có nghĩa là ta phải trở lại bộ khung phong kiến như đã vài lần làm cách mạng cho một số nội dung lỗi thời của nó mà, sự "quy mệnh" này vốn dĩ khơi dậy một nền tảng "minh triết" nào đó vốn chìm khuất trong "Việt tính" của chúng ta.

Một vài tuyên ngôn của Phạm Công Thiện trong một số tác phẩm nổi tiếng của ông có ghé sơ qua về vấn nạn này – *Hố Thẳm Tư Tưởng*, chẳng hạn.

Tuy nhiên, việc "ghé sơ qua" này, chỉ để tung rộng hơn về những trầm tư của ông trong "triết Tây" và một số luận điểm được thông qua-thăng hoa từ cánh cổng của Đông phương – một triển khai cần và có tính lịch sử trong đời sống thanh niên Việt trong một giai đoạn mà "ngoại ngữ" còn đẹp và bí mật, thời bấy giờ, như một bức tranh của Léonard.

Ở đây, tôi muốn nói đến tiếng Việt của ông hơn là những "bùng nổ ý thức" trên cơ sở triết Tây, của ông.

Trở lại, khi liên hệ đến một vài nạn vấn của một ai đó cắc cớ hỏi rằng, nghe nói sau khi tự thiêu, bồ-tát Quảng Đức, có để lại trái tim xá lợi, vậy trái tim đó, cụ thể là đang tôn trí ở đâu?

Cũng thế, có người nạn vấn rằng, La Thập tuyên bố là, nếu mình dịch sai Phật điển, thì khi hóa nhục thân, cái lưỡi của Ngài sẽ không tồn tại, thế nhưng, cái lưỡi Ngài đã tồn tại, vậy, cái lưỡi đó hiện tôn trí ở đâu và vì nó quý hiếm tuyệt đối như thế, thì chắc chắn rằng, nó vẫn còn ở đâu đó, nơi Trung Hoa, chẳng hạn. Thế tại sao lại không thấy trưng ra để loài người chiêm vọng và lễ lạy.

Những nạn vấn ấy là cần thiết và sự phúc đáp, minh định lại thuộc về những ai am tường lịch sử và tận mắt trông thấy là chúng đang ở đâu?

Với tôi, trái tim của bồ-tát Quảng Đức ở đâu; cái lưỡi [dịch sư] của Ngài La Thập tôn trí nơi nào, đó không phải là niềm mong cầu hạnh ngộ của tôi. Niềm mong cầu của tôi là tôi phải thấy cho được "cái Đại Linh thiệt dịch" ấy đang sáng ngời trong chư Kinh Luận Hoa ngữ của Phật giáo như thế nào và, 'trái tim' của bồ-tát Quảng Đức hiện giờ ở đâu và có tồn tại hay không, chính ở nơi hạnh nguyện của Ngài và nơi tự thân của mình; nơi ngọn lửa không phải tử vì đạo mà chính là để đánh thức những vô minh của ta và của chính những ai đã đàn áp, phong tỏa Phật giáo bằng những u mê, hận thù vô hạn.

Trong trường hợp này, thành ngữ Latin, có câu: "Immodica ira creat insaniam (Seneca) – vô minh thái quá (những sai trái) sẽ dẫn đến cuồng điên."

Ngọn lửa của bồ-tát Quảng Đức là để đốt sạch những vô minh, cực kỳ ngu si này – Lửa Đại Bi vậy.

"Xông xáo" trong việc đi tìm bằng chứng lịch sử và những xiển dương vô bổ, những phong trào mờ mịt, đôi khi ta sẽ bị bẫy vào một đầu cơ văn hóa, kinh tế, xướng ngôn viên... nếu không muốn nói là có cả chánh trị nữa.

"Thấy duyên khởi là thấy Pháp, thấy Pháp tức thấy Phật." Chân lý là vậy.

Lịch sử, nói cho cùng, đôi khi chỉ là lịch sử của "thức biến" mà thôi.

Đôi khi, nó chỉ có thật trên mặt ngôn ngữ.

Xá-lợi, nói cho cùng, chỉ là dư ảnh của những "đam mê giác ngộ đám đông" hơn là một "đam mê phiêu bạt" cô đơn trong xá-lợi của chư Kinh-Phật điển.

Song, ta có quyền mơ, một ngày nào đó, các bậc thầy của mình, là những người được đào tạo tại Việt Nam và giảng dạy lại cho người Việt Nam, cũng như cho toàn thế giới. Bạn thử nghĩ mà xem, dù bạn có thông minh ưu tú như thế nào, bạn, quý Pháp lữ, hoặc ngay cả các vị xuất gia đi nữa, mà do bất cứ quốc gia tiên tiến nào, không phải Việt Nam, đào tạo, thì họ có thể là thầy của thiên hạ, nhưng không thể là thầy của người hay hệ thống đã "nhào nặn" ra mình.

Tất nhiên, học, ở đâu cũng được, thế nhưng cái học ấy sẽ được tinh luyện, tinh chế như thế nào trong bản thể tâm linh ưu việt của một Đông phương trầm mặc và tự tại, cái bản thể "chạy, cháy, chảy, chạy..." của "chiết" lọc từ chính Việt Nam, mới phải.

Để "thư giản" với môi trường giáo dục và làm việc căng thẳng, thì những thầy giáo người Đức, xả "stress' bằng cách quán thư pháp của Trung Hoa.

Vậy, nét đặc trưng của chữ viết, dù Hán hay Hán-Nôm, nơi tự thân chúng, hẳn nhiên, đó phải là thế giới của thanh tịnh.

Ngay từ khi bước vào mẫu giáo của một trường giáo dục tiếng Latin, thì vị "giáo thọ" của loại hình ngôn ngữ này, đã sách tấn các học trò mình bằng những hấp dẫn của ngôn ngữ này và các nét bí mật của nó – Latīna est gaudium – et ūtilis! (Biết bao lợi lạc từ ngữ thể Latin!)

Thế giới của tu tập quán chiếu, thư pháp, là phần không thể thiếu của một đạo trình cao viễn và, nó đương nhiên là phần tồn tại huy hoàng giữa các nền văn minh thế giới, bất chấp đất nước đó theo chủ nghĩa gì và chân lý được quan niệm như thế nào?

Điều này, một lần nữa cho ta biết rằng, giáo dục Hán-Nôm một cách phổ quát là điều cần thiết hơn bao giờ hết.

Một vài người học triết, triết lý như Phạm Công Thiện, có đề cập đến Việt ngữ, trong tác phẩm nổi tiếng của ông - *Ý Thức Mới Trong Văn Nghệ Và Triết Học* - "chạy, chay, cháy, chảy..." và những nét tinh hoa của chúng so với triết học và triết lý Tây phương, thế nhưng những đề cập ấy, luôn nghiêng về một triết luận nào đó của ông và không đưa tới bất cứ chân trời nào của giáo dục nào cả. Nó chỉ là khái niệm "nâng triết Việt" lên qua một tham chiếu và tất nhiên "nâng" triết Tây lên, theo một cách nào đó "bằng triết Đông" mà thôi, cũng tất nhiên, như ta thấy, trong những khái niệm cụ thể ấy, có đôi phần, xiển dương một cách thái quá "triết Tây", vì tính luận lý và hệ thống "mới" của chúng đối với tri kiến của ta, lúc bấy giờ.

Phạm Công Thiện, theo tôi, là một vị đã mở rộng cánh cửa triết học Tây phương bằng một loại tiếng Việt siêu đẳng và, ông đáng được kính trọng như một bậc "xuất gia".

Toàn bộ tác phẩm của Bùi Giáng được viết bằng tiếng Việt hiện đại, thậm chí được viết bằng tiếng Việt trên tinh thần triết Tây, thế nhưng, thiếu kiến thức về Hán và Nôm, thì hầu như ta khó chạm hết những tinh túy của ông để lại cho hậu thế - tiếng Việt lạ thường và tuyệt vời của, chính xác là của nhà thơ ấy, cả trong dịch và viết, đáng để gẫm suy.

Trong lịch sử thế giới Phật giáo, ta thấy, chẳng hạn, D.T. Suzuki, đức Dalai Lama, thầy Tuệ Sỹ, Jiddu Krishnamurti ... là không do "ngoại quốc đào tạo" và đặc biệt hơn, GS. Lê Mạnh Thát, tuy học ở "Mỹ" về, nhưng toàn bộ những công trình vĩ đại của thầy, đều quy hướng trọn vẹn vào Phật giáo Việt Nam, tuyệt không thấy bất cứ dấu vết của học phong triết Tây nào cả.

Một Phật giáo với những sáng tạo tuyệt trần giữa Hán và Nôm. Một Phật giáo với những ứng dụng giáo chỉ Phật-đà một cách thiện xảo cho chính ngay dân tộc mình, có khi còn vượt hơn cả cách thực tiễn hóa của Phật giáo Trung Hoa và chúng được cô động trong và bằng những công trình vô đối của thầy.

Cái dữ liệu mang tính quốc hồn, quốc túy này cần được thắp lên để soi đường cho ta và, nếu có thể, cho toàn thế giới trong đêm dài "vọng ngoại" và " đầy dẫy công nghệ" này.

Trở lại, với tôi, Alexandre de Rhodes, là hiểm họa nhiều hơn là ân sủng (Corinthians (哥林斯人): δι ου και σωζεσθε / τη γαρ χαριτι εστε σεσωενοι – chính nhờ đức tin đến từ ân sủng mà bạn được cứu rỗi), bởi, khi "mất gốc", ta không thể tự cứu mình và, bởi, bây giờ, đi tìm một từ gốc nào đó của tiếng Việt, thì tôi phải kinh qua từ điển tiếng Việt và hiếm khi, người ta, những nhà làm từ điển thông tri cho ta biết đối tượng sở cầu vốn là gì? Như đã nói, tiếng Việt-viết-Nôm, tiếc thay đã thành là một bộ môn nghiên cứu riêng cho ngay cả người Việt.

Thậm chí, nếu thiếu từ nguyên, thì những ngộ nhận sẽ luôn xảy ra trên phương diện tiếng-từ, những yếu tố ngôn ngữ học... như hiện nay ta biết, tuổi trẻ bây giờ thích dùng từ "tắt" hơn – tầm, tâm, chuẩn, chất... ta vốn thừa biết rằng các từ "độc chiếc' này, nếu không có tính ngữ hiển nghĩa, thì ai muốn hiểu sao cũng được, miễn "chất" là được rồi.

Nếu một ngôn ngữ, thật vậy, có từ nguyên (etymology), có căn tố, thì nó sẽ là một đơn vị độc lập của quốc gia ấy, theo lý thuyết "hẹp". Nếu như, một ngôn ngữ nào đó mà đặc tính là những phổ quát vay mượn, thì ngôn ngữ đó, trên phương diện sở dụng sẽ phải ghi chú, lý giải cho một chuyên môn nào đó của mình, như hiện nay, ngay cả những văn bản mang tính Pháp quy, Khoa học... bằng tiếng Việt, hầu hết đều cần phải có tiếng Anh, hoặc Latin, Hy lạp, đi kèm. Và, nguy hiểm hơn, nếu không có những chú đính kèm từ những tiếng ngoại lai, thì văn bản ấy, đôi khi sẽ rất mập mờ cả trên luật và luận.

Tuy nhiên, Truyện Kiều hoặc những thủ bản trước Kiều, không cần bất cứ sự "đính kèm" nào cả. Bởi tự thân chúng là sở chứng của chúng.

Trong lịch sử văn minh thế giới, Truyện Kiều là một "áng thơ" có từ điển, sánh ngang với các tác phẩm của William Shakespeare hay Kant hoặc Dante, Home...

Những tiếp cận đa văn hóa và ngôn ngữ và, nhất là một quy hướng về Hán-Nôm, thì bản thân tôi chỉ là một người bắt đầu theo học Phật mà vài khái niệm vừa nêu, thuần là những giao diện từ một ít trầm tư của mình về lời Phật dạy. Để chuyên môn hóa nó – những vấn đề ấy – có lẽ, tôi phải đi, nếu có thể - vài chục kiếp nữa.

Song, nguyện của tôi là "hết khổ", và, những ý tưởng vừa nêu chỉ là một ít đời sống tư duy "sớm nở tối tàn" của tôi, thế thôi – vì tôi là người Việt nên cần đến những quy hướng như vậy.

Ta vừa nói đến ngữ nguyên, căn tố và quan niệm rằng đây là nền tảng cho những biến sinh, hiện thành ngữ cơ, ngữ cán, các danh, trạng và tính ngữ...kể cả những phiến ngữ đa dạng và nhất là những phiến ngữ trùng điệp trong Phạn văn đều đến từ căn thân, tức căn tố của nền ngôn ngữ này vậy. Nói như thế để xác định rằng mọi phát biểu, ngay từ đầu, phải y trên các khởi nguồn, nhất là triết học hoặc triết lý.

Như ta biết, tiếng Phạn không có thực danh từ (substantive noun- thực từ), cho nên, quan điểm về vạn hữu, phải bắt đầu từ "động-căn tố" và ngữ nguyên.

Chứng minh cho "cái khởi thủy" là khởi thủy, Kinh Thánh đã khởi đầu như sau: εν τη αρχη...(trong sự / lúc khởi đầu...). Ở đây, tiếng Hy Lạp xác định "sự khởi đầu – εν (η αρχι) – bằng mạo từ τη và tiếng Anh y vào tiểu cứ này, lập thành ngữ pháp cho *...on...*, *...in...* và *...at...*, tức *on the / in the...*cho những loại thời gian đặc thắng, được xác định.

Vậy, "khởi thủy – *in the* beginning...", theo Kinh Thánh, thì đó là một loại hình học phẳng, có điểm khởi đầu và có điểm kết thúc – vũ trụ do Chúa tạo dựng (kể cả thời gian) sẽ tất yếu đi đến kết thúc bằng "ngày Tận Thế và Phán Xét" và kết thúc tại "Thiên Đàng".

Sự khác biệt của hai nền tôn giáo vĩ đại trên thế giới này – Phật giáo và Thiên Chúa giáo – đôi khi chỉ là sự khác biệt của "mạo từ" và từ đó đưa tới những khác biệt về hình tròn trong không gian, hình dẹt của vũ trụ co-giản và hình học phẳng ở thế gian.

Tính duyên-khởi-tính-không-là-vô-tận, còn điểm khởi đầu được xác định của hình học phẳng thường đưa tới ngoan không, đưa tới "duy –ism", quyền lực tập trung và độc tài.

Do vậy, nếu ta thích triết học, triết lý từ tiền Socratic (Pre-Socratic), thích đọc, nghiên cứu Thánh Kinh, thì nên học tiếng Hy Lạp và Latin, để có những suy cứ minh xác như chính Phật đã dạy ta, như chính Phật giáo là đối tượng mà ta đang lần theo; còn những mơ hồ, 'bắt chước', "vọng ngôn", thì đó là những gì bên ngoài Phật giáo, y như ta thích "quen biết những người nổi tiếng" hơn là ta học được những phẩm chất từ họ, khi thân cận.

Nhớ lại, khi tiếp cận tiếng Greek từ tài liệu, "Let's Study Greek by C.B. Hale", trong đó, nhà thạc học ấy, dạy rằng, "You are beginning the study of one of the most important languages in the world. Its importance lies not in the number of people who now use it, for the kind of Greek presented in these lessons is no longer spoken, written, or read as an instrument of modern communication. Its importance lies rather in the literature which it has preserved from Home on, of which the most widely known part is the New Testament..."

Học Hy Lạp là thế!

Vậy, ta học Hán-Nôm để làm gì?

Chính là để tìm cho được "Ông Đồ Già" – bày mực tàu giấy đỏ, bên phố đông người qua – trong tâm thức của chúng ta (như những gì đã được lưu giữ từ vạn kiếp tinh anh, hồn nước) – như những gì thuộc về trật tự đạo đức và tri thức ẩn trong mỗi chúng ta.

Vậy, ta học Phạn văn để làm gì?

Hoàn toàn không phải vì kiến thức, vì nghiên cứu Phật giáo và trong cái "căn bản vô minh bạt nhược" của mình, hoặc "thành Phật". Đối với tôi, "học tiếng Phạn đến nơi đến chốn" chính là ta phải tìm cho được "cái lưỡi" của đại sư La Thập, đang tôn trí ở đâu trong Kinh Tạng Đại Thừa và để tìm gặp trái tim nhân hậu, trái tim đại bi của bồ-tát Quảng Đức đang nhóm lên ánh lửa gì trong "ngân hàng vũ trụ đại bi" của Pháp Phật và rốt ráo là của Việt Nam "đang ở đâu"?

Ta học tiếng Phạn để biết vì sao trong vô số Pháp điển Phật giáo, chẳng hạn, *jñeyāvaraṇa* được dịch là sở tri chướng (所知障) mà không dịch là sở tri chi chướng (所知之障 – sự chướng ngại của tri thức) và lại càng không dịch là, sở tri nhi vị chướng (所知而爲障 sự chướng ngại cho trí tuệ), như cách lý giải của một số người nào đó.

Trong *jñeyāvaraṇa*, ta thấy có hai "từ tố", *jñeya+avaraṇa* (sở *trijñeya* và *avaraṇa* chướng ngại → sở tri chướng. Ở đây, sở tri (*jñeya*) là một phân từ tương lai bị động.

Vậy, phân từ tương lai bị động là gì trong tiếng Anh xét như là một góc tham chiếu vào tiếng Phạn.

Để từ đó, ta sẽ căn cứ trên một số dữ liệu của một vài loại ngôn ngữ không phải Phạn ngữ để minh định "sở tri chướng", cũng như hầu hết những Pháp ngữ khác là gì, trên cơ sở ngữ pháp không phải Phạn ngữ - suy ra Phạn ngữ.

Quy chiếu - nếu như người nào học tiếng Anh, tiếng Pháp, thậm chí là tiếng Đức, thì họ sẽ rất khó hình dung, thế nào là PHÂN TỪ TƯƠNG LAI BỊ ĐỘNG, bởi các hệ thống ngữ pháp ấy, không có khái niệm phân từ tương lai bị động (future passive participle), thuật ngữ chuyên môn gọi là Gerundive (từ ngữ buộc phải thêm vào [thuật ngữ ngôn ngữ học, gọi là " vị tính ngữ verbal acjective]). Mô thức của nó được hình thành trong Anh ngữ là: to be + - ed, chẳng hạn, call → to be called (sẽ được gọi) và tiếng Phạn là lādhinabhāṣāvyakāraṇa hoặc kriyāvācaḥ (vị ngữ động từ, động vị ngữ) "tính từ liên hệ giữa động từ và một danh sở chỉ".

Trong ý nghĩa này, PHÂN TỪ TƯƠNG LAI BỊ ĐỘNG, trong

các hệ thống ngôn ngữ Ấn-Âu, có nghĩa là "sẽ được...", chẳng hạn, I also think Carthage to be [**something**] **that must be destroyed**", i.e. "Besides which, I think Carthage must be destroyed"). Ở đây, "**must be destroyed**" (Một cái gì đó kế bên Carthage sẽ phải được phá hủy). Vậy, Phân từ tương lai bị động này cho biết, nó là trung gian giữa động từ chánh với một tính ngữ có thể được cho, thể hiện đặc tính của cả hai động từ và động tính ngữ (xét như là một mệnh đề phụ / bổ nghĩa), nó có thể dùng cho cả số ít và số nhiều. Phân từ tương lai bị động, sẽ được hiểu trong ngữ cảnh tiếng Anh như sau:" We've having the house pained the next year – Chúng tôi (vốn) là chủ căn nhà này (mà nó) sẽ được sơn trong năm tới – quá khứ phân từ <u>painted</u> có thời thái là quá khứ đơn chỉ cho tương lai bị động - "căn nhà chúng tôi làm chủ sẽ do người khác sơn vào năm tới, chớ không do chúng tôi sơn."

Sự quy định này, cho biết cách dùng "phân từ quá khứ bị động trong tiếng Anh tương đương với Phân từ tương lai bị động trong tiếng Phạn và không nhất thiết nó phải mang ý nghĩa tương lai – will be painted.

Do vậy, *jñeya* sẽ có nghĩa là "do được biết", tức là *jñeyāvaraṇa* 所知障 – sự trở ngại <u>do</u> được biết và không là sự trở ngại <u>cho</u> cái biết – sự quy ước chung - như một số quan điểm nào đó – "cái biết" luôn là danh từ.

Khi muốn thành lập một phân từ tương lai bị động trong tiếng Phạn, người ta gắn vào căn tố của bất kỳ động từ nào của tiếng Phạn ba vĩ tố như sau: *ya, anīya* và *tavya*.

Khi một căn tố (trong Phạn văn) có đuôi là nguyên âm (*ā, ī*) bị cường hóa hai lần (*vṛddhi*), thì đuôi này sẽ bị chuyển hóa thành – e; vậy, *jñā→jñeya*. √*jñā*, có nghĩa là lý giải, năng tri, liễu đạt... √*dā* (cho, cúng dường, cung dưỡng)→*deya* (sẽ được cho, được cung dưỡng/to be given); *nī→neya* (sẽ được dẫn dắt, chỉ đạo, tiên phong... to be led.)

Đuôi (vĩ tố) u, ū khi được cường hóa sẽ trở thành av (thuộc nguyên tắc chia động từ trong chuỗi cường hóa hoặc trưởng hóa của nhóm 2...), như *śru→ śravaya* hoặc *śrāvya* (sẽ được nghe)...

Ở đây, sở tri chướng (*jñā→jñeya*) cũng hình thành theo nguyên tắc ấy.

Nên nhớ rằng, lịch sử thuật ngữ mang trong tự thân nó rất nhiều không gian và thực tiễn kinh nghiệm, tức là ngoài nghĩa căn bản, nó còn mang trong tự thân nó "những dấu ấn của tâm linh tôn giáo và tông phái". Thí dụ, thuật ngữ "trung", tiếng Phạn là "*madhya*", tức chỉ cho một cái gì đó, có tính chất, trạng chất là "ở giữa". Tuy nhiên, khi qua Long Thọ, chính xác là Phật giáo, thì "trạng-tính ngữ" này được hiểu là tinh túy, duyên khởi, siêu việt nhị nguyên đối đãi và đôi lúc đồng nhất với "tánh không". Diễn trình này, tiếng Anh gọi là "HISTORICAL AND COMPARATIVE LINGUISTICS – NGÔN NGỮ HỌC LỊCH SỬ VÀ SO SÁNH." Đây là một khoa chuyên ngành trong ngôn ngữ học.

Chẳng hạn, trong tiếng Hy Lạp, động từ βαπτιζω – baptize, nghĩa bản nguyên của nó là "chìm trong nước", nhưng đến thời Chúa, thì có nghĩa là "lễ thánh tẩy / lễ nhận thánh danh..."

Vậy, *jñā→jñeya* (*jñeyāvaraṇa* 所知障) – sở tri chướng – cũng được thành lập như vậy và, trong tự thân nó, hợp từ ấy mà *jñeya* có đặc tính là tính ngữ, nói đến hoặc cho biết nguyên nhân của chướng ngại có tính chất hoặc mang theo tính chất gì? Và, hoàn toàn không có nghĩa là trở ngại cho "chân lý tuyệt đối hay Trí Bát Nhã."

Thêm nữa, trên mặt "lịch sử từ vựng", *jñeya*, được kinh và luận thư luôn dùng với nghĩa: tri (知), năng tri (能知), đắc hiểu (得曉), thiện giải (善解), thiện liễu tri (善了知)... trong các bản kinh như Lăng Già (Laṅk), Bồ Tát Hành Kinh (Bodhi cāryāvatāra - 菩薩行經), Divyāvadāna (Căn Bản Nhất Thiết Hữu Bộ 根本一切有部)... và, nhất là trong bản tiếng Đức của Hermann Jacobi, từ *Trimśikavijñāpti* của Sthiramati – (hai trọng chướng, tức là sự chướng ngại liên quan đến các đối tượng bị phủ che bằng tri thức[1]...

Hơn thế, khi Kinh-Luận muốn nói đến Tuệ giác siêu việt của Phật, thì lịch sử của thuật ngữ này sẽ sử dụng *Prajñā* "siêu việt trí". Ở đây tiếp đầu ngữ *Pra-* chỉ cho trạng thái ấy, còn jñā, tức *jñeya*, luôn chỉ cho những lĩnh vực thuộc về "tri kiến" hay thậm chí chỉ cho "tri kiến như thực" mà thôi.

Như đã nêu, lịch sử thuật ngữ tôn giáo là một một lịch sử biến thiên đa chiều, nếu như ta muốn tiến dần đến "chân thật nghĩa" của bất kỳ thuật ngữ nào, thì ta phải lần bước theo lịch trình tâm linh của nó, bên ngoài

---

[1] "Die Belehrung über genannte zwei Punkte dass sowohl die durch die Erbübel bewirkten als auch die Hinsichtlich der Erkenntnisgegenstände (Verhüllung) besteheden Hinderusse aufgegeben werden. Nämlich aus dem Glauben an eine Seele..." (Hermann Jacobi, p. 1 - Trimśikavijñāpti des Vasubandhu mit Bhasya des Acarya Sthiramati.)

"sử tính duy vật' mà nó vốn cưu mang. Trường hợp này cũng y như "lịch sử ngôn ngữ" của tiếng Hy Lạp, chẳng hạn, động từ απτω (apto), ban đầu nó có nghĩa là "nhóm lửa lên", sang đến Homeri, nó được hiểu là tri kiến, hay làm sáng lên một nghĩa nào đó... và sang đến TÂN ƯỚC, απτω có nghĩa là cột buộc, con người tương quan với Chúa...

Trên cơ sở dữ liệu từ Phật Quang đại từ điển, *jñeyāvaraṇa*, tức sở tri chướng 所知障, được Phật Quang lý giải như sau: 指執著於所證之法而障蔽其真如根本智。又作智障、智礙。Chỉ cho các chấp trước vào những gì (kiến thức) mà mình thu tập được và dùng các kiến thức này để quán sát sự vật và, do vậy, làm che chắn cái thấy "căn bản trí như thật", đôi khi, thuật ngữ này được dịch là "trí chướng – sự trở ngại từ / do kiến thức", hoặc "trí ngại – sự trở ngại từ / do tri kiến."

Phật Quang là như thế. Phật Quang không dịch 障之爲智 chướng chi vị trí – sự chướng ngại cho / về tuệ giác hay như thật trí.

Thêm nữa, để giải thích về vấn đề này, đức Dalai Lama, nói rằng, "diễn ngôn triết học vừa nêu để nghị rằng, quan điểm cơ bản được thi thiết như sau: phương thức mà ta tiếp nhận được các pháp không phải bám vào cái cách mà chư pháp đang tồn tại. Hơn thế, khi thực hiện quán pháp này, không có nghĩa là ta đoạn ngôn (đoạn kiến) về thể tính kinh nghiệm của chúng ta. Sự tồn tại của chư pháp không phải là sự tồn tại trong luận thuyết; tức là cái cách mà trong đó chư pháp tồn tại cần phải được minh sát. (Essence of the Heart Sutra, p. 113. Chapter 10).

Ở đây, Đức Dalai Lama, muốn dẫn ta đến hai pháp tu "đồng hiện' trong công phu tu tập của chúng ta: Thiền Chỉ-Quán.

Và, chương này, cho ta biết, sở tri chướng là sự chướng ngại do tri kiến. Thêm nữa, trong bản chú giải của An Huệ về DUY THỨC TAM THẬP TỤNG, đã viết như sau:

> "Luận bản *Duy thức tam thập tụng* được tạo ra với mục đích làm nguyên lý đạt đến *Nhân và pháp vô ngã* mà trong 2 luận điểm này thường mang đến những sai biệt mông lung, nếu không muốn nói là các quan điểm theo chiều hướng đảo điên. Hơn thế, (luận bản được tạo ra), nhằm loại trừ *phiền não và sở tri chướng* bằng nhân và pháp vô ngã. Thật vậy, cái ngã kiến như thế có nguồn gốc từ những phiền não tham ái khắc nghiệt và, sự

minh giải nhân vô ngã như là phần đối trị vốn diệt được tất cả phiền não của thân kiến ngay trong khi người ta hướng đến sự diệt trừ. Cũng vậy, từ sự nhận thức về *Pháp vô ngã* như là phần đối trị sở tri chướng, khiến cho người ta loại trừ được nó."[2]

Học tiếng Phạn để ta biết rằng, mỗi một từ được dịch trong Kinh Luận của Phật giáo đều mang trong nó một dấu ấn lịch sử của tâm thực chứng – giác tâm - và hoàn toàn vượt lên trên nghĩa thông thường của Vệ-Đà, chính xác là nghĩa trong ngôn ngữ học mà Pāṇini đã cho.

Và từ đó, ta mới thấy rằng "tuệ giác Phật" là một tồn tại thật sự và không, tuyệt đối không trên mặt "giả thuyết" của tâm thức.

Như trên đã nói đến "động từ", đặc biệt là "Động Từ" trong Phạn văn, thì ta phải nói đến căn tố hay ngữ nguyên.

Và cũng do đó, bất cứ giáo trình tiếng Phạn nào, ngay từ đầu, một tác giả nào đó muốn nói một cách chi tiết về Động Từ, thì trước tiên, phải là hai phạm trù *Guṇa* và *Vṛddhi*, vì không thông hiểu hai quy luật này, thì ta khó nhận dạng được động từ nguyên thể (động từ căn) của loại ngôn ngữ ấy.

Chính hai phạm trù như vậy, đã phân động từ tiếng Phạn ra thành 10 nhóm hay 10 loại.

Tất nhiên, trước tiến trình ấy, bạn phải học chữ viết Devanāgarī và những kết cấu giữa các nguyên tố sẽ hình thành như thế nào khi chúng tiếp cận nhau, ta quen gọi là luật sandhi (*saṃdhi* – hợp âm biến hình từ).

Tuy phức tạp, nhưng chúng có nguyên tắc của chúng. Ít ra, tiếng Phạn văn dễ học hơn tiếng Arabica.

Ở đây, chủ điểm là Động Từ, do vậy, tôi không nêu lên chi tiết cấu trúc của các nguyên tố và luật hợp âm biến hình từ.

Chân lý hay sự thật, nằm dưới đôi chân của các bạn.

Đạt được độ sâu của Phạn văn và Hy Lạp ngữ, ta sẽ biết rằng, một số luận án viết bằng tiếng Anh vốn "mắc nhiều lỗi vay mượn" từ những thuật ngữ "Thiên Chúa Giáo" mà, giới sinh viên Phật học "lạm dụng" một cách tự nhiên như bản thân ngôn ngữ vốn chẳng có ai làm chủ.

---

[2]   Xem phần bản tiếng Phạn do Sylvain Lévi từ Paris Librairie Ancienne Honoré Champion 1952.

Song, đối với Thiên Chúa giáo, ngôn ngữ của Chúa, trước tiên phải được nói trong thánh đường (εν ταις εσχαταις ημεραις προφωται ηκουοτο λεγειν τοω Θεον και ο λογος ελουετο μονον εν ιερα – trong thời khắc tối hậu, những nhà tiên tri mới được nghe Chúa nói và ngôn ngữ chỉ được tuyên bố trong nhà thờ mà thôi [Δι᾿ Διαθηκη].)[3]

NGỮ NGUYÊN?

Khác với mọi loại ngôn ngữ nào trên thế giới, tiếng Phạn (Devanāgarī) như Hoa ngữ, ngữ nguyên của nó có nguồn gốc từ chính nó, cho dù lịch sử với những khám phá đương đại về nguồn gốc của chữ viết này là từ đâu, thì nó vẫn nằm trong tiểu lục địa huyền thoại ấy - Ấn-độ. Nghĩa là, nó là một ngôn ngữ độc lập, chi phối được cho mọi loại ngôn ngữ, như tiếng Hoa, nhưng cung cấp ngữ nguyên cho thế giới này, thì tiếng Hoa có những hạn chế của nó, nói cách khác, tiếng Hoa là không thể.

Tuy nhiên, để truy tìm cú pháp Hoa ngữ Phật giáo, thì ta có thể tìm ngay cả trong tiếng Hoa qua đối chiếu Phạn bản. Bởi vì, thế kỷ thứ VIII B.C.E là thế kỷ mà người ta đã chứng kiến sự di chuyển toàn diện hệ thống văn pháp chỉnh thể của Phạn văn vào trong Hoa ngữ, Nhật Bản và các khu vực Đông Nam Á[4]. Như ta vừa để cập, loại hình ngôn ngữ tượng hình – Hoa ngữ - này, lại là một loại ngôn ngữ có đủ sức hiển thị hầu hết uyên nghĩa của Phạn văn, nhất là về phương diện Phật giáo, chưa nói đến những hiển nghĩa của nó trong khoa học, thiên văn học… và nhất là triết học…cho người Việt đọc, học và tham khảo.

Chẳng hạn, chữ ý (意), ta thấy có hai ngữ tố: tâm (心) và âm (音). Bất chấp từ nguyên diễn giải như thế nào, thì, qua cấu trúc hình của chữ ấy, theo Hoa ngữ, thì tư tưởng của loài người hình thành từ âm thanh vậy. Khái niệm này, cho phép ta liên hệ đến quan điểm về triết học âm thanh thường tại của nhà ngôn ngữ cũng như triết gia cùng thời với đại sư Thế Thân, đó là Kumārila, trong quan điểm "ngôn ngữ tất

---

[3] Theologiae Dogmatice ad usum Seminariorum – De requisitis ad validam ordinationem
Tres conditiones requiruntur: 1/ ut sit vir. 2/ baptisatus; 3/ si adultus, ut intentionem habeat recipiendi ordinem. (Theologiae Dogmatice ad usum Seminariorum per AD TANQUEREY).

[4] GRAMMAR 101 by Kathleen Sears, p. 129.

định – abhihitānvaya. Nghĩa là, theo Kumārila, mỗi một từ đơn đều có một nghĩa độc lập của nó abhi-hita-anya mà khi ta liên kết từng từ lại với nhau trên sự chủ đạo của âm thanh, thì bấy giờ "câu" mới có được toàn nghĩa của nó và, với quan điểm này, nó đã trở thành cơ sở cho học thuyết ngôn ngữ học của Bhartṛhari và như ta biết những quan điểm như thế đều đã bị Thế Thân bẻ gảy, được tìm thấy trong Luận Câu Xá.[5]

Nói tóm lại, dù con người hay bất cứ sinh vật nào "nói được", thì chúng có tái sinh ở bất cứ nơi đâu, theo Kumārila, thì chúng phải khởi đầu bằng âm thanh vậy. Thế nên âm thanh là thường-tại-thanh (Nirālambanaśadhavāda – học thuyết về âm thanh tự trì.)

Như khi ta mới sanh ra đời, thì việc đầu tiên là "cất tiếng chào đời", dù khóc hay cười, điều này, cho biết âm thanh là "thường tại".

Trên con đường truy tìm chân lý hay thực tại mà "vô ngôn", thì coi như ta đang đi trong bế tắc, đi vào những điểm mù, không bảng chỉ đường.

Ngữ nguyên - trên phương diện thuật ngữ, mà nguồn gốc của nó (*Vyutpātti*), phát xuất từ căn tố *vyut√pad*, có nghĩa là khai sáng, giáo dục, là nơi phái sinh, làm thành mọi danh từ, tính từ và đôi khi là trạng ngữ. Trong Phật giáo, thuật ngữ này, được chỉ cho sự giác ngộ - giác ngộ - gắn liền cùng √*budh*, làm thành nền tảng phát sinh mọi đạo trình mang tính quy nguyên.

Trong khi đó, thuật ngữ Etymology, có nguồn gốc từ tiếng Hy Lạp; đó là, ἐτυμολογία (*etumología*), bao gồm ἔτυμον (*étumon*) "thật nghĩa" và hậu tố -*logia*, có nghĩa là nghiên cứu về (logia biến sinh của logos). Trong ngôn ngữ học, thuật ngữ Etymon, chỉ cho một từ hay hình vị làm nền cho từ kế tiếp phái sinh – chữ đưa tới chân lý hay sự thật. Chẳng hạn, candidus của tiếng Latin, có nghĩa là "trắng, thanh bạch",

---

[5] *A-tì-đạt-ma câu-xá* – luận Nghiệp phẩm, Tuệ Sỹ dịch và giải.

và đó là ngữ nguyên của từ candid (tính thiểu dục) trong tiếng Anh.[6]

Khi nói về ngữ nguyên của hai truyền thống Phạn và Hy Lạp, ta thấy có một số khác biệt, nhưng đích đến có vẻ tương đồng.

Do vậy, chủ điểm của bài viết vẫn là một ít tham chiếu cho cả hai ngôn ngữ, tương đối là "còn mới" và "ít kinh tế" đối với người Việt trên phương diện "động từ" và, tuyệt đối quan trọng đối với những ai muốn tự mình thể nghiệm ngôn ngữ-Phật qua một số quy chiếu, nếu có thể, từ tự tính của triết học – hệ động từ và những liên hệ giữa Phạn văn và Hy lạp, như ta sẽ đề cập trong những đặc trưng chung và một số căn tố tiếng Hy Lạp vốn được bẩm thụ từ Phạn văn, như khái niệm $απτω$ đến từ āpta và, $λαμπανω$ đến từ √labh của tiếng Phạn.. . (khi đến cuối bài viết ta sẽ liệt kê một số động từ Hy lạp có nguồn gốc từ tiếng Phạn như thế nào.)

Ở đây, sự chuyển hóa của ngôn ngữ từ khía cạnh hình thái sang nội dung và từ nội dung giáo dục sang những cảm thụ siêu hình là một đặc trưng của "tâm duyên sinh", như Leibniz đã nói, " mọi loại ngôn ngữ đều là tấm gương soi tuyệt vời của tâm thức nhân loại.[7]

Ngôn ngữ, thật vậy, nó đến từ thế giới siêu vật lý mà vật lý, nó đến từ thế giới duyên khởi mà phi duyên và điều này, sự chuyển động thành ngôn của tâm thức, chứng minh cho thế giới biết rằng, tâm thức là một tồn tại có thật, như nhân quả, báo ứng và tu tập, bởi thiếu cái TÂM này, thì ta chẳng có gì cả, ngay cả ký ức, xét như là sắc của vật lý, được lưu giữ trong cái kho Tâm này như thế nào.

---

[6]   (The word etymology derives from the Greek word $ἐτυμολογία$ (etumología), itself from $ἔτυμον$ (étumon), meaning "true sense", and the suffix -logia, denoting "the study of".[2][3]
In linguistics, the term etymon refers to a word or morpheme (e.g., stem[4] or root[5]) from which a later word derives. For example, the Latin word candidus, which means "white", is the etymon of English candid.)
(Etymología kaleítai o epistimonikós kládos tis Glossologías pou échei os antikeímeno tin istoría, tin archikí morfí kai tin archikí simasía ton léxeon. Eidikótera, meletá tin proélefsi ton léxeon allá kai tin pithaní genetikí syngéneiá tous me antístoichous týpous ton glossón koinís katagogís, me skopó tin anagogí ston archikó týpo (ríza, théma klp.) kai stin archikí simasía káthe léxis. [Wikipedia])

[7]   "Languages are the best mirror of the human mind." From Knowledge of Language, by Chomsky, p.1.

Những khác biệt về khái niệm TÂM, trong Hy lạp và Phạn văn, luôn mang tính triết học, triết lý và siêu hình để từ đó dẫn sinh tôn giáo học và những tu tập cụ thể từ các biến sinh tâm, và đây là một quá trình "học thuật gian nan", chớ không phải khi nghe "dạy", chẳng hạn, Phật tức tâm, tâm tức Phật v.v. vội "hùa" nhau cho là "đúng" như vậy, hoặc nghe nói "hiện Pháp lạc trú" vội hư vô hóa quá khứ và tương lai, bám vào một loại thực tại, thực thể, trừu tượng nào đó do mình tưởng tượng ra, thiếu hẳn cái công phu tu-học ngàn đời Phật dạy – nắm bắt được thực tại, thì con đường sáng tạo và "đại bi' đồng hiện.

Cái "thực tại hiện tiền" mà tôi vẫn hay nói lung tung trong lúc "trà đình tửu điếm" (dù tôi chẳng biết gì), chỉ là, một loại thực tại thủ tiêu tu học, học thuật; thủ tiêu thời-không và trên hết là "ngoan không" mà thôi.

Phá chấp mà còn ở giai đoạn phàm phu – như bản thân tôi – tức là phá hoại.

Ta lại có vài ý tưởng rất đáng ngạc nhiên, khi "sản phẩm" của Thiền tông được ta sử dụng rất nhiều, chẳng hạn, các thuật ngữ như: vô ngôn, vô niệm, vô học...Tuy nhiên, chúng ta sử dụng theo tính cách "hú họa" hoặc tính cách, tư thế dựa đám đông, dựa trên một người nổi tiếng nào đó hơn là sự thấu hiểu và lòng trân trọng của ta về các thuật ngữ này.

Chúng ta biết rằng, cái giai vị tối hậu của những ai được gọi là vô ngôn, vô niệm... là dành cho các vị A-La-Hán. Đây là những vị không còn gì để học nữa, bởi vì vô minh, tham, sân và si đã được chư Thánh ấy tận trừ. Do vậy, khi nói đến các thuật ngữ, pháp ngữ vĩ đại ấy, ta phải thật sự cung kính và thậm chí ta chưa đủ tư cách, tư chất để nói; nghĩa là ngay các vị thánh còn ở các giai vị thấp hơn thì vẫn là chư thánh hữu học; còn ta là phàm phu, ròng phàm phu, vậy mà, ta vẫn nghe râm rang những từ ấy bên "chén rượu chung trà", như thể đây thuộc về quyền tự quyết của ta, như thể là ta vốn đã tẩy sạch trọn vẹn vô minh rồi vậy.

Thiếu cái TÂM lưu trữ này và các quán chiếu, thì những phản ứng ngôn ngữ của ta chỉ là những phản ứng quán tính và mất kiểm soát mà thôi.

> Lười học mà ca tụng Phật và các thánh nhân đồng nghĩa với gắn bảng hiệu, hô hào quảng cáo. Thầy Tuệ Sỹ đã dạy như vậy.

Như Hölderline đã nói, trong một đoạn thơ Mnemosyne (Ký Ức) lừng lẫy của ông:

> "Ein Zeichen sind wir, deutunglos
>
> Schmerzlos sind wir und haben fast die Sprache in der Fremde
> verloren. (Zweite fassung).
>
> "Chúng ta là một dấu hiệu, vô nghĩa. Chúng ta phiền não và đã
> đánh mất ngôn ngữ trong chốn lưu đày."

Tâm, ở đây, hoàn toàn không phải là DUY TÂM như ta từng tưởng
tượng.

Thật vậy, khi "kho tàng tâm" đã đánh mất mọi dữ liệu, thì chúng ta, có
lẽ, chỉ còn là "MỘT dấu hiệu Ein Zeichen" mà thôi.

Nhờ "ký ức" này, mà ta suy ra và xác nhận TÂM là một cảnh giới hoàn
toàn hiện thực, cho nên, Phạn văn, TÂM là citta (p/n), còn Ý là māna
(m/n). Cũng vậy, đối với Hy Lạp, TÂM là καρδια (f), còn συνειδηση
(f) / συνειδητος (m) là thuộc về Ý (consciousness), LỤY PHIỀN
[qualmish]. Καρδια (f) – TÂM - cái kho nguyên thủy này, vốn chứa
đựng) συνειδηση (f) / συνειδητος (m), tức những tư duy so sánh và
phiền ưu, và TÂM theo Hy Lạp, thì nó là *giống cái*.

Ta vốn biết, Phạn ngữ, không có biên giới, không mang tên của bất cứ
quốc gia nào. Bởi vì, nó được tinh lọc, chỉnh thể hóa bằng văn pháp và
phát sinh mọi vật loại trạng thái từ "động" từ.

PHẠN NGỮ TỔNG QUAN

Phạn ngữ - *saṁskṛta* – được trang hoàng hoặc được tinh hoa hóa bằng
ngữ pháp (adorned or purified by Grammar)[8]. Đây là một hình thái
NGÔN NGỮ ẤN-ÂU (Old Indo-Aryan) cổ đại được sử dụng rộng rãi
suốt khu vực tiểu lục địa Bắc Ấn vào khoảng trung kỳ của thiên niên kỷ
thứ 2 trước Công Nguyên.

Phạn ngữ mang trong tự thân nó là một nền văn học thâm thúy và có
sức hấp dẫn đối với toàn nhân loại và, hơn thế khi đức Phật ra đời du
hóa về Bắc phương, thì hạt giống cổ ngữ này lại được đơm hoa kết trái

---

[8]   Cardona 1997: 557-64.

rực rỡ cho ta chiêm bái và học tập vượt lên trên những tri thức rộng sâu vốn ngầm chứa trong nó – nền tảng Vệ-Đà (Vedic).

Những bản văn sơ kỳ về Phạn ngữ chứa đựng trong bốn bộ Vedas, ta còn gọi là Tứ Vệ (Phệ)-Đà → Ṛgveda, Sāmaveda, Yajurveda và Arthavaveda và khi xưng tán hay trích dẫn thành ngôn, thì Tứ Veda luôn được trích dẫn tương tục giao thoa (saṃhitāpāṭha), nhất là qua thi tán (pāṭha/gātha - the metrical part of a sūtra). Bản "kinh" gọi là Yajurveda được tách thành hai nhóm: Śuklayajurveda và Kṛṣṇayajurveda.

Các kinh Veda thể hiện bằng các thích văn phản ảnh về những ngâm nga thi vịnh của người nói sau các tác gia có thẩm quyền. Do vậy, những văn bản từ thời Ṛgvedaprātiśākhya khi mà các ngữ tố -y –v- tồn tại trên mặt thi luật ngoại trừ các ngữ tố như –iy và –uv-. Bản văn Ṛgvedaprātiśākhya được Śākalya trình bày trong một văn bản phân tích (padapāṭha) và chứng minh Ṛgvedaprātiśākhya là một tác phẩm có thể làm nền cho các luận chứng.

Như ta biết Phạn văn không giới hạn trong các tác phẩm Hindu. Phật giáo và các nhà Bái Hỏa giáo (Jain) đều sử dụng nó trong những pháp nguồn của mình. Cho đến giờ, Phạn văn vẫn giữ địa vị độc tôn với một nền văn học chuẩn mực nhất, kể cả trong các tác phẩm kỹ thuật và ngữ pháp, nhất là hệ thống ngữ pháp của Pāṇini, được xem như là tiêu chuẩn ngữ pháp cho những hệ thống ngữ pháp của khu vực Đông Nam Á và kể cả Tây phương.

Tất nhiên, những "vi phạm" của Phạn văn chỉ giới hạn về ngữ nguyên trong một phần nào đó của tiếng Hy Lạp, còn hệ thống ngữ pháp của cả hai đều độc lập, nhưng lại rất giống nhau, khi chúng chọn "gia âm" trong các "thì quá khứ" và nhất là "biến cách" – tiếng Hy Lạp có 8 biến cách như Phạn văn, tuy, để hiển nghĩa, thì Hy Lạp "cho thêm" các giới từ, chẳng hạn, để chỉ cho vị trí cách (locative), ngoài bản thân của một danh từ thuộc biến cách vị trí như: τω δουλω (nơi người hầu), thì Hy Lạp tăng cường thêm giới từ εν (in / into) – εν τω δουλω (nơi/trong người hầu này) - còn đối với Phạn văn thì không.

Chủ điểm triết học từ các trợ động từ (auxiliary verbs) có (εχω); thì, là, ở (ειμι) của Hy Lạp, luôn là nền cho các dạng "thì / tense" trong những ngôn ngữ Tây phương, kể cả Latin.

Cái Ngã (cái tôi ego εγο), trong tiếng Hy Lạp, là μι (ι), chi phối 'một cách siêu hình" toàn bộ cái đuôi (-μετα) trong các thì của hầu hết ngôn ngữ thế giới. Meta (-μετα) là phần sau, phần hậu diện của một thực từ khi được nó gắn vào, chỉ cho ý nghĩa "siêu", chẳng hạn, metalanguage, siêu ngôn. Trên thực tế, thì siêu ngôn hay siêu hình học – metaphysics – thì, theo Phạm Công Thiện, chính xác là theo ngữ nguyên, "siêu [meta]", chỉ có nghĩa là bên dưới hay phía sau mà thôi - metaphysics, sau hình, metalanguage, hậu diện ngôn ngữ.

Tất nhiên, đó là "ngữ nguyên", còn diễn trình triết lý hóa của chúng như thế nào trên mặt lịch sử, thì ta phải bỏ thời gian nghiên cứu tìm hiểu, mới có thể có được một luận chứng khả dĩ khả thi.

Như ta biết, Phạn văn bằng hệ thống tư duy "siêu hình' của mình đã làm nhân tố đưa đến tôn giáo và triết học tôn giáo. Nó dứt khoát giải trừ hầu hết giới từ và nhất là mạo từ, còn đối với tiếng Hy lạp thì nó cần đến nhiều giới từ và mạo từ xác định nhằm hiển nghĩa "vật lý" của nó, thế nên nó có khuynh hướng vật lý hóa tư duy; nhờ thế nền ngôn ngữ này là "nền" của vật lý, hóa học, triết học, toán học, luận lý học...và cả những thuộc tính ngôn ngữ kỹ thuật. Do độ chính xác của một truyền thống khoa học như thế, nên Thánh Kinh Thiên Chúa giáo đã dựa vào đó để làm tiêu chuẩn ngữ pháp trong các văn bản truyền đạo, đặc biệt là "dịch Thánh kinh".

Thiển nghĩ, Phạn văn, vì mức độ uyên nghĩa của nó là quá thâm sâu và mật nghĩa của nó thì quá dầy đặc và khó hiển lộ, cho nên nó được Tây phương chào đón trên cơ sở ngữ pháp mà thôi. Nó phải đợi đến những nền ngôn ngữ "tượng hình" mới hiển nghĩa được nó và, như ta biết nó đã được Hoa ngữ chọn.

Tại sao?

Chẳng hạn, Buddha, Phật. Tuy, nghĩa là trí tuệ, thế nhưng Tây phương khó dịch cho thông, thế nên tiếng Anh, Pháp, Đức và cả Hy Lạp đều phải giữ nguyên tự dạng đó theo cách Latin hóa; trong khi đó Hoa ngữ, dịch là Phật (佛), chỉ cho bậc đã tịnh hóa (phất, 弗) và nhân (亻). Qua tự dạng Hoa ngữ, ta có thể lập luận rằng, ta phải trải qua quá trình thành người, thì mới có thể "thành Phật" được và, dừng tại đây, ta tiếp cận được "ngũ giới – năm giới cấm" dành cho cư sỹ để tiến đến thánh hành như là nguyên lý vĩnh cửu trong tu học.

Tất nhiên, khái niệm này chưa thể nói hết phẩm chất Phật, thế nhưng, nó có thể tiếp cận và cho ta tiếp cận được tư tưởng Buddha của Phạn văn, trên phương diện triết lý và triết học tôn giáo – cái "đại sự nhân duyên" này – đối với chúng ta, quả là "bất khả tư nghì" vậy.

Đưa ra một vài thí dụ như thế, để ta nhận thức rằng, Phạn văn chỉ có thể trực tiếp hiển ngôn bằng chính ngôn ngữ tượng hình và, những lý giải dài hơn thì lại thuộc về công phu chứng nghiệm; ngoài ra, tất cả đều không cần thiết.

(còn tiếp)

P.H.

CƠ SỞ TƯ TƯỞNG MẬT TÔNG TÂY TẠNG

Qua huyền nghĩa của Đại thần chú
OṀ MAṆI PADME HŪṀ

Lama A. GOVINDA

Dịch Việt: Hạnh Viên

OṀ
CON ĐƯỜNG PHỔ QUÁT TÍNH

tiếp theo Luận tập 5

5
CÁC KHUYNH HƯỚNG CHÂN NGÔN TRONG PHẬT GIÁO SƠ KỲ

Đại chúng bộ (*Mahāsānghikas*) buổi sơ kỳ đã có hẳn một sưu tập độc đáo về các thể thức chân ngôn (*mantra*) trong Kinh tạng của họ, gọi là *Dhāraṇi* hay *Vidyādhara-pitaka* (Cấm chú tạng hay Trì minh tạng). Các *Dhāraṇi*[1] là phương tiện để cố định tâm vào một ý tưởng, một quan niệm hay một kinh nghiệm đạt được trong thiền định. Có thể đó là tinh yếu của một giáo nghĩa hay sự trải nghiệm một tình trạng ý thức nào đó, nhờ đó ta có thể chủ tâm nhớ lại hay tái tạo lại bất cứ lúc

---

[1] đà-la-ni 陀羅尼, chú, hay còn gọi là mật ngữ 密語, tổng trì 總持. – ND.

153

nào. Do đó chúng còn được gọi là cái chi trì, dung chứa hay chuyển tải tri thức (*vidyādhara,* trì minh). Về chức năng chúng không khác với các chân ngôn, nhưng có phần khác về hình thức, do chúng có thể có độ dài đáng kể và đôi khi tương ứng với một tập hợp nhiều chân ngôn hay 'âm tiết hạt giống' (*bīja-mantra:* chân ngôn chủng tử), hay là phần tinh túy của một đoạn kinh. Chúng là thành quả đồng thời cũng là phương tiện của thiền quán: "Bằng định tâm (*samādhi*) ta đạt đến một chân lý, bằng tổng trì (*dhāraṇi*) ta cố định và lưu giữ nó".

Dù tầm quan trọng của các *mantra* và đà-la-ni như là phương tiện hay công cụ cho thiền định vẫn chưa được coi trọng trong Phật giáo Thượng tọa bộ (*Theravāda*), song hiệu quả của nó là điều hiển nhiên chưa từng bị nghi ngờ. Trong các kinh văn hệ Pali cổ xưa nhất[2] ta tìm thấy các chân ngôn bảo hộ hay *parittas* dùng để ngăn ngừa tai nạn, tật bệnh, rắn độc, ma quỷ, các thế lực xấu v.v., cũng như để tạo ra các môi trường tốt như sức khỏe, hạnh phúc, sự bình yên, sự tái sinh tốt, sự thịnh vượng v.v...

Trong *Majjhima-Nikāya* (Trung bộ kinh) 86, đức Phật đã dạy Angulimālā (nguyên là kẻ cướp, được Phật hóa độ) cứu chữa một phụ nữ đang cơn đau đẻ bằng sự phát ngôn về chân lý, nghĩa là, bằng vào sức mạnh của chân ngôn. Vì điều này cốt ở tính chất thanh tịnh và chân thành của người đọc tụng, được tăng cường và biến thành một sức mạnh có ý thức bởi oai nghiêm của sự đọc tụng, nó không thể được sử dụng quá thường xuyên. Mặc dù thái độ tâm linh của người đọc tụng là nguồn lực chủ yếu, song hình thức thể hiện nó không phải là không có liên quan. Nó phải tương xứng với nội dung tâm linh, nhịp nhàng có giai điệu, có sức mạnh, được hỗ trợ bằng sự liên kết tinh thần và cảm xúc, được tạo thành bởi cả truyền thống lẫn kinh nghiệm cá nhân.

Trong ý nghĩa này, không chỉ các lời tụng trang nghiêm của kinh *Ratana-sutta* – trong đó mỗi bài kệ đều được kết thúc bằng lời xác chứng 'do sức mạnh của sự thật này, mong cho có được sự an lành' (*etena saccena suvatthi hotu*) – được coi như các chân ngôn, mà cả công thức quy y cổ xưa cho đến ngày nay vẫn còn được đọc tụng với tất cả lòng thành kính nơi các quốc gia theo Phật giáo Thượng tọa bộ, cũng như các chân ngôn tương đương bằng tiếng Sanskrit của các tông phái Bắc truyền.

---

[2] Ví dụ, trong *Khuddakapātha* (Tiểu bộ kinh); *Aṅguttara-Nikāya* (Tăng chi bộ kinh) IV, 67; *Āṭānāṭya-sutta, Dīgha-Nikāya* (Trường bộ kinh) 32, v.v...

Sự song hành hoàn hảo giữa âm thanh, tiết nhịp và ý tưởng của các chân ngôn, sự tập trung quán tưởng các biểu tượng tối cao như Phật (*Buddha*), Pháp (*Dhamma*) và Tăng (*Saṅgha*), cùng với tầng nền sùng tín căn bản, ở đó *saddha* (tín tâm) và *mettā* (từ tâm) có vai trò hàng đầu, đã khiến các chân ngôn có ý nghĩa toàn hảo nhất. Chính vì sự thể hiện về hình thức cũng quan trọng như nội dung tư tưởng mà chúng được nhấn mạnh bằng sự tụng đọc lặp lại ba lần, và thậm chí có một số thể thức này được lặp lại lần thứ hai sau ba lần đọc, với một chút khác biệt trong phát âm, trong cùng một nghi lễ, (chẳng hạn ở Miến Điện, trong các nghi *pujā, paritta, upasampada, patimokkha*)[3]* để bảo đảm đúng nghi thức, lặp lại đúng các ký hiệu thanh âm (sound-symbol) được coi là thiêng liêng bởi một truyền thống như dòng sông đời trôi chảy từ quá khứ đến vị lai, kết nối cá nhân với các thế hệ tín đồ quá khứ và vị lai có cùng mục tiêu hướng về giải thoát. Đây chính là điều kỳ diệu của chân ngôn và là mãnh lực huyền bí của nó đối với cá nhân.

Vì người Phật tử chân chính không mong cầu đức Phật, Giáo pháp hay các Thánh đệ tử ban phước cho những người cầu nguyện, hay đáp ứng lời khẩn cầu bằng phép lạ, rõ ràng hiệu quả của thể thức đó tùy thuộc sự phối hợp hài hòa giữa hình thức (âm thanh, tiết nhịp) với cảm xúc (sự thôi thúc tự nguyện: lòng tin, tình yêu thương, sự sùng kính) và ý tưởng (tri thức, kinh nghiệm), sẽ khởi phát, tăng cường và làm biến chuyển các sức mạnh tâm lý tiềm tàng (mà sự quyết tâm và sức mạnh ý chí chỉ là những phần nhỏ của chúng).

Hình thức không thể thiếu, vì đó là cái bình chứa đựng các phẩm chất khác; cảm xúc không thể thiếu vì nó tạo ra tính thống nhất (cũng như sức nóng làm tan chảy nhiều kim loại khác nhau rồi hỗn hợp chúng lại thành một đơn vị đồng nhất mới); trong khi ý tưởng là nền tảng, các 'vật chất nguyên thủy' (prima materia) là cái truyền sinh lực cho mọi yếu tố tinh thần con người và khơi dậy các tiềm năng bị bỏ quên của chúng. Nhưng ở đây cần phải lưu ý: ta không nên hiểu thuật ngữ 'ý tưởng' (*idea*) là cái gì thuần túy trừu tượng, mà phải hiểu theo ý nghĩa ngữ nguyên Hy lạp của nó, 'eidos', một hình ảnh sáng tạo hay một hình thức kinh nghiệm ở đó phản ánh thực tại và tái tạo nó thành cái luôn luôn mới.

---

[3]* *pujā:* nghi cúng dường; *paritt:* hộ chú; *upasampada:* nghi thọ cụ túc giới; *patimokkha:* nghi tụng giới tỳ-kheo. – ND.

Trong khi hình thức kết tinh từ sự hành trì của nhiều thế hệ trong quá khứ, ý tưởng gợi cảm hứng cho nó lại là món quà của đức Phật ban cho – và chính trong ý nghĩa này mà ta có thể nói năng lực tuệ giác của Phật hiện hữu trong các chân ngôn. Nhưng cái động lực thúc đẩy để hợp nhất các phẩm chất của tình cảm và lý trí, các năng lực sáng tạo để đáp ứng ý tưởng, thì tín đồ phải tự cống hiến. Nếu lòng tin của y không thuần nhất y sẽ không thành tựu được sự thống nhất nội tâm; nếu tinh thần y không được rèn luyện y sẽ không thể tiêu hóa được ý tưởng; nếu y đần độn về tâm linh, y sẽ thiếu năng lực để đáp ứng yêu cầu đòi hỏi; và nếu y thiếu tập trung y sẽ không thể phối hợp được hình thức, trái tim và lý trí.

Do đó chân ngôn không phải là một phương pháp không cần dụng công để lẫn tránh các hậu quả xấu trong cuộc sống, nghĩa là, các hậu quả của hành vi của chính chúng ta. Nó chỉ là một phương tiện trung gian đòi hỏi nhiều nỗ lực cũng như bất cứ pháp môn giải thoát nào. Nếu ta có thể nói chân ngôn không bao giờ thất bại khi được sử dụng đúng đắn, điều đó không có nghĩa là chúng có thể vượt qua luật tắt tự nhiên hay các hậu quả của *karma*. Nó chỉ có nghĩa nếu ta toàn tâm tập trung tư duy, với lòng tin và sự hiểu biết, ta có thể thành tựu giải thoát, bởi vì ta đã làm chủ nghiệp của mình.

Vì vậy trong các hình thức sau này của *Mantrayāna*,[4] người ta hiểu rằng *karma* không thể bị tiêu trừ đơn giản bằng cách trì tụng các chân ngôn hay bằng bất cứ nghi thức cúng bái hoặc sức mạnh huyền bí nào, mà chỉ bằng một tâm thức thuần tịnh và chí thành. Milarepa, một trong các Đại sư về ngữ âm, có thể được trích dẫn như một thẩm quyền hay nhất về phương diện này: 'Nếu bạn tự hỏi, liệu có thể tiêu trừ được ác nghiệp hay không, hãy biết rằng nó sẽ bị tiêu trừ bởi lòng mong muốn làm điều thiện.'

*'Thân, ngữ, ý không hòa hợp cùng Chánh pháp
thì ích gì việc tán tụng lễ bái?*

*Nếu chưa khuất phục sân tâm bằng sự hóa giải
thì ích gì việc tán tụng lễ bái?*

---

[4] Chân ngôn thừa 眞言乘, danh từ chỉ tất cả các tông phái có sử dụng *mantra* trong tu tập, thuộc Phật giáo Mật tông. – ND.

Những lời như vậy có rất nhiều, chứng tỏ rằng mặc dù các thay đổi sâu xa về phương pháp tu trì đã diễn ra khắp nơi theo dòng thời gian, tinh thần Phật giáo vẫn nguyên vẹn sống động. Nó không mâu thuẫn với tư tưởng Phật giáo về việc sử dụng chân ngôn như một phương pháp hỗ trợ trong thiền định cũng như cầu nguyện, khi mà chúng được xem như các phương tiện đưa đến giải thoát chứ không phải là một tín điều có vai trò ngày càng mờ nhạt, nghĩa là, khi người ta có nhận thức rõ ràng về nhân và quả và ý nghĩa nội tại của các chân ngôn, chứ không biến chúng thành niềm tin mù quáng hay các phương tiện để đạt lợi ích thế gian.

Trong chủ nghĩa giáo điều thần quyền của các nghi thức tế tự đạo Bà-la-môn vào thời đức Phật, sự hiểu biết này đã hoàn toàn biến mất, và các chân ngôn đã biến thoái thành một loại tục lệ suông, một phương tiện để trốn tránh trách nhiệm cá nhân bằng cách dựa vào sức mạnh huyền bí của thần thánh và các thể thức ma quái đầy dụ hoặc.

Nhưng đức Phật, đặt con người ở trung tâm vũ trụ quan của ngài, tin vào sự giải thoát bằng các nỗ lực tự thân chứ không phải do thần thánh ban phát, không thể dựa trên một hệ thống chân ngôn mang đầy tính thần học, mà phải để nó trải qua thời gian, các nhu cầu cũng như trải nghiệm nội tâm của người học đạo để tìm ra các hình thức diễn đạt mới. Đức Phật chỉ có thể chỉ ra con đường mà mọi người đều có thể đi đến bằng chính kinh nghiệm riêng của họ. Chân ngôn không thể do ai tạo ra; chúng tự phát triển, và chỉ phát triển từ kinh nghiệm và tri thức tích lũy của nhiều thế hệ.

Sự phát triển của một khoa học về chân ngôn Phật giáo do đó không phải là sự 'rơi trở lại' các phương thức sử dụng của bà-la-môn hay là một dấu hiệu của sự 'thoái hóa', mà là kết quả tự nhiên của sự phát triển tâm linh, ở đó mỗi giai kỳ phát triển của nó tạo ra với nhu cầu nhất định các hình thức thể hiện mới của nó. Và ngay cả lúc đó, dù các hình thức này có tương tự với hình thức của các thời đại xưa, chúng không bao giờ là sự lặp lại đơn thuần của quá khứ mà là một sáng tạo mới mẻ từ kinh nghiệm trực tiếp vô vàn phong phú.

PHẬT GIÁO LÀ KINH NGHIỆM SỐNG

Mỗi kinh nghiệm mới, mỗi hoàn cảnh mới trong cuộc sống đều mở rộng tầm tri thức của chúng ta và tạo ra sự biến chuyển tinh tế trong tự thân chúng ta. Do đó bản tính của chúng ta luôn thay đổi, không chỉ vì các hoàn cảnh sống mà còn – cho dù các hoàn cảnh này vẫn vậy – vì sự tiếp nhận liên tục các cảm giác mới, cấu trúc tinh thần chúng ta ngày càng trở nên đa dạng và phức tạp hơn. Dù ta cho đó là "tiến hóa" hay "thoái hóa", ta phải công nhận rằng đó là quy luật của cuộc sống, nơi sự phân biệt và phối hợp tự cân bằng lẫn nhau.

Do đó mỗi thế hệ có các vấn đề riêng và phải tự tìm giải pháp riêng cho nó. Các vấn đề, cũng như các phương pháp giải quyết chúng, phát sinh từ những hoàn cảnh trong quá khứ và do đó có liên quan tới chúng, nhưng không bao giờ giống hệt nhau. Chúng vừa không hoàn toàn giống nhau vừa không hoàn toàn khác, chúng là kết quả của tiến trình liên tục điều chỉnh.

Chúng ta phải nhìn sự phát triển của các vấn đề tôn giáo cũng tương tự như vậy. Dù chúng ta xem đó là sự "tiến hóa" hay "thoái hóa", chúng đều là các nhu cầu của cuộc sống tâm linh, không thể bị đúc kết thành các công thức cứng nhắc không thay đổi.

Các quan niệm tôn giáo lớn có nguồn gốc sâu xa từ triết lý không phải là những sáng tạo cá nhân, dù rất có thể chúng đã được thúc đẩy bởi các cá nhân vĩ đại. Chúng lớn dần từ mầm mống các ý tưởng sáng tạo, các kinh nghiệm và tầm nhìn sâu sắc. Chúng phát triển qua nhiều thế hệ theo quy luật cố hữu riêng của chúng, như cái cây lớn dần lên hay bất cứ sinh thể nào. Chúng ta có thể gọi đó là "những sự kiện tự nhiên của tinh thần". Nhưng sự lớn lên, phát triển và chín muồi của chúng cần trải qua thời gian. Dù toàn thể cái cây tự nhiên đã có sẵn trong hạt giống, nó phải có thời gian để chuyển hóa thành một hình thù cụ thể.

Những gì đức Đạo sư có thể dùng lời để giảng dạy chỉ là một phần nhỏ trong những điều Ngài đã truyền dạy bằng chính sự hiện diện, bằng nhân cách cao thượng và gương mẫu sống động của Ngài. Và tất cả những điều này lại chỉ là phần nhỏ trong kinh nghiệm tâm linh của Ngài. Đức Phật biết rõ các thiếu sót và giới hạn của ngôn tự và ngôn thuyết khi Ngài lưỡng lự có nên thuyết giảng giáo pháp mà Ngài đã chứng đắc, vì đó là dùng ngôn ngữ để nói về những điều thậm thâm vi tế khó thể lãnh hội qua lý luận và bằng lý trí thông thường của nhân loại. (Tuy thế vẫn có người không thể thấy gì ở Phật giáo ngoài một 'tôn giáo của lý trí', và với những người đó 'lý trí' hoàn toàn nằm trong phạm vi soi sáng của khoa học và thứ lý luận chính xác của thế kỷ này hay của các khám phá 'cuối cùng' của khoa học!).

Tuy vậy khi cuối cùng đức Phật quyết định khai thị chân lý vì lòng từ bi, thương tưởng những người mà 'bụi mờ không thể che được mắt họ', Ngài đã hoàn toàn tránh nói đến những điều có tính tuyệt đối và từ chối trả lời các câu hỏi liên quan đến sự Giác ngộ siêu việt thế gian hay các vấn đề tương tự vốn vượt ngoài khả năng nhận thức của con người. Ngài tự giới hạn chỉ ra con đường thực tế giúp giải quyết các vấn nạn đó, và luôn luôn giải thích các giáo nghĩa thiết yếu bằng hình thức phù hợp với khả năng lãnh hội của người nghe. Đối với nông dân Ngài nói bằng từ ngữ của nông nghiệp, với thợ thuyền thì bằng các ví dụ tương thích với nghề nghiệp của họ, với các bà-la-môn thì bằng ngôn ngữ triết học và các ví dụ gắn liền với quan niệm của họ về vũ trụ hay các hành trì về tín ngưỡng của họ (chẳng hạn như các nghi lễ tế tự), với các công dân và gia chủ Ngài nói về các nghĩa vụ và đạo đức trong cuộc sống gia đình, trong khi giới hạn các khía cạnh uyên thâm hơn về giáo pháp và các kinh nghiệm thiền định của Ngài trong số ít các đệ tử có lợi căn, nhất là các Thánh đệ tử trong Tăng đoàn.

Các tông phái Phật giáo về sau vẫn trung thành với nguyên tắc này khi bổ sung các phương pháp giảng dạy của họ và các phương tiện thực hiện nó tùy theo nhu cầu của cá nhân cũng như sự phát triển tâm linh của thời đại họ. Khi triết học Phật giáo ngày càng mở rộng và phức tạp, để thích nghi với mọi trình độ nhận thức, nhiều phương pháp giảng dạy đã xuất hiện. Cũng như đức Phật đã từng hướng dẫn các đệ tử ở nhiều cấp bậc, các trường phái Phật giáo sau này đã dành nhiều khía cạnh giáo pháp khó tiếp thu, vốn đòi hỏi một tiêu chuẩn giáo dục và hiểu biết cao hơn, cho những ai đáp ứng được các điều kiện này và đã trải qua các giai đoạn huấn luyện cơ bản.

Các giáo pháp mới mẻ này được mô tả như các học thuyết 'mật truyền' hay 'huyền bí', tuy nhiên mục đích đó không phải để ngăn cản bất cứ ai đạt đến nhận thức hay chứng ngộ cao hơn, mà để tránh sự luận bàn và suy đoán mông lung của những người muốn thâm nhập thực chứng uyên áo này mà không chịu dụng công hành trì.

Khi đức Thế tôn bác bỏ tính bí mật và huyền bí của các tu sĩ tự phụ xem kiến thức hay nghi lễ thờ phụng của họ như một đặc quyền của đẳng cấp, hay khi Ngài tuyên bố không có khác biệt giữa các giáo pháp 'bí truyền' (esoteric) hay 'công truyền' (exoteric) của Ngài, rằng Ngài không giữ lại gì trong lòng tay, tất nhiên điều đó không có nghĩa là Ngài không phân biệt giữa người thông minh với người ngu độn, mà là Ngài sẵn sàng giáo hóa không giới hạn những ai muốn theo Ngài học đạo. Chỉ có một giới hạn nơi thính chúng và các đệ tử của Ngài, đó là khả năng lĩnh hội của mỗi người, và chính đây là ranh giới giữa những gì Ngài biết và những gì có thể truyền dạy.

Khi xưa lúc trú tại rừng cây *Simsapa*, có lần đức Thế tôn đã nhặt một nắm lá rừng, đưa cho các đệ tử xem và nói: Những chiếc lá trong tay Ta đây so với lá trong rừng này, cũng như những gì Ta có thể truyền dạy cho các ngươi so với những gì Ta đã thực chứng, tuy nhiên vì đạo giải thoát Ta sẽ giải bày hết thảy tùy theo căn cơ của từng người.

Sự phân biệt như vậy cần được các đạo sư truyền thừa áp dụng, không những một cách tổng quát mà trong từng trường hợp cụ thể. Không nên áp đặt Chánh pháp cho những kẻ không thiết tha hay những người chưa sẵn sàng để tiếp nhận; chỉ có thể mang nó đến cho những người đang thao thức tìm cầu chân lý, và mang đến đúng lúc, đúng chỗ.

Ứng dụng cho sự phát triển của Phật giáo, điều này có nghĩa là mỗi thời đại và mỗi quốc độ phải tự tìm lấy hình thức diễn giải và phương pháp truyền dạy riêng, sao cho tư tưởng của đạo giải thoát luôn sống động. Chữ 'ý tưởng' (*idea*) ở đây không phải là một luận đề triết học hay tín điều siêu hình, mà là sự thôi thúc hướng đến một tâm thái mới nơi mà thế giới ngoại cảnh và hiện tượng ý thức của riêng mỗi người không còn được nhìn từ quan điểm của 'Tôi' mà phải từ cái 'không-Tôi'. Với cái nhìn đảo ngược toàn diện như vậy hết thảy vạn vật bỗng hiển hiện trong một phối cảnh mới mẻ, khi mà thế giới nội tâm và ngoại cảnh trở thành các hiện tượng tâm thức hỗ tương quan hệ một cách bình đẳng – một tâm thức, tùy theo trình độ phát triển, trải nghiệm một loại thực tại hoàn toàn khác, một thế giới khác. Trình độ phát triển, do đó, lại tùy thuộc mức độ vượt thắng ảo tưởng về cái 'Tôi', và cùng với nó là nhãn quan lấy cái tôi làm trung tâm vốn bóp méo mọi sự vật và hiện tượng, phá vỡ mối liên hệ bên trong của chúng. Sự tái lập cân bằng tâm thức toàn hảo này, nhờ sự diệt tận ảo tưởng về bản ngã, nguồn gốc của hết thảy sân hận, tham ái và ưu não, là trạng thái giác ngộ. Bất cứ gì dẫn đến việc thực chứng trạng thái này đều là con đường của đức Phật, con đường không phải chỉ cần vạch ra một lần cho muôn đời sau, vượt ngoài thời gian và con người cụ thể; nó chỉ hiện hữu trong quá trình chuyển dịch của người lữ khách hướng về nơi đến của mình. Đó là con đường phải do mỗi người lữ khách đi qua và tạo nên.

Dù giáo nghĩa của đức Thế tôn được tuyên thuyết một cách hoàn hảo, các hệ thống trình bày nó vẫn cần được các thánh đệ tử hoàn thiện theo từng thời kỳ bởi lẽ, giáo pháp dù tối thắng nhưng người thọ trì thì không, và những gì họ có thể lãnh hội và trao truyền cho hậu thế đều nằm trong những giới hạn cố hữu của tư tưởng con người.

Ngoài ra chúng ta còn phải nhớ rằng chính đức Phật cũng phải giảng thuyết giáo pháp của Ngài bằng ngôn ngữ và các khái niệm phổ cập trong thời đại của Ngài để cho người đương thời có thể lãnh hội. Và dù các đệ tử gìn giữ và truyền thừa lời dạy của đức Thế tôn đều là các bậc Thánh giả (*Arahan*), vẫn còn một thực tế là: giáo pháp mà họ lãnh thọ và lưu truyền trong hình thức này vẫn là các hệ thống trình bày trong giới hạn của khái niệm, ngôn ngữ và thời gian. Họ không thể nói đến các vấn đề chưa từng xảy ra, hay dù họ có thể tiên đoán được các vấn đề đó họ cũng không có khả năng diễn đạt chúng, vì chưa có thứ ngôn ngữ nào có thể trình bày để hiểu chúng.

Có lẽ chính đức Phật cũng phải diễn thuyết giáo pháp của Ngài cách khác nếu Ngài thị hiện vào thế kỷ thứ VI sau Tây lịch thay vì thế kỷ thứ VI trước Tây lịch. Điều này không phải vì Chánh pháp hay chân lý Ngài giảng dạy khác đi, mà vì những người được Ngài giáo hóa đã tiếp nhận thêm vào ý thức của họ mười hai thế kỷ kinh nghiệm về lịch sử, thực tế, trí tuệ và tâm linh; đó không chỉ là sự tích lũy nhiều hơn về tư tưởng và khả năng diễn đạt, mà còn là quan điểm tri thức khác, với các vấn đề và thị kiến và phương pháp giải quyết cũng khác hẳn.

Những người tin tưởng mù quáng vào văn tự cũng như những người mà đối với họ tính chất lịch sử quan trọng hơn chân lý sẽ không bao giờ chấp nhận điều này. Họ kết án các tông phái Phật giáo sau này đã vượt ra ngoài giáo pháp của đức Phật, trong khi thực ra họ chỉ vượt ngoài các khái niệm bị giới hạn về thời tính của những người cùng thời với đức Phật.

Các vấn đề tâm linh cũng có thể ít bị 'cố định' như các vật thể sống. Nơi nào sự phát triển ngưng trệ, nơi đó chỉ tồn tại các hình thái chết. Chúng ta có thể giữ gìn các xác ướp như là vật quý hiếm của lịch sử, nhưng không giữ được sống. Do đó, nếu trong khi truy tìm chân lý chúng ta không dựa trên chứng cứ thực tế của lịch sử, đó không phải vì chúng ta nghi ngờ tính trung thực hình thức, hay ngay cả tính trung thực của ý hướng của những người gìn giữ và truyền lưu các hình thức này, mà vì chúng ta không tin rằng các hình thức được tạo ra hàng ngàn năm trước có thể được trao truyền một cách bừa bãi mà không gây tổn hại nghiêm trọng cho tinh thần chúng ta. Thực phẩm dù ngon bổ đến đâu, để lâu cũng có thể trở thành độc hại. Người ta không thể 'tiếp quản' các chân lý; chân lý phải được tái phát hiện trong từng thế hệ. Chúng phải luôn được tái định hình và chuyển đổi hình thức nếu muốn giữ được ý nghĩa, các giá trị sống động của chúng, hay chất dinh dưỡng tinh thần của chúng. Đây là quy luật của sự phát triển tinh thần, mà kết quả là sự cần thiết phải trải nghiệm cùng một chân lý nhưng bằng những cách thái luôn mới mẻ, phải vun bồi và truyền bá không phải quá nhiều những kết quả mà là những *phương pháp* để nhờ đó chúng ta có thể lãnh hội và kinh nghiệm Thực tại.

Nếu quá trình phát triển tinh thần này được lặp lại và được kinh nghiệm trong bản thân mỗi cá nhân, nó không chỉ khiến cá nhân đó trở thành nhịp cầu nối giữa quá khứ và hiện tại, mà bằng cách tương tự, trong sự trải nghiệm hiện tại, quá khứ sẽ được phục hồi nguyên khí và tự chuyển mình thành mầm sáng tạo cho tương lai. Lịch sử như vậy lại được định dạng trở lại thành cuộc sống hiện tại, trở thành một phần trong tồn tại của mỗi chúng ta chứ không chỉ là một đối tượng để tìm hiểu hay sự sùng kính mà, tách rời khỏi nguồn gốc và các điều kiện phát triển hữu cơ của nó, nó sẽ mất hết các giá trị cơ bản.

Hiểu được sự phát triển hữu cơ này chúng ta không còn phán đoán nó là 'đúng' hay 'sai', 'có ý nghĩa' hay 'vô nghĩa', mà đúng hơn chúng ta sẽ thấy các điều biến về cùng một giai điệu hay 'cơ điệu' (motif) sẽ nêu bật, bằng chính các lực tương phản của nó, cái nhân tố chung, nền tảng cốt lõi của nó.

Ví như cái thể cốt lõi của một cái cây, nó không nằm ở gốc, rễ, ở thân, cành, ở lá, hoa hay trái của cây; thực thể của nó nằm ở sự phát triển hữu cơ và các mối liên hệ của hết thảy các thành phần trên, nghĩa là ở tổng thể của hết thảy sự phát triển về không gian lẫn thời gian.

Cũng vậy, chúng ta phải biết là không thể tìm thấy bản chất cốt yếu của đạo Phật ở nơi vô biên của các tư tưởng trừu tượng, ở các tín điều được thần thánh hóa, mà phải tìm nó ở sự đâm chồi nảy lộc của nó qua không gian và thời gian, ở các chuyển biến và phát triển mênh mông của nó, nơi ảnh hưởng bao trùm mọi mặt trong cuộc sống của nó, hay nói tóm tắt: nơi tính phổ quát châu biến của nó.

(còn tiếp)

Dịch Việt
HV

Ảnh Hưởng Của Phật Giáo Đối Với Nền Văn Học Mỹ

Huỳnh Kim Quang

Ngày nay Phật Giáo đã đi vào sinh hoạt thường nhật của người dân Mỹ một cách sâu rộng, từ những giờ phút thực hành Thiền trong quân đội, sở cứu hỏa, ty cảnh sát, trường học và công tư sở đến phương thức trị liệu tâm lý trong y học.

Nhưng gần hai thế kỷ trước, Phật Giáo đã có ảnh hưởng lớn trong nền văn học Mỹ qua phong trào triết lý và văn học American Transcendentalism (Phong Trào Siêu Việt Mỹ), với các văn thi sĩ lừng danh như Ralph Waldo Emerson (1803-1882), Henry David Thoreau (1817-1862), Walt Whitman (1819-1892). Một thế kỷ sau đó, phong Trào Beat cũng chịu ảnh hưởng sâu đậm của Phật Giáo trong sáng tác và còn kéo dài cho đến nay.

Để thấy rõ hơn các phong trào văn học Mỹ chịu ảnh hưởng Phật Giáo như thế nào, thiết tưởng cũng nên nhìn qua các thời kỳ văn học của Xứ Cờ Hoa trải dài từ thời thuộc địa cho đến ngày nay.

Các Thời Kỳ Văn Học Mỹ

Giáo Sư Tiến Sĩ Adam Burgess, hiện dạy tại Đại Học College of Southern Nevada, và cũng là nhà phê bình văn học, trong bài viết "A Brief Overview of American Literary Periods,"(1) được cập nhật vào ngày 28 tháng 4 năm 2018, đã tóm lược lịch sử văn học Mỹ trải qua 9 thời kỳ như sau:

1/ Thời Kỳ Thuộc Địa (The Colonial Period – 1607-1775): Bắt đầu từ khi thực dân Anh đặt nền cai trị tại Bắc Mỹ vào năm 1607 đến sau Chiến Tranh Cách Mạng hay Chiến Tranh Giành Độc Lập của người Mỹ. Văn học trong thời kỳ này mang tính lịch sử và tôn giáo. Một số nhà văn trong thời kỳ này gồm Phillis Wheatley, Cotton Mather, William Bradford, Anne Bradstreet, và John Winthrop. Các tác phẩm như "A Narrative of the Uncommon Sufferings," và "Surprizing Deliverance" của nhà văn da đen đầu tiên Briton Hammon đã được xuất bản tại Boston vào năm 1760.

2/ Thời Kỳ Cách Mạng (Revolutionary War – 1765-1790: Bắt đầu một thập niên trước Cuộc Chiến Tranh Cách Mạng và chấm dứt vào khoảng 25 năm sau đó, với các tác phẩm của Thomas Jefferson, Thomas Paine, James Madison, và Alexander Hamilton. Đây là thời kỳ cực thịnh của các tác phẩm chính trị, mà trong đó quan trọng nhất là "Bản Tuyên Ngôn Độc Lập," và các văn kiện lịch sử "The Federalist Papers" của nhiều tác giả, và thơ của Joel Barlow và Philip Freneau.

3/ Thời Kỳ Đầu Lập Quốc (The Early National Period – 1775-1828): Đây là thời kỳ Văn Học Mỹ độc lập với truyền thống văn học Anh Quốc với kịch bản đầu tiên của người Mỹ viết vào năm 1787 cho sân khấu có tựa đề "The Contrast" của kịch tác gia Mỹ Royall Tyler, và cuốn tiểu thuyết đầu tiên của Mỹ "The Power of Sympathy" ra đời vào năm 1789 của nhà văn William Hill. Trong thời kỳ này còn có các văn sĩ như Washington Irving, James Fenimore Cooper, và Charles Brockden Brown với những tác phẩm văn chương mang đặc tính Mỹ, trong khi các thi sĩ Edgar Allan Poe và William Cullen Bryant sáng tác thơ không còn hơi hám của truyền thống văn chương Anh.

4/ Thời Kỳ Phục Hưng Mỹ (The American Renaissance – 1828-1865): Cũng được biết như là Thời Lãng Mạng của văn học Mỹ và Thời Kỳ

Siêu Việt, thời kỳ này được mọi người thừa nhận như là vĩ đại nhất của Văn Học Mỹ. Các khuôn mặt lớn gồm có Walt Whitman, Ralph Waldo Emerson, Henry David Thoreau, Nathaniel Hawthorne, Edgar Allan Poe và Herman Melville. Emerson, Thoreau, và Margaret Fuller được xem như là tạo ra được sắc thái văn học và tư tưởng có sức ảnh hưởng lớn đến nhiều văn thi sĩ sau này. Thời kỳ này cũng đánh dấu sự khởi đầu của Chủ Nghĩa Phê Bình Văn Học Mỹ, mà dẫn đầu là Edgar Allan Poe, James Russell Lowell, và William Gilmore Simms.

5/ Thời Kỳ Hiện Thực (The Realistic Period – 1865-1900): Kết quả của Cuộc Nội Chiến Mỹ, phong trào Tái Cấu Trúc và thời kỳ Kỹ Nghệ Hóa, tư tưởng và sự tự giác của người Mỹ đã thay đổi trong nhiều phương cách sâu xa, và do đó, đã phản ảnh trong văn học Mỹ. Một số khái niệm lãng mạn của Thời Kỳ Phục Hưng Mỹ đã được thay thế bởi cách mô tả hiện thực của cuộc sống người Mỹ, như được biểu hiện trong các tác phẩm của William Dean Howells, Henry James, và Mark Twain. Những thi sĩ tầm cỡ như Walt Whitman và Emily Dickinson cũng có mặt trong thời kỳ này.

6/ Thời Kỳ Thiên Nhiên (The Naturalist Period – 1900-1914): Thời kỳ này tương đối ngắn được xem như là sự nối tiếp đời sống sáng tạo về hiện thực cuộc sống mà các nhà văn học hiện thực đã làm mấy thập niên trước. Các tác giả của thời kỳ này gồm, Frank Norris, Theodore Dreiser, và Jack London, với nhiều tiểu thuyết được ghi đậm nét trong lịch sử văn học Mỹ. Các nhân vật trong những tiểu thuyết của thời kỳ này là các nạn nhân của bản năng và những điều kiện kinh tế và xã hội. Nữ văn sĩ Edith Wharton có nhiều tác phẩm văn chương cổ điển đáng yêu như "The Custom of the Country (1913)," "Ethan Frome (1911)," và "House of Mirth (1905)."

7/ Thời Kỳ Hiện Đại (The Modern Period -- 1914-1939): Sau Thời Kỳ Phục Hưng, Thời Kỳ Hiện Đại là có ảnh hưởng và phong phú lớn thứ 2 trong văn học Mỹ. Những thi sĩ nổi bật trong thời kỳ này gồm, E.E. Cummings, Robert Frost, Ezra Pound, William Carlos Williams, Carl Sandburg, T.S. Eliot, Wallace Stevens và Edna St. Vincent Millay. Còn bên văn sĩ thì có Willa Cather, John Dos Passos, Edith Wharton, F. Scott Fitzgerald, John Steinbeck, Ernest Hemingway, William Faulkner, Gertrude Stein, Sinclair Lewis, Thomas Wolfe và Sherwood Anderson. Cùng xuất hiện trong thời kỳ này còn có các phong trào Jazz

Age, the Harlem Renaissance, và the Lost Generation. Cuộc Đại Suy Thoái Kinh Tế đã ảnh hưởng rất lớn đến các sáng tác của những văn thi sĩ trong thời kỳ này, như các tác phẩm của Faulkner và Steinbeck, và các vở kịch của Eugene O'Neill.

8/ Thời Kỳ Thế Hệ Beat (The Beat Generation – 1944-1962): Các tác giả của phong trào Beat, như Jack Kerouac và Allen Ginsberg, đều chống lại nền văn học truyền thống, trong văn chương, và chống lại các thể chế chính trị. Thời kỳ này xuất hiện những tác phẩm thú tội và tình dục đưa đến các thách thức pháp lý và tranh luận về sự kiểm duyệt tại Mỹ. William S. Burroughs và Henry Miller là 2 tác giả có những tác phẩm đối diện với những thách thức kiểm duyệt. Nhiều tác giả của thời kỳ này đã tạo cảm hứng cho nhiều phong trào chống văn hóa khuôn thước trong 2 thập niên sau đó.

9/ Thời Kỳ Đương Đại (The Contemporary Period – 1939-tới nay): Sau Thế Chiến II, văn học Mỹ đã lan rộng và đa dạng trong đề tài, kiểu cách, và mục tiêu. Thời kỳ từ 1939 tới nay có nhiều tác giả nổi tiếng, tiêu biểu như: Kurt Vonnegut, Amy Tan, John Updike, Eudora Welty, James Baldwin, Sylvia Plath, Arthur Miller, Toni Morrison, Ralph Ellison, Joan Didion, Thomas Pynchon, Elizabeth Bishop, Tennessee Williams, Sandra Cisneros, Richard Wright, Tony Kushner, Adrienne Rich, Bernard Malamud, Saul Bellow, Joyce Carol Oates, Thornton Wilder, Alice Walker, Edward Albee, Norman Mailer, John Barth, Maya Angelou và Robert Penn Warren.

Ngoài ra, còn có Thời Kỳ Văn Thi Sĩ Người Mỹ Gốc Việt là sự kiện văn học khác tại Mỹ liên quan đến cộng đồng người Mỹ gốc Việt mà không thể không nói đến, đó là sự xuất hiện của các văn thi sĩ người Mỹ gốc Việt trong nền văn học Hoa Kỳ kể từ sau biến cố 30 tháng 4 năm 1975, khi làn sóng người Việt tị nạn đến Mỹ định cư ngày càng đông, đặc biệt đối với thế hệ một rưỡi và hai là những người Mỹ gốc Việt được trưởng thành hay sinh trưởng trong nền văn hóa và văn học Mỹ.

Trong bài viết "7 New Asian-American Writers You Should Be Paying Attention To" của tác giả Shashank Rao tại Đại Học University of Michigan đề cập đến 1 văn sĩ và 1 thi sĩ người Mỹ gốc Việt đã có nhiều tác phẩm được xuất bản tại Mỹ, trong đó nhà văn Nguyễn Thanh Việt nhận giải Pulitzer Prize for Fiction vào năm 2016 qua tác phẩm "The Sympathizer," và thi phẩm "Night Sky with Exit Wounds," của nhà thơ

Ocean Vuong đã được đưa vào trong số các tập thơ hay nhất của báo The New Yorker trong năm 2016.(2)

Trong bài viết "Vietnamese and Vietnamese American Lit: A Primer from Viet Thanh Nguyen" đã để cập đến nhiều tác giả người Mỹ gốc Việt và những tác phẩm của họ. Trong đó gồm có: Nguyễn Thanh Việt, Ocean Vương, Quan Barry, Thi Bui, Lan Cao, Le Ly Hayslip, Thanhha Lai, Andrew Lam, Nguyen Qui Duc, Bao Phi, Le Thi Diem Thuy, GB Tran, Vu Tran, Monique Truong. Ngoài ra trong trang mạng www. goodreads.com đã để cập đến nhiều tác phẩm của các văn thi sĩ người Mỹ gốc Việt mà trong đó gồm có: Kien Nguyen, Linh Dinh, Bich Minh Nguyen.(3)

Trong các thời kỳ văn học Mỹ nói trên, có 2 thời kỳ chịu ảnh hưởng Phật Giáo sâu đậm nhất, đó là Thời Kỳ Phục Hưng và Thời Kỳ Beat Generation, với 2 phong trào văn học nổi tiếng American Transcendentalism và Beat Generation.

Phong Trào American Transcendentalism (Siêu Việt Mỹ)

American Transcendentalism là phong trào triết học, xã hội và văn học khởi đầu vào giữa thập niên 1830s tại New England ở Hoa Kỳ. Người chủ đạo của phong trào này là thi hào Ralph Waldo Emerson. Phong trào là sự phản kháng đối với Thời Đại Lý Trí (Age of Reason) và phương cách thuần lý của nó trong tư duy. Những người khai sáng ra phong trào này tin rằng xã hội và các cơ chế có tổ chức như tôn giáo và chính trị đang làm sụp đổ tính thuần khiết của từng cá nhân con người. Phong trào được lập ra dựa vào các tư tưởng đa dạng của Ấn-độ Giáo, Phật Giáo và nhiều tôn giáo khác ở Á Châu. Thi hào Emerson có lần phát biểu rằng niềm tin vào sự kỳ diệu được hình thành như "sự mở cửa vĩnh viễn của tâm thức con người để đón nhận sự lưu nhập của ánh sáng và quyền năng..." (4)

Các nhà văn học trong Phong Trào Siêu Việt cổ võ ý tưởng về nhận thức riêng tư về Thượng Đế, tin rằng không cần trung gian cho sự liễu giải tâm linh. Họ theo chủ nghĩa duy tâm tập trung vào thiên nhiên và chống lại chủ nghĩa vật chất. Vì vậy những nhà văn học Siêu Việt nỗ lực tìm hiểu tôn giáo và triết lý Đông Phương mà trong đó có Ấn-độ Giáo, Phật Giáo, Bhagavad Gita, Lão Giáo, Khổng Giáo. Tư tưởng của những văn thi sĩ thuộc Phong Trào Siêu Việt bắt đầu đi vào văn học Mỹ, mà trong đó Phật Giáo đóng vai trò quan trọng.

Năm 1840 nhóm Siêu Việt cho ra báo The Dial (từ 1840 đến 1844), được gọi là "Tạp Chí Của Tinh Thần Mới," với vị Chủ Bút đầu tiên là nhà văn Margaret Fuller (1810-1850). Thi hào Emerson nối tiếp Fuller để trở thành vị Chủ Bút thứ 2 của 2 năm sau cùng của tờ báo, chuyên khảo cứu về văn học và tôn giáo Á Đông. Bài viết đầu tiên của văn thi sĩ Henry David Thoreau cho tờ The Dial là về đời sống hoang dã tại Massachusetts.

Ralph Waldo Emerson (1803-1882)

Thi hào Ralph Waldo Emerson là con trai của Mục Sư William Emerson thuộc phái Unitarian, chủ bút nguyệt san The Monthly Anthology and Boston Review rất say mê văn học và triết học Đông Phương. Ralph mồ côi cha năm lên 7 tuổi và thừa hưởng gia tài duy nhất của người cha là một thư viện chứa đầy sách Đông Phương. Ralph trở thành con mọt sách từ nhỏ nên chỉ mới 14 tuổi ông được nhận vào trường Đại Học Harvard. Ông đặc biệt hứng thú với Ấn-độ Giáo và lần lần làm quen với Phật Giáo.

Ralph Waldo Emerson là nhà thơ, nhà bình luận, giáo sư nổi tiếng và nhà vận động cải cách xã hội. Ông là nhà tư tưởng dân chủ cấp tiến của thời đại ông, tin rằng qua tiến trình dân chủ thì tình trạng nô lệ sẽ được bãi bỏ. Năm 1820 ông cho xuất bản đặc san Journal. Năm 1822 sau khi tốt nghiệp ông làm mục sư của phái Unitarian, nối bước người cha. Tuy nhiên, ông là một triết gia viết cách ngôn được xem như là triết gia Friedrich Nietzsche của Mỹ và có ảnh hưởng lớn đối với các văn thi sĩ như Walt Whitman, Henry David Thoreau, William James và nhiều người khác. Emerson thường được xem có đặc tính của một triết gia duy tâm và sáng tạo thuật ngữ triết học của chính ông, giải thích nó đơn giản như là sự thừa nhận rằng dự tính luôn luôn đi trước hành động. Đối với Emerson, tất cả mọi sự vật đều hiện hữu trong sự luân diễn biến dịch không ngừng nghỉ, và "hiện hữu" là chủ đề của siêu hình học. Tư tưởng về sự biến dịch không ngừng của ông chính là tính vô thường mà Phật Giáo nói đến. Tự lực và độc lập tư duy là tư tưởng nền tảng của Emerson.

Quan điểm về "nhất thể" và "biến dịch" là tư tưởng quan trọng của

Emerson và hoàn toàn không bao giờ tách triết lý của ông khỏi tư tưởng cơ bản đối với Phật Giáo: thực vậy, Emerson nói rằng "Phật tử ... là người siêu nghiệm."(5) Một trong những ảnh hưởng quan trọng nhất đối với lý tưởng siêu việt của Emerson là Phật Giáo. Mặc dù có bằng chứng cho thấy Emerson nghiên cứu về Phật Giáo Ấn-độ, nhiều triết thuyết của ông có vẻ tương đồng với Thiền Phật Giáo. Mỗi bài viết của ông đều phản ảnh một khía cạnh nào đó của lý tưởng siêu việt, nhưng có 4 điều quan trọng nhất khi nói đến các ảnh hưởng của Phật Giáo đối với ông: "Tự lực," "Tâm linh," "Luân hồi," và "nghiệp vận." 4 chủ đề này cho thấy sự tương đồng đáng kể giữa tư tưởng Emerson và Phật Giáo. "Tự lực" là một trong những chủ đề quan trọng hơn cả bởi vì nó giải thích phương cách tốt nhất để tiếp cận biện giải của ông về giác ngộ. Có rất nhiều tương đồng giữa triết lý của Emerson và Phật Giáo. Nhiều tư tưởng chủ đạo trong triết lý của Emerson chia xẻ cùng tư tưởng Phật Giáo. Khái niệm của Emerson về tâm tương tự với quan điểm của Phật Giáo về vô ngã, bởi vì cả hai đều nhấn mạnh đến sự vắng mặt của biên giới dùng để định nghĩa cá thể. Emerson chia xẻ cùng ý nghĩa về nghiệp, rằng việc thiện chỉ có thể được định nghĩa là thiện nếu chúng được thực hiện với chủ tâm và động cơ thiện.

Emerson có khoảng trên 20 tác phẩm và hàng chục bài tiểu luận và diễn thuyết, mà trong đó tác phẩm đầu tiên được ông sáng tác vào năm 1836 là cuốn "Nature" chứa đựng triết lý về Chủ Nghĩa Siêu Việt.

Trong đoạn cuối bài thơ The World-Soul, thi hào Ralph Waldo Emerson có cái nhìn lạc quan về thế giới không khác cái nhìn của một thiền sư:

> *Spring still makes spring in the mind,*
> *When sixty years are told;*
> *Love wakes anew this throbbing heart,*
> *And we are never old.*
> *Over the winter glaciers,*
> *I see the summer glow,*
> *And through the wild-piled snowdrift*
> *The warm rose buds below.* (6)

Mùa xuân vẫn vươn lên trong tâm,
Cho dù đã ở tuổi sáu mươi;

Tình yêu đánh thức trái tim rộn ràng này,
Và chúng ta không bao giờ già.
Trên băng giá của mùa đông,
Ta vẫn thấy mùa hè sáng chói,
Dưới bao lớp tuyết phủ dày
Nụ hoa hồng ấm áp đang nẩy mầm.

Gần 800 năm trước đó, vào thời Nhà Lý tại Việt Nam, Thiền sư Mãn Giác trong bài thơ Cáo Tật Thị Chúng [Cáo Bệnh Để Khai Thị Cho Đại Chúng] cũng có 2 câu cuối với ý nghĩa giống như 2 câu cuối trong bài thơ trên của Emerson.

Mạc vị xuân tàn hoa lạc tận
Đình tiền tạc dạ nhất chi mai.

Chớ bảo xuân tàn hoa rụng hết
Đêm qua sân trước một cành mai. *(HT Thích Thanh Từ dịch)*

Nhưng phải đợi đến văn thi sĩ Henry David Thoreau thì ảnh hưởng của Phật Giáo mới bộc lộ hết sắc thái rực rỡ của nó trong văn học Mỹ.

Henry David Thoreau

(1817-1862)

Henry David Thoreau là nhà văn, nhà thơ, triết gia, và sử gia. Thoreau học tiếng La Tinh, Hy Lạp, Ý, Pháp, Đức, và Tây Ban Nha tại Đại Học Harvard, nơi mà lần đầu tiên ông biết đến thi hào Ralph Waldo Emerson qua bài diễn văn "The American Scholar" vào năm 1837.

Thoreau là nhà Siêu Việt hàng đầu nổi tiếng với tác phẩm "Walden," phản ánh cuộc sống đơn giản trong môi trường thiên nhiên, và tiểu luận "Civil Disobedience" [Bất Tuân Dân Sự], mà ban đầu có tựa đề là "Resistance to Civil Government" [Chống Lại Chính Quyền Dân Sự], là bài viết chống lại nhà nước bất công.

Thoreau có khoảng 20 tác phẩm gồm văn, thơ và tiểu luận. Những tác phẩm cuối đời của ông viết về lịch sử thiên nhiên và triết lý mà trong đó ông dự tri về các phương pháp và những khám phá về lịch sử sinh thái và môi trường, là 2 nguồn của chủ nghĩa môi sinh hiện đại. Thể loại văn học của ông xen kẽ sự quan sát sâu vào thiên nhiên, kinh nghiệm cá nhân, hùng biện sắc bén, ý nghĩa tượng trưng, và kiến thức lịch sử, trong khi biểu thị sự nhạy bén thi vị, sự chân phương triết học, và chú trọng đến chi tiết thực tế. Ông cũng cổ võ từ bỏ sự phung phí và ảo tưởng để khám phá những nhu cầu chính yếu thực sự của cuộc sống.

Năm 1844, Thoreau cho đăng bài khảo luận "The Preaching of the Buddha" [Lời Dạy của Đức Phật] trên báo Dial. Bài này được trích từ tác phẩm tiếng Pháp cuốn "L' Introduction à L' Histoire de Buddhisme Indien" [Giới Thiệu Lịch Sử Phật Giáo Ấn-độ] của học giả người Pháp Eugène Burnouf (1801-1852). Tuy nhiên, Thoreau đã có phó bản của bản dịch tiếng Pháp của Burnouf về Kinh Diệu Pháp Liên Hoa [Saddharmapundarika Sutra], mà ông đã dịch sang tiếng Anh với tựa đề "White Lotus of The Good Law" [Diệu Pháp Bạch Liên Hoa Kinh] vào năm 1837, là bản Kinh Phật được dịch đầu tiên tại Mỹ.(7)

Thoreau đã ảnh hưởng nhiều văn nghệ sĩ tên tuổi, gồm Edward Abbey, Willa Cather, Marcel Proust, William Butler Yeats, Sinclair Lewis, Ernest Hemingway, Upton Sinclair, E. B. White, Lewis Mumford, Frank Lloyd Wright, Alexander Posey, và Gustav Stickley. Đặc biệt, Thoreau cũng đã ảnh hưởng đến 2 nhân vật nổi tiếng thế giới sau ông là lãnh tụ Mohandas Gandhi và Mục Sư Martin Luther King, Jr.

Lãnh tụ Gandhi lần đầu tiên đọc cuốn "Walden" vào năm 1906 lúc ông là nhà hoạt động dân quyền tại Johannesburg, Nam Phi. Và lần đầu tiên lãnh tụ Gandhi đọc tác phẩm "Civil Disobedience" của văn thi sĩ Thoreau lúc đang ngồi tù tại Nam Phi vì tội biểu tình bất bạo động chống nạn kỳ thị người Ấn-độ tại Transvaal. Trong một bài viết, lãnh tụ Gandhi nói rằng Thoreau là "một trong những người đàn ông vĩ đại nhất mà nước Mỹ đã tạo ra, mà tư tưởng của ông [Thoreau] đã ảnh hưởng tôi rất lớn." Lãnh tụ Gandhi nói rằng ngài đã ứng dụng một số tư tưởng của Thoreau và đề nghị tất cả bạn bè, là những người giúp ngài vận động Độc Lập Ấn-độ, nghiên cứu về Thoreau. Lãnh tụ Gandhi cho biết đó là lý do tại sao ngài lấy tựa đề bài viết của Thoreau 'On the Duty of Civil Disobedience' [Trách Nhiệm Bất Tuân Dân Sự] được viết cách đó 80 năm, để đặt tên cho cuộc vận động của ngài.

Còn Mục Sư Martin Luther King, Jr. thì viết trong tự truyện rằng lần gặp gỡ đầu tiên của ông với tư tưởng đấu tranh bất bạo động là khi đọc "On Civil Disobedience" của Thoreau vào năm 1944 trong khi học tại Đại Học Morehouse College. (8)

Thoreau có bài thơ "Free Love" mà trong đó mô tả một thứ tình yêu tự do như cánh đại bàng dang rộng, với đoạn đầu như sau:

> *My love must be as free*
> *As is the eagle's wing,*
> *Hovering o'er land and sea*
> *And every thing.* (9)

> Tình yêu của tôi phải tự do
> Như cánh chim đại bàng,
> Bay lượn trên mặt đất và biển cả
> Và trên tất cả mọi vật.

Phong Trào Siêu Việt đến thời của thi hào Walt Whitman thì hạ cánh từ cõi siêu việt xuống thế giới hiện thực.

Walt Whitman
(1819-1892)

Thi hào Walt Whitman sinh tại Long Island, New York, ngày 31 tháng 5 năm 1819 và mất ngày 26 tháng 3 năm 1892. Ông là nhà thơ, nhà văn, và ký giả. Ông bỏ học từ năm 11 tuổi để đi làm kiếm tiền phụ giúp gia đình. Ông làm nhiều việc từ phụ tá văn phòng luật sư thành phố, nhà giáo, nhà in, tới nhà xuất bản sách. Ông là người chuyển tiếp giữa chủ nghĩa Siêu Việt và chủ nghĩa hiện thực, đã phối hợp cả hai quan điểm ấy trong các tác phẩm của ông. Whitman nằm trong số những thi sĩ có sức ảnh hưởng rất lớn trong nền văn học Mỹ. Ông thường được gọi là cha đẻ của thể thơ tự do. Sáng tác của ông gây nhiều tranh luận trong thời đại đó, đặc biệt tuyển tập thơ "Leaves of Grass" [Lá Cỏ] của ông, mô tả công khai chuyện tình dục.

Tác phẩm chính yếu của Whitman là cuốn "Leaves of Grass," được chính ông bỏ tiền túi ra xuất bản vào năm 1855. Tác phẩm này là nỗ lực mang đến cho những con người bình thường anh hùng ca của Mỹ. Ông tiếp tục bổ sung và sửa đổi tác phẩm này cho đến khi qua đời vào năm 1892.

Lối sống lêu lổng của Whitman đã được khuôn rập bởi phong trào Beat và những người lãnh đạo phong trào này như Allen Ginsberg và Jack Kerouac vào thập niên 1950s và 1960s cũng như các nhà thơ phản chiến Adrienne Rich và Gary Snyder.

Thơ của Whitman đã được phổ nhạc bởi rất nhiều nhạc sĩ; thực tế cho thấy thơ của ông đã được phổ nhạc nhiều hơn bất cứ nhà thơ Mỹ nào khác trừ Emily Dickinson và Henry Wadsworth Longfellow.(10)

Theo học giả Shamsher Singh tại Đại Học Sunrise University, Alwar, Ấn-độ, trong bài viết "Walt Whitman: His Concept of Religion" [Quan Điểm Về Tôn Giáo Của Walt Whitman],(11) thì có rất nhiều tương đồng về tư tưởng Phật Giáo và Kỳ Na Giáo (Jainism) trong thơ của Whitman. Chẳng hạn, trong bài thơ "Song of Myself," [Bài Ca Chính Mình] Whitman tự cho là nhà thơ của thân và tâm: *I am, the poet of the Body and I am the poet of the soul*" [Tôi là, nhà thơ của thân và tôi là nhà thơ của tâm].

Theo Singh, trong câu đầu này của bài thơ "Song of Myself," Whitman đánh giá thân và tâm bình đẳng. 'Thân' là Thần Nhân theo quan điểm Kỳ Na Giáo và 'Tâm' là 'Tâm Linh' theo Phật Giáo. Theo Kỳ Na Giáo, bậc hiền nhân thực hành theo chánh đạo cuối cùng được giải thoát khỏi vòng sinh tử. Trong cuộc đi tìm tâm linh, Whitman đã đạt tới mục đích cao nhất của sự tự giác – là trạng thái gần với Niết Bàn [Nirvana] trong Phật Giáo, Tịnh Thức [Turiya] trong Áo Nghĩa Thư, và Toàn Trí [Kevala] hay Giải Thoát [Moksa] trong Kỳ Na Giáo.

Đoạn thơ sau đây trong bài thơ "Passage to India" [Hành Trình Tới Ấn-độ] của Whitman nói về sự vô thường biến dịch của thời gian, không gian và cái chết như dòng nước chảy về miền vô tận.

"O soul, thou pleasest me—I thee;
Sailing these seas, or on the hills, or waking in the night,
Thoughts, silent thoughts, of Time, and Space, and Death, like
waters flowing,
Bear me, indeed, as through the regions infinite,
Whose air I breathe, whose ripples hear—lave me all over;
Bathe me, O God, in thee—mounting to thee,
I and my soul to range in range of thee."(12)

Ôi tâm hồn, người làm vui lòng ta – Ta người;
Chèo thuyền qua những đại dương này, hay lên những ngọn đồi, hay thức giấc trong đêm,
Suy nghĩ, trầm tư, về Thời Gian, và Không Gian, và Cái Chết, như nước chảy,
Hãy mang theo ta, phải đó, qua miền vô tận,
Không khí ta hít thở, những tiếng sóng rì rào ta nghe – thấm nhuận ta cùng khắp;
Hãy tắm ta đi, ôi Thượng Đế, trong người – gắn liền với người,
Ta và tâm hồn ta nằm trong lãnh địa của người.

Thế Hệ Beat (Beat Generation)

Vào thập niên 1950s tại Mỹ không phải là thời gian có sự đa dạng về tôn giáo. Phong trào tiếp thu tâm linh mà chúng ta biết ngày nay, lúc đó chưa được thiết lập và kỷ nguyên Hậu Chiến được xác định bởi việc tuân thủ các giá trị gia đình và truyền thống, gồm sự thuần thành tôn giáo của các niềm tin Công Giáo-Tin Lành truyền thống.

Các nhà văn trong phong trào Beat nằm trong thiểu số những người tìm kiếm tâm linh tại Mỹ lúc đó là những người theo đuổi các hình thức tâm linh thay thế để bổ sung cho khát khao tồn tại mà họ đã gặp phải trong đời sống của chính mình.

Thế Hệ Beat chưa bao giờ là phong trào lớn trong phạm vi số lượng, nhưng trong ảnh hưởng và tình trạng văn hóa thì họ nổi bật hơn bất cứ phong trào nào khác.

Những năm ngay sau Thế Chiến Thứ Hai chứng kiến sự đánh giá lại toàn bộ các cấu trúc thông thường của xã hội. Cùng với sự bùng nổ kinh tế thời hậu chiến, sinh viên tại các đại học đã bắt đầu nêu nghi vấn về chủ nghĩa vật chất lan tràn trong xã hội. Thế Hệ Beat là sản phẩm của sự tra vấn này. Họ chứng kiến chủ nghĩa tư bản quay lưng lại với sự phá hoại tâm linh con người và chống lại bình đẳng xã hội. Cộng thêm với sự bất mãn về văn hóa tiêu dùng, những nhà văn học Beat còn phàn nàn về kiểu cách đoan trang đến ngột ngạt của thế hệ cha mẹ. Những điều cấm ky không cho nói về tình dục được xem là không lành mạnh và có thể gây tổn hại tới tâm lý.

Trong thế giới văn học và nghệ thuật, những nhà văn Beat đứng đối nghịch với hình thức sạch, gần như sát trùng của những người theo chủ nghĩa hiện đại của thế kỷ XX. Họ [Beat] xây dựng kiểu cách văn học táo bạo, đơn giản và biểu cảm hơn bất cứ điều gì có trước đó. Các thể loại âm nhạc ngầm như jazz đặc biệt gợi hứng cho các nhà văn Beat. Phong trào hippie của thập niên 1960s cũng nợ các nhà văn học Beat rất nhiều.

Phật Giáo, dù cách xa dòng chính của Mỹ, đã cung ứng cho mỗi nhà văn một phương pháp để nối kết lại với cảm giác bị mất dưỡng tố tâm linh mà các truyền thống và văn hóa của họ đã không thể cung cấp. Mỗi nhà văn theo đuổi con đường riêng của mình trong triết lý Phật Giáo, và đến nơi khác nhau như là kết quả của sự khám phá của mỗi người.

Các nhà văn Beat đóng góp cho sự phát triển của nền Phật Giáo Mỹ qua các phương pháp thích đáng và nghiên cứu hình thành trong tác phẩm văn và thơ phản ảnh các phương pháp mà trong đó các nhà văn dung hợp triết lý Phật Giáo trong cuộc sống cá nhân như là sự thực hành tâm linh và như là yếu tố phong cách dùng để nâng cao và truyền đạt việc sáng tác của họ.

Dù các nhà văn học Beat được gọi chung là một thực thể duy nhất bởi báo chí văn học buổi ban đầu, họ không được đặc trưng bởi tính đặc

thù của tư tưởng; thay vì vậy họ đã phác thảo "tinh thần chiết trung"
là bằng chứng trong các tác phẩm của họ. Sự giáo dục tôn giáo của Jack
Kerouac trong Đạo Công Giáo và di sản Do Thái của Allen Ginsberg
là các tiêu chuẩn trong cuộc sống của 2 tác giả mà sẽ biểu lộ trong tác
phẩm của họ bên cạnh các hình thái tâm linh Đông Phương. Điều này
dẫn tới sự kể cạnh của hình ảnh tôn giáo trong tác phẩm của họ và,
cuối cùng, tới sự sáng tạo của một sự tổng hợp mới được nói đến như
là "Đặc Tính Tâm Linh của Beat." Đặc Tính Tâm Linh của Beat này
được tạo ra bởi các truyền thống Phật Giáo và Ấn-độ Giáo vì nó sẽ là
nguồn cội tôn giáo của các nhà văn đã đóng góp cho nó. Đối với các
nhà văn học Beat, Phật Giáo sẽ trở thành một giải pháp cho việc hóa
giải sự hỗn loạn của cuộc sống trong đời sống riêng tư của họ và sự hoài
nghi của họ về nền văn hóa thống trị.

Thập niên 1950s là thời gian khi mà Thiền Phật Giáo được xem như
đã xây dựng gốc rễ trong nền văn hóa Mỹ. Thiền sư người Nhật D.T.
Suzuki được sư phụ là Thiền Sư Soyen Shaku gửi sang Bắc Mỹ vào năm
1896. Sau khi sống tại New York một thời gian, ông được mời dạy tại
Đại Học Columbia và có ảnh hưởng rất lớn đến nhiều người gồm các
nhà nghệ sĩ, trí thức, và tâm lý. Rick Fields là một học giả về lịch sử tôn
giáo Mỹ cho rằng Thiền Sư Suzuki và tác phẩm của ông đã đại chúng
hóa Thiền, do đó làm cho nhiều người trong văn hóa Tây Phương biết
đến rộng rãi. Đây là lần đầu tiên Phật Giáo được giảng dạy và thực hành
trong bối cảnh ra xa khỏi tu viện. "Sự Bùng Nổ Thiền," như được nhiều
học giả về lịch sử tôn giáo tại Mỹ nói đến, đã xảy ra trong thập niên này.

Sự thích thú gia tăng vào Thiền phù hợp và trong cách nào đó trực tiếp
nuôi dưỡng sự hứng thú của các nhà văn học Beat đối với Phật Giáo.

Những người sáng lập của Thế Hệ Beat đã gặp nhau vào đầu thập niên
1940s tại Đại Học Columbia, New York. Giữa thập niên 1950s, những
khuôn mặt gạo cội của Beat đã gặp nhau tại San Francisco nơi mà họ
cũng gặp và làm quen những người bạn của các khuôn mặt có liên quan
với phong trào Phục Hưng San Francisco (San Francisco Renaissance).

Vào thập niên 1960s, một số nhân vật của phong trào Beat mở rộng đã
hoạt động trong các phong trào hippie và chống văn hóa lớn hơn. Tác
phẩm của Ginsberg cũng trở thành yếu tố quan trọng của phong trào
văn hóa hippie đầu thập niên 1960s.

Allen Ginsberg và Jack Kerouac là hai nhân vật cốt cán ban đầu của Beat, và họ đã ảnh hưởng đến những người đi sau trong thế hệ Beat nhiều năm sau này. Lucien Carr, John Clellon Holmes, và Neal Cassidy cũng là những thành viên đầu tiên của phong trào này, dù ảnh hưởng của họ ít hơn những người khác.

Allen Ginsberg

(1926-1997)

Allen Ginsberg đến và biết Phật Giáo lần đầu qua Raymond Weaver, giáo sư tại Đại Học Columbia, là người đã giảng về công án, hay những khó hiểu của ngôn ngữ nghịch lý được sử dụng như là phương pháp giác ngộ trong các lớp học của ông. Weaver giới thiệu Phật Giáo với Allen, người sau đó đã viếng thăm Thiền Viện Đầu Tiên của Thành Phố New York vào năm 1953 nơi mà ông đã xem các bức tranh và sách về Thiền trong thư viện. Phản ứng đầu tiên của ông đối với Phật Giáo tại Thiền Viện này là có chút không hài lòng và ông đã so sánh bầu không khí ở đây với câu lạc bộ đại học và cảm thấy không được hoan nghênh.

Tuy nhiên, ông đã khám phá ra điều gì đó giá trị – một tuyển tập các tiểu luận của D.T. Suzuki là "Buddhism in the Philosophical Library Series," [Phật Giáo Trong Hàng Loạt Thư Viện Triết Học]. Trong tác phẩm này, Allen đã đọc thấy nhiều thông điệp về sự giác ngộ của Thiền, hay kinh nghiệm giác ngộ, đã làm cho ông rất thích thú. Đó một phần là bởi vì một kiến giải mà ông có trong 5 năm trước đó khi ông trải qua quá trình tạo dựng sự thơ mộng tự phát trong một kinh nghiệm kiến giải liên quan đến nhà thơ William Blake đã gây cảm hứng và bối rối cho ông. Quan điểm về sự giác ngộ trong tác phẩm của Suzuki trùng hợp hoàn toàn với bản chất của kiến giải của ông về Blake và cung cấp một bối cảnh mới để theo đuổi những yêu cầu huyền bí của ông.

Khi xem tranh và đọc sách Phật trong thư viện của Thiền Viện First Zen Institute, Allen đã sáng tác bài thơ đầu tiên có hơi hám và hình tượng triết lý Đông Phương, "Sakyamuni Coming Out From the Mountain" [Thích Ca Mâu Ni Xuống Núi]. Tác phẩm đầu tay gặp gỡ với Phật Giáo đã tạo cảm hứng cho Ginsberg chia xẻ những khám phá của ông với các bằng hữu và ông đã kể cho Jack Kerouac về tác phẩm này và rồi gửi cuốn sách về các câu chuyện Thiền cho người bạn của ông là Neal Cassady. Kerouac không tức thì hứng thú những gì Ginsberg kể nhưng đã từ từ trở thành một trong những thành viên nòng cốt nhất của Beat quảng bá giáo pháp và nghiên cứu về Phật Giáo. Allen thực hành Thiền Định Phật Giáo qua hình thức chánh niệm.

Mùa thu năm 1956, nhà xuất bản City Lights Books phát hành cuốn "Howl and Other Poems" của Allen Ginsberg. Sau khi ra đời, tác phẩm đã bị thuế quan Hoa Kỳ và cảnh sát San Francisco tịch thu vì cho rằng trong đó có những bài thơ khiêu dâm. Đây là tuyển tập thơ có ảnh hưởng lớn nhất thời hậu Thế Chiến Thứ II với hơn một triệu ấn bản.

Năm 1970, Ginsberg gặp một vị Thầy Tây Tạng trên đường phố Manhattan, New York trong lúc đứng chờ xe bus, và vị này đã thay đổi cuộc đời ông. Vị Thầy Tây Tạng đó là Đại Sư Chogyam Trungpa, tốt nghiệp tại Đại Học Oxford, là giáo sư và học giả, đã trốn khỏi Tây Tạng và định cư tại Hoa Kỳ năm 1965. Năm 1972, Ginsberg Quy Y và phát nguyện thọ trì Bồ Tát Giới với vị đạo sư Tây Tạng này. Ông có Pháp Danh là Dharma Lion.(13)

Bài thơ "Sakyamuni Coming Out From the Mountain" có đoạn như sau:

> *"Arhat*
> *who sought Heaven*
> *under a mountain of stone*
> *sat thinking*
> *till he realized*
> *the land of blessedness exists*
> *in the imagination -- the flash come:*

empty mirror "(14)

A La Hán
vị tìm thấy Niết bàn
dưới ngọn núi đá
ngồi thiền tư
đến khi giác ngộ
cõi an lạc hiện tiền
trong trí tưởng – tia sáng vụt đến
tấm gương rỗng không

Jack Kerouac (1922-1969)

Kerouac bắt đầu nghiên cứu Phật Giáo vào mùa đông năm 1953 và 1954 trong hoàn cảnh cô đơn và tuyệt vọng của cuộc đời ông. Một trong những tác phẩm Phật Giáo, bản dịch của tác phẩm Phật Sở Hành Tán [Xưng Tán Cuộc Đời Đức Phật] của ngài Ashvaghosa [Mã Minh], đặc biệt làm cho ông thích thú. Sau đó ông tiếp tục tìm đọc các cuốn sách khác về Phật Giáo, gồm cuốn A Buddhist Bible [Kinh Phật] của Dwight Goddard, là tuyển tập những trích dẫn lời các kinh Phật.

Tại San Jose, California, trong lúc đọc kinh sách Phật Giáo, Kerouac ghi chú về những đề tài ông đang nghiên cứu. Cuối cùng ông có cả trăm trang ghi chú và trích dẫn từ các bộ kinh và sách khác. Ông đã viết cho người bạn Allen Ginsberg và khuyến khích ông này nghiên cứu Phật Giáo. Ông đã cung cấp nhiều danh sách kinh sách mà ông đã đọc cho Allen. Kerouac vừa là người bạn vừa là thầy dạy về Phật Giáo cho Ginsberg trong lúc ông tiếp tục đọc kinh và ghi chú.

Kerouac kể cho bạn của ông rằng ông cần sắp xếp những ghi chú lại thành sách gọi là "Some of the Dharma" [Một Số Giáo Pháp], để làm tài liệu dạy Phật Giáo cho bất cứ ai muốn tìm hiểu về Đạo Phật.

Sau khi rời khỏi San Jose ông đã sáng tác hàng loạt bài thơ mà ông gọi là "San Francisco Blues," gồm 2 nguồn trích thuật Phật Giáo đầu tiên được đưa vào tác phẩm của ông. Quyết định đưa Phật Giáo vào trong sáng tác của mình để thiết lập sự hiện hữu chuyên đề mà ông sẽ tiếp tục phát triển trong thập niên kế tiếp.

Kerouac cũng đã đọc tác phẩm "Siddhartha" của văn hào Đức Herman Hesse và Kinh Lăng Nghiêm (Surangama Sutra) dù ông cảm thấy không hiểu trọn vẹn.

Đầu năm 1954, Kerouac bắt đầu sa đà vào rượu và tình dục, và sau đó ông hồi phục để trở lại nghiên cứu Phật Giáo.

Ngoài việc thực hành thiền, Kerouac cũng đọc Kinh Kim Cang mỗi ngày trong tuần và cảm nhận được sự an lạc khi đọc Kinh này.

Thiệt hại nhiều nhất cho việc tu tập là việc ông bị đau chân khi ngồi thiền. Phần lớn bệnh này là do viêm tĩnh mạch, hay cục máu đông, do việc sử dụng thuốc ngủ. Dù bị đau dữ dội, Kerouac vẫn tiếp tục tu thiền và cảm thấy an lạc khi ngồi. Ông đã sáng tác bài thơ kể về kinh nghiệm thiền có tựa đề "How to Meditate" [Làm Sao Thiền]. Mùa xuân năm 1955 ông viết về lịch sử của Đức Phật lịch sử, Siddhartha Gautama, mà ông đặt tên là "Wake Up" [Thức Tỉnh].

Năm 1957, Kerouac bán tác phẩm "On the Road" cho nhà xuất bản Viking Press. Trong tiểu thuyết "On the Road," -- kể về chuyến đi giang hồ tới lui từ New York sang Denver, tới San Francisco và qua Mexico City của Kerouac, cuốn sách cũng đã được đóng thành phim và phổ biến vào tháng 12 năm 2012 -- có một câu nói để đời của Kerouac: "The best teacher is experience and not through someone's distorted point of view" [Vị thầy tốt nhất là kinh nghiệm và không qua quan điểm méo mó của người nào khác].

Năm 1958, ông viết cuốn tiểu thuyết "Dharma Bums." Sau đó, Kerouac du lịch sang Mexico City. Tại đây ông lấy cảm hứng để viết cuốn "Mexico City Blues" vào năm 1959, là tuyển tập những bài thơ nói về kinh nghiệm của ông với hình ảnh Phật Giáo. Trong tập thơ này ông đã lồng vào đó các trích đoạn ngắn của Kinh Lăng Nghiêm và Kinh Lăng Già. Thời gian ở Mexico City cũng tạo cảm hứng cho Kerouac viết cuốn "Tristessa," mô tả kinh nghiệm của ông với các cô gái làng chơi Mễ. Cuốn tiểu thuyết này được xem là một phần của tác phẩm bán hư cấu lấy cảm hứng từ Phật Giáo mà ông đã phát triển thành.

Điều đáng tiếc là sau khi thành công với tác phẩm "The Dharma Bums" Kerouac rơi vào thái độ tiêu cực. Ông trở nên thất vọng với các quan điểm mà ông mô tả vài năm trước đó và nói với Snyder về sự mâu thuẫn liên quan đến cuộc cách mạng Phật Giáo tại Mỹ. Sau khi bị báo chí chỉ trích nặng nề, Kerouac tuyên bố với Whalen tại San Francisco rằng ông đoạn tuyệt với Phật Giáo: "Tôi không còn là Phật Tử nữa, tôi không là gì nữa cả. Tôi không cần. Tôi chỉ quan tâm đến trái tim."(xem chú thích 13) Học giả và nhà phê bình văn học Ben Giamo cho rằng việc Kerouac rời bỏ Phật Giáo là điều dễ hiểu và nó có thể được biết như là một "xung đột tâm linh." Giamo nhận định rằng Kerouac vốn là tín đồ Thiên Chúa Giáo chỉ đến với Phật Giáo là để đi tìm tự do, sáng tạo và tâm linh, mà những phẩm chất này ông không tìm thấy trong di sản của các tôn giáo truyền thống.

Một đoạn trong bài thơ "How To Meditate" đưa người đọc vào cõi thiền buông xả, vô niệm:

> *"blank, serene, thoughtless. When a thought*
> *comes a-springing from afar with its held-*
> *forth figure of image, you spoof it out,*
> *you spuff it off, you fake it, and*
> *it fades, and thought never comes-and*
> *with joy you realize for the first time*
> *'thinking's just like not thinking-*
> *So I don't have to think*
> *any*
> *more'"* (15)

trống rỗng, bình lặng, vô niệm. Khi một ý nghĩ
xuất hiện từ xa mang theo hình ảnh, hãy quán nó là giả,
hãy buông xả nó, quán nó giả, và
nó biến mất, và ý nghĩ sẽ không bao giờ đến nữa – và
với niềm vui hãy nhận ra nó ngay từ đầu
'suy nghĩ' như thể không suy nghĩ –
Như thế ta không phải suy nghĩ
gì
nữa'

Gary Snyder (1930)

Trong thời gian Allen Ginsberg sống ở San Francisco khoảng 1955, ông được Kenneth Rexroth là nhà thơ có tiếng tại đây giới thiệu để gặp hai nhà thơ Gary Snyder (1930-) và Philip Whalen (1923-2002).

Snyder và Whalen đều tốt nghiệp tại Đại Học Reed College ở thành phố Portland, tiểu bang Oregon và đều thích nghiên cứu về Phật Giáo. Họ đã gặp nhau trong trường Reed vào năm 1946 và làm bạn và cùng thích thú nghiên cứu về Á Châu và Phật Giáo. Whalen trước đó đã có thực hành Tọa Thiền của phái Tào Động và thích Phật Giáo qua nghiên cứu triết học Vedanta của Ấn-độ Giáo. Khi ba người này gặp nhau thì họ cùng chia xẻ sách Thiền của D.T. Suzuki và rất hứng thú tinh thần đơn giản của Thiền.

Gary Snyder là nhà thơ, nhà biên khảo, giáo sư và nhà hoạt động môi trường. Ông có mối quan hệ chặt chẽ với Thế Hệ Beat và Phục Hưng San Francisco. Snyder đoạt Giải Thưởng Pulitzer Prizer về Thơ và Giải Thưởng American Book Award. Tác phẩm của ông phản ảnh sự thấm nhuận tâm linh Phật Giáo và thiên nhiên. Snyder đã dịch sang tiếng Anh văn chương cổ Trung Quốc và văn chương hiện đại Nhật Bản. Ông dạy tại các Đại Học University of California, UC Davis và thành viên của Hội Nghệ Thuật California.

Tác phẩm đầu tiên của ông, "Riprap," diễn tả những kinh nghiệm sống trong rừng và đi bộ đường mòn tại công viên quốc gia Yosemite, được xuất bản vào năm 1959. Ông đã trải qua một thời gian nghiên cứu Thiền tại Nhật Bản, và xuất bản cuốn "Buddhist Anarchism," vào năm 1961. Cuốn sách của ông xuất bản năm 1974 "Turtle Island," được Giải Thưởng Pulitzer Prize. Ông đã ảnh hưởng đến nhiều nhà văn học thuộc Thế Hệ West Coast Generation X, gồm Alex Steffen, Bruce Barcott và Mark Morford. Tác phẩm "Aze Handles" của ông xuất bản năm 1983 đoạt Giải Thưởng American Book Award.(16)

Xin đọc mấy đoạn cuối trong bài thơ "December At Yase" của Gary

Snyder để thấy tư tưởng Phật Giáo đi vào thơ ông ra sao:

""*I feel ancient, as though I had*
Lived many lives.

And may never now know
If I am a fool
Or have done what my
karma demands." (17)

Tôi cảm nhận thời cổ đại, như thể tôi đã
Sống qua nhiều đời kiếp.

Và có thể bây giờ không bao giờ biết
Phải chăng tôi là kẻ vô minh
Hay đã làm xong điều gì
nghiệp lực tôi sai khiến.

Phong trào Beat đã ảnh hưởng đến nhiều lãnh vực văn học nghệ thuật tại Mỹ như phong trào "Hippies" trong thập niên 1960s. Có điều về hình thức Hippies thì ăn mặc màu u ám, đeo kính râm, tóc dài và trông giống như mấy gã đồng bóng. Còn Beat thì được biết là những "tay chơi" hành xử trầm tĩnh.

Thành viên của Beat là William S. Burroughs được xem như là người cha đẻ của văn học hậu hiện đại. Một thành viên khác của Beat là nhà văn LeRoi Jones/Amiri Baraka đã giúp khởi động phong trào Nghệ Thuật Da Đen.

Beat cũng gây ảnh hưởng rộng lới với phong trào nhạc rock and roll và nhạc quần chúng, gồm cả nhóm Beatles, như các nhạc sĩ Bob Dylan và Jim Morrison. Nhạc sĩ John Lennon là người hâm mộ Jack Kerouac.

Gần đây nhất, nghệ sĩ Mỹ Lana Del Rey đã đưa phong trào Beat và thơ Beat vào trong bản nhạc năm 2014 của cô "Brooklyn Baby." (18)

Lời Kết

Tinh thần giác ngộ, khai phóng và giải thoát của Đạo Phật giúp con người vượt thoát mọi giáo điều, tín điều và khuôn khổ bó buộc là chất liệu quý giá cho sự sáng tạo nghệ thuật ở mọi thời đại.

Đó là lý do tại sao từ phong trào Siêu Việt vào thế kỷ XIX đến phong trào Beat ở thế kỷ XX trong nền văn học Mỹ đều xem Phật Giáo như là nguồn mạch bất tận cho sự sáng tạo để vượt qua mọi trầm trệ của truyền thống khô cứng đã đóng băng tư tưởng và sự sáng tạo của con người trong những khung thước gò bó, hạn cục.

Tinh thần vượt thoát của nghệ thuật thế gian đã bắt gặp nội lực siêu thoát tâm linh của Đạo Phật trong thế giới văn học Mỹ từ hai thế kỷ qua là điều không phải khó hiểu lắm.

Câu chuyện về mối tương giao giữa văn học Mỹ và Phật Giáo còn dài và nhiều tình tiết nhưng vì bài viết có giới hạn nên xin dừng lại ở đây. Mong rằng những gì được trình bày nơi đây có thể giúp người đọc có khái niệm tổng quát về mối lương duyên kỳ diệu giữa Phật Giáo và văn học Mỹ.

H.K.Q

Chú Thích:

(1)   https://www.thoughtco.com/american-literary-periods-741872

(2)   https://studybreaks.com/culture/asian-american-writers/

(3)   https://lithub.com/vietnamese-and-vietnamese-american-literature-a-primer-from-viet-thanh-nguyen/

        https://www.goodreads.com/list/show/43494.Vietnamese_American_Novels_Memoirs

(4)   https://plato.stanford.edu/entries/transcendentalism/

(5)   https://en.wikipedia.org/wiki/Ralph_Waldo_Emerson

(6)   https://emersoncentral.com/texts/poems/the-world-soul/

(7)   https://tricycle.org/magazine/rain-law/

(8)   https://en.wikipedia.org/wiki/Henry_David_Thoreau#Indian_sacred_texts_and_philosophy

(9) http://www.thoreau-online.org/free-love.html

(10) https://en.wikipedia.org/wiki/Walt_Whitman

(11) https://www.onlinejournal.in/IJIRV2I8/226.pdf

(12) https://www.poets.org/poetsorg/poem/passage-india

(13) https://www.emptymirrorbooks.com/beat/buddhism-and-the-beat-generation

(14) https://books.google.com/books?id=buIjlCw27rY-C&pg=PA9&dq=-Sakyamuni+Coming+Out+From+the+Mountain+liang+kai&hl=en&-sa=X&ve-d=0ahUKEwieieucsdD-WAhVT8WMKHU-R5ALwQ6AEIKTAA#v=one-page&q=Sakyamuni%20Coming%20Out%20From%20the%20Mountain%20liang%20kai&f=false

(15) https://www.poemhunter.com/poem/how-to-meditate/

(16) https://en.wikipedia.org/wiki/Gary_Snyder

(17) https://www.poemhunter.com/poem/december-at-yase/

(18) https://en.wikipedia.org/wiki/Beat_Generation

TỈNH THỨC RỰC RỠ:
ĐỌC *VIVID AWARENESS*

Nguyên Giác

Bài này sẽ giới thiệu và tóm lược tác phẩm "Vivid Awareness: The Mind Instructions of Khenpo Gangshar" (sẽ viết tắt là: VA) của đại sư Khenchen Thrangu, dựa vào bản Anh dịch của David Karma Choephel, ấn bản 2011, nhà xuất bản Shambhala. Sách này nói về một Thiền pháp của Kim Cang Thừa. Lý do chọn sách này vì qua đây có thể hiểu được và thâm nhập được Thiền Tông – tức là Thiền Trúc Lâm của Việt Nam.

Nhan đề sách có thể dịch là "Tỉnh Thức Rực Rỡ: Hướng Dẫn của

Khenpo Gangshar về Tâm" trong đó, chữ tỉnh thức rực rỡ có nghĩa là nhận biết sinh động, nhưng không hàm nghĩa một nỗ lực căng thẳng, chỉ có nghĩa là sống với cái biết tự thân đã sáng rực như ánh sáng chiếu rọi.

Choephel viết trong Lời Dịch Giả (VA, các trang ix-xi) rằng lời dạy trong sách là khẩu truyền từ thế hệ này sang thế hệ kia trong nhiều truyền thống Phật giáo, bao gồm cả hai phương pháp Thiền Mahamudra (Đại Ấn) và Dzogchen (Đại Viên Mãn), được Đại sư Khenpo Gangshar Wangpo đúc kết lại để dạy cho một số nhà sư tại Tây Tạng trong thập niên 1950s; một trong các nhà sư đó là Khenchen Thrangu Rinpoche. Khi dạy tại tu viện Thrangu Monastery ở phía Đông Tây Tạng là qua lời khẩu truyền, nhưng sau đó Khenpo viết bản tóm lược, và rồi viết lại trong một văn bản dài hơn, nhan đề "Naturally Liberating Whatever You Meet" (Giải Thoát Một Cách Tự Nhiên Trong Mọi Hoàn Cảnh). Giáo lý khẩu truyền này đúc kết và viết xuống vì Khenpo tiên đoán Tây Tạng sắp gặp quốc nạn.

Năm 2007, ngài Khenchen Thrangu Rinpoche (sẽ viết tắt: Khenchen) dạy trong bốn buổi riêng biệt; sách này dựa vào bản Anh dịch văn bản nêu trên và tổng hợp lời giảng trong bốn buổi thuyết pháp đó. Ngài Khenchen kể rằng ngài học trực tiếp từ Khenpo vào tháng 8/1957 tại tỉnh Kham, trong hoàn cảnh xung đột nhiều nơi giữa Tây Tạng và Trung Quốc.

Có thể tóm lược sách này là: Trước tiên, tu pháp chuẩn bị; Thứ nhì, sẽ được thầy chỉ cách nhận ra bản tâm, hay tự tánh của tâm; Thứ ba, sau khi nhận ra bản tâm, sẽ dựa vào đó ứng phó trong mọi hoàn cảnh, bất kể là vui/buồn, được/mất...

Trong pháp chuẩn bị bình thường (the common preliminaries), trước tiên, hãy nghĩ rằng thân người khó được, Phật pháp khó gặp; do vậy, phải tinh tấn. Thứ nhì, phải nghĩ rằng cõi này vô thường, và cái chết có thể xảy ra bất kỳ khi nào. Thứ ba, phải suy nghĩ về nghiệp quả, và do vậy phải giữ giới nghiêm túc. Thứ tư, phải nhận ra cõi này đầy sầu khổ, đầy bất như ý, sinh già bệnh chết.

Trong pháp chuẩn bị phi thường (the uncommon preliminaries), trước tiên phải quy y Tam Bảo (quy y Phật, quy y Pháp, quy y Tăng), và phát Bồ Đề Tâm nhằm làm lợi ích cho tất cả chúng sanh. Cần ghi nhận rằng trong ba truyền thống chính (Theravada, Đại Thừa, Kim Cang Thừa), phát Bồ Đề Tâm chỉ cần thiết trong hai truyền thống sau. Phần tiếp theo (trang 36-41) không cần thiết với 2 truyền thống đầu, vì là pháp chuẩn bị đối với Phật tử Kim Cang Thừa (quán tưởng về, trì tụng danh hiệu ngài Vajrasattava, tức là ngài Kim Cang Tát Đỏa Bồ Tát; lập mandala cúng dường...).

Bắt đầu Phần 2 của sách là "The Special Preliminaries: The Analytic Meditation of a Pandita" – có thể dịch là "Pháp Chuẩn Bị Đặc Biệt: Thiền Phân Tích của một Học Giả." Chữ "pandita" có nghĩa là học giả, người uyên bác, giỏi biện biệt; nghĩa là người sử dụng lý luận để thấy bản chất các pháp (gọi tắt: pháp tánh, *the nature of things*). Giáo lý này sau khi trao cho học nhân khả năng biện biệt để nhận ra pháp tánh, là dạy pháp an tâm của kẻ khờ (*resting meditation of a kusulu*). Pháp an tâm của gã khờ kusulu là nhìn thẳng vào tự tánh của tâm, tức bản tâm (*nature of mind*). Nơi trang 44 giải thích rằng, **sơ khởi là thiền tập của học giả, biện biệt để thấy tất cả hiện tượng đều là không**, thấy tất cả ngoại xứ và nội xứ đều là rỗng rang tánh không (*all external phenomena are emptiness and the internal mind is emptiness*). Tánh không nơi đây là, duyên khởi, là vô ngã, là không tự thể. **Sau đó, phần tu chính yếu sẽ là pháp an tâm của gã khờ.** Lý luận trong sách phức tạp, nhưng nơi đây sẽ đơn giản hóa, chú tâm chính sẽ là phần ứng dụng để Thiền tập.

Trước tiên, phải tin vào nghiệp, tức là tiến trình nhân quả. Có 4 loại nghiệp. Thứ nhất, là nghiệp gặp ngay trong kiếp này. Thứ nhì, là nghiệp gặp khi tái sinh ở kiếp kế tiếp. Thứ ba, nghiệp gặp trong nhiều kiếp sau. Thứ tư, nghiệp có thể xảy ra và cũng có thể không xảy ra trong tương lai, tùy vào nhân duyên. Do vậy, phải biết phân biệt thiện pháp và bất thiện pháp để làm lành, lánh dữ; cách đơn giản là, cần giữ giới luật. Có nghĩa là giữ cả ba nghiệp – thân, khẩu, ý – đều thanh tịnh. Trong đó, ý nghiệp, tức là tâm hành, là phần quan trọng nhất. Sách VA để ra hai trang (tr. 64-65) nói về pháp tu **Tonglen**: quán tưởng trong hơi thở vào, mình sẽ đón nhận khổ đau của người khác; và trong hơi thở ra, gửi theo tất cả lòng yêu thương của mình tới tất cả mọi người, mọi chúng sinh ba cõi. Đó là một cách tu Tâm Từ.

Sách VA để ra nhiều trang (tr. 67-77) phân tích về ba thời kỳ Đức Phật chuyển pháp luân (theo quan điểm sử học của Kim Cang Thừa): đầu tiên, phần chính là dạy cách nhận ra pháp ấn Vô Ngã (*Selflessness*), trong thời kỳ đầu, các bộ phái bây giờ còn lại Theravada (Trưởng Lão Bộ); thời kỳ kế tiếp là Đại Thừa, phần chính dạy về Tánh Không (*Emptiness*) hay Bát Nhã; thời kỳ cuối là dạy về Phật Tánh (*Buddha Nature*) và Kim Cang Thừa (*Vajrayana*). Nơi đây, chúng ta không bàn chi tiết về bộ phái, chỉ sẽ tập trung vào phần chung là pháp xa lìa tham sân si, bởi vì chỉ cần lìa tham (Kinh Iti 1), hay lìa sân (Kinh Iti 2) là đủ để đắc quả Bất Hoàn (*Non-return*), tức A Na Hàm. **(1)**

Khenpo viết rằng, tâm là cội nguồn mọi pháp. Mở đầu Kinh Pháp Cú cũng là ý như thế. Nơi sách này, Khenpo viết chi tiết hơn: tất cả những gì chúng ta nhìn thấy, nghe được, hay nghĩ tưởng và nhận thức về đều thực ra là rỗng rang, là trống rỗng, là có xuất hiện nhưng không thực hữu (*nonexistent yet appearing*, trang 79). Khenpo viết, tất cả các tướng hiện ra thực sự là tâm của chúng ta (*all appearances are our mind*, trang 79). Khenpo viết như thế là từ quan điểm Kim Cang Thừa. Chỗ này, trong truyền thống Việt Nam, có thể dẫn Kinh Lăng Nghiêm, rằng toàn tướng tức tánh, toàn tánh tức tướng; hay dẫn Kinh Hoa Nghiêm, rằng ba cõi là tâm.

Khenpo nói rằng học nhân không nên giữ hiểu biết đó từ kinh sách, mà phải tự mình chứng ngộ rằng hiện tướng chính là tâm (*Recognize, yourself, that appreance is mind* – trang 80-81). Tới đây, Khenpo nói sơ lược về cách nhìn của Mahamudra gồm 4 điểm: hiện tướng là tâm, tâm vốn rỗng rang tánh không, tánh không là hiện hữu tự nhiên, và hiện hữu tự nhiên là giải thoát một cách tự nhiên.

Khenpo viết rằng cần phân biệt giữa vật/cảnh/đối tượng được chúng ta nhận biết (*perceived object*) và hiện tướng (*appearance*) đã lọc qua tâm mình. Như hình sắc (cảnh nhìn qua mắt, cái được thấy), âm thanh (cái được nghe)... là vật được nhận biết (*perceived objects*) và khi vật này được tiếp nhận qua màng lọc tham sân si vui buồn giận ghét... thì gọi là hiện tướng (*apprearances*). Tất cả nhãn hiệu (tham sân si, đẹp xấu, vui buồn...) gắn thêm vào vật, hay cảnh... đều ở trong tâm. Các niệm như thế là hiện tướng (*such thoughts are appearances*). Chúng ta kinh nghiệm trực tiếp là qua mắt, tai, mũi, lưỡi, thân (tức là, ngũ căn) – đó là nhận biết trực tiếp (phi khái niệm, *nonconceptual consciousness*) về hình ảnh, âm thanh, mùi hương, vị nếm, xúc chạm. Các kinh nghiệm đó hiện qua thức thứ sáu (ý căn) và cái biết này là thức có khái niệm (*conceptual consciousness*). Nhóm sáu thức dao động, biến đổi như sóng trên biển.

Nhưng tất cả nhóm sáu thức đó đều từ một cội rễ là *"all-ground consciousness"* (bản thức, hay thức cội gốc, nền tảng) – y hệt sóng, lưu chuyển vô lượng biến đổi, nhưng biển thì như nhiên, không tăng/giảm, không dời đổi. Khenpo viết, dù chúng ta nhìn hay không nhìn, dù niệm có khởi trong tâm hay không, dù chúng ta đang nằm ngủ hay đang đi đứng nói cười, cái trong trẻo của tâm (*the mere clarity of mind*) vẫn không bao giờ gián đoạn. Nơi đây có thể dẫn Kinh Lăng Nghiêm, rằng tánh nghe vẫn rực rỡ tỉnh thức, dù chúng ta đang thức, hay đang buồn ngủ, hay đang ngủ say.

Khenpo viết rằng đối tượng của thức thứ sáu là hiện tướng (*appearances*) vì năm thức đầu là nhận biết vật (cảnh, trần) xanh đỏ trắng vàng, đẹp xấu nam nữ, cao thấp lớn nhỏ... nhưng chính thức thứ sáu mới khởi tâm tham với cảnh ưa thích, và khởi tâm sân với cảnh không ưa. Tâm si ở đâu? Tâm si là khi thấy cảnh/vật mà không nhận ra đó là hiện tướng của tâm, hay không nhận ra rằng hiện tướng đó thực sự là tánh không (*it does not really know that this is an appearance in the mind or that that appearances are empty* – trang 88).

Như thế, thiền tập với thức nào? Nhóm 5 thức đầu nguyên đã là tánh không, là rỗng rang, không cần thiền tập gì. Chỉ thức thứ sáu mới cần thiền tập. Khenpo dẫn ra lời dạy của Milarepa: sóng là ảo hóa của biển, hãy an nghỉ (tâm) trong bản chất của biển; niệm là ảo hóa của tâm, hãy an nghỉ (tâm) trong chính tự tánh của tâm (*Thoughts are the magic of the mind. Rest in the nature of mind-essence itself* – trang 90).

Thí dụ như cái bàn. Nhiều người nhìn cái bàn, mỗi người thấy ảnh (hiện tướng) cái bàn trong tâm mỗi người khác nhau, từ mỗi góc khác nhau, nếu người có bệnh mắt có thể sẽ thấy màu bàn khác với ảnh trong mắt người khác. Tức là, cùng cái bàn, nhưng hiện tướng khác nhau. Đó là tại sao mọi thứ chúng ta thấy đều là tâm (*This is why everything we see is mind* – trang 92). Thấy nghe hay biết vốn bản nhiên không lỗi; duy chỉ lỗi là khi khởi tâm muốn nắm giữ hay xua đuổi.

Tới đây, Khenpo dạy cách nhìn vào tâm. Hãy tự hỏi, tâm có hay không? Nó là cái gì, hay không là cái gì? Nếu tâm hiện hữu, vậy tâm ở đâu? Trong đầu? Trong thân? Hay ngoài thân? Chớ lý luận. Chỉ quan sát, nhìn xem tâm ở đâu. Sách dẫn ra bài kệ về nhân duyên của ngài Nagarjuna (Long

Thọ): *Bởi vì không hề có một pháp nào mà không nương tựa (tương thuộc, tương tác, tương liên – interdependent) vào nhau, do vậy không hề có một pháp nào mà không phải là rỗng rang, là tự tánh không* (trang 95). Khenpo viết rằng không cần lý luận, mà phải nhìn trực tiếp vào tâm và kinh nghiệm nó. Thiền tập là nhìn thẳng vào tâm, tới một lúc sẽ cảm nhận rằng tự tánh của tâm chính là tánh không. Đó là Thiền phân tích của học giả (*the analytic meditation of the pandita* – trang 97).

Khenpo viết, trước tiên là nhìn xem tâm ở đâu trên toàn thân, từ sợi tóc trên đầu mình tới móng chân, từ làn da bao thân mình, tới bắp thịt, xương, tới mạch máu, các bộ phận trong cơ thể. Không thấy tâm ở đâu, không thấy tâm hình dạng nào, màu nào, không thấy tâm ở cả thịt da xương tủy... Khenpo viết rằng trong A tỳ đàm (*abhidharma*), tâm được xem là uẩn của thức (thức uẩn), nhưng niệm (thoughts) được xếp vào hành uẩn (*aggregate of formations*), nơi đây có 51 tâm sở (*fifty-one different formations* – trang 98-99). Khenpo viết rằng tuy không thấy tâm ở đâu, nhưng hễ cảm thọ hay nghĩ ngợi gì, tâm lại xuất hiện. Như khi đưa tay sờ dưới bàn chân, tâm như dường hiện ra nơi đó. Như dường tâm ở khắp toàn thân, nhưng không ở cố định nơi nào. Tâm cũng không ở ngoài thân, cũng không ở chặng giữa nào của ngoài và trong thân.

Nơi một đoạn trên, chúng ta nói hiện tướng là tâm, và tâm là tánh không (*we say that appearances are mind and the mind is empty* – trang 102). Bởi vì tánh không có đặc tính là vô sinh, hiện hữu bản nhiên, tiên thiên (spontaneously present) do vậy tâm đó không hề có nơi kết thúc (nghĩa là lìa sinh diệt, hay vô lượng thọ). Tâm này có nhận biết, nhớ được quá khứ, nhưng lại không ở đó; y hệt như chiếc ly thủy tinh trong trẻo; ly rỗng rang, nhưng vẫn có hiện hữu. Câu hỏi là, bản chất (hay tự tánh) của tâm là gì? Nó không là gì hết, nhưng nó nhận biết, thấy, nghe... Khi chúng ta kinh nghiệm rằng tâm như thế, nghĩa là chúng ta kinh nghiệm rằng hiện tướng là tâm, tâm là rỗng rang tánh không, và tánh không là hiện hữu bản nhiên. Chúng ta cũng nói rằng hiện hữu bản nhiên này có đặc tính tự giải thoát. (*...that appearances are mind, mind is empty, and emptiness is spontaneously present. We also say that this spontaneous presence is **self-liberated*** – trang 103).

Rangjung Dorje, tức là vị Karmapa đời thứ 3, viết trong "Aspiration Prayer of Mahamudra" (Nguyện Văn Đại Thủ Ấn) rằng [chữ trong ngoặc vuông [] là của người dịch, ghi thêm cho dễ hiểu]:

"[Bản tâm] không phải là một cái gì, [vì] ngay cả các vị thánh cũng không có thể nhìn thấy. [Bản tâm] cũng không phải là không có, [thực ra] nó là nền tảng căn bản của tất cả luân hồi và Niết bàn. Nói như thế không mâu thuẫn; nó là sự hợp nhất, là trung đạo. Xin nguyện cho chúng ta chứng ngộ bản tâm, vượt qua các cực đoan [biên tế]."

Bản tâm, hay tự tánh của tâm, không màu sắc, không hình dạng, không gần hay xa, không nơi này hay nơi kia, vì bản tâm là tánh không (emptiness) nhưng hiển lộ diệu dụng để chúng ta thấy, nghe, nếm, ngửi, chạm xúc và nhận biết. Năng lực nhận biết này được chia làm bốn loại. **Thứ nhất**, là biết trực tiếp qua căn (*direct sensory perception*), như thấy, nghe, ngửi, chạm xúc... **Thứ nhì**, là biết trực tiếp qua tâm ý (*direct mental perception*). Nghĩa là một ý thức phi khái niệm (*nonconceptual mental consciousness*) nối kết giữa thức qua căn [thí dụ, nhãn thức, nhĩ thức...] với ý thức có khái niệm (*conceptual mental consciousness*). Hai cái nhận biết trên là hướng về ngoại xứ. **Thứ ba**, là biết về chính cái biết (*self-aware direct perception*). Thí dụ, khi nghe tiếng chim, biết rằng đang nghe tiếng chim. Đây là cái biết về nội xứ khi đối cảnh. **Thứ tư**, là cái biết kinh nghiệm trực tiếp qua thiền tập (*direct yogic perception*). Nói kinh nghiệm trực tiếp có nghĩa là thiền tập trực nhận bản tâm, mà không trải qua lý luận, không qua khái niệm. Cái biết này không trong, không ngoài, không gần, không xa, không phải có và không phải không. Xin ghi chú bằng hình ảnh chư Tổ Thiền Tông ưa nói, y hệt như gương sáng là bản tâm, không ai thấy gương nhưng từ nơi gương hiện lên [sinh khởi, và biến diệt] tất cả vật/cảnh/pháp.

Tới đây, Khenpo nói về pháp an tâm của kẻ khờ (*the resting meditation of a kusulu*). Chỉ cần nhận ra vận hành của tâm, và để tâm trong trạng thái tự nhiên, không cần làm gì khác. Không cần phân tích hay khảo sát, không cần biến đổi hay tu sửa. Chỉ đơn giản an nghỉ trong bản tâm như nó là (*We simply rest in the nature of the mind as it is* – trang 112). Trong Thiền Tông, chư Tổ Việt Nam gọi là "chỉ nhớ trên đầu một chữ Như" và Như đó là Như Thị, một trạng thái tỉnh thức rực rỡ tự nhiên, bản nhiên, không phân biệt.

Khenpo nói, phương pháp nơi đây sẽ là chỉ và quán đồng thời. Chỉ là vắng lặng (peaceful), quán là rõ ràng nhận biết (clarity of insight). Chúng ta không chỉ là nhận ra tâm, nhưng là *an nghỉ vắng lặng vô-niệm trong phương diện rỗng rang của tâm* (*we just rest peacefully free of thoughts within the empty aspect of the mind* – trang 117).

Khenpo nói rằng có nhiều phương pháp tập Thiền Chỉ, nhưng nơi đây sẽ chỉ nói vài phần. Trước tiên, là để tâm an nghỉ, sẽ có những thời khoảng ngắn, tâm vắng lặng, không khởi niệm mà vẫn nhận biết rõ ràng trong thấy nghe hay biết. Thời khoảng đó có thể ngắn, nhưng chú tâm hoài sẽ có những thời khoảng dài hơn. Đôi khi niệm khởi lên, quấy rầy. Cứ xem như tự nhiên, nhưng hãy trở lại tự nhận biết và an nghỉ tâm trong rỗng lặng của tánh không. Khi có quá nhiều niệm khởi, không vắng lặng được, hãy tự sách tấn rằng phiền não đang lôi kéo mình trở lại sinh tử hoài thôi, bây giờ không tu gấp thì để tới bao giờ; hãy nghĩ tới lợi ích của thiền định rằng cần giữ tâm vắng lặng vì đây là pháp giải thoát do Đức Phật dạy.

Tới đây nên phân biệt giữa tâm (mind) và biết (awareness). Trong tiếng Việt có nhiều chữ nói về các trạng thái của tâm, thí dụ: tán tâm, loạn tâm, tâm thiện, tâm ác, lơ đãng, tập trung, tỉnh thức, chánh niệm, vân vân. Đôi khi chúng ta lơ đãng, thậm chí khi ngồi thiền cũng có lúc loạn tâm, khó định. Nhưng khi không loạn tâm, cái biết hiện ra. Do vậy, nghĩ ngợi suy lường đều không ích lợi gì cho việc giữ tâm vắng lặng. Thiền pháp của gã khờ kusulu là giữ thân và tâm thoải mái, thư giãn, không nghĩ về bất cứ gì, không nghĩ về quá khứ và tương lai, hãy an nghỉ tự nhiên trong cái biết rỗng rang vô niệm (*Do not think of anything, and rest naturally*).

Như thế, trong khi ngồi thiền, giữ thân thẳng, không nói năng, hé miệng và thư giãn toàn thân, hơi thở trôi tự nhiên, chớ nghĩ về quá khứ với tương lai, hãy đơn giản an nghỉ tự nhiên trong tâm bình thường trần trụi của hiện tiền mà không tìm cách điều chỉnh hay thay thế nó (*simply rest naturally in the naked ordinary mind of the immediate present without trying to correct it or "re-place" it* – trang 122). Tâm bình thường còn gọi là tâm bản nhiên.

Khenpo viết, "Khi bạn an nghỉ như thế, bản tâm của bạn sẽ [hiển lộ] rõ ràng và lan rộng, sinh động và trần trụi, không [vướng] bất kỳ bận tâm nào về tư lường suy niệm hay ký ức nhớ nghĩ, hỷ lạc hay đau đớn. Đó là cái biết."

Khenpo cũng dẫn ra bài kệ của cổ đức: "Trong đó, không có gì để gỡ bỏ hay thêm vào. Bằng cách trực diện nhìn vào cái ngay chính đúng đắn, và bằng cái thấy trực diện – [đó là] giải thoát!" (*In this there's nothing to remove / Nor anything at all to add. / By viewing rightness rightly and / By seeing rightly – liberation!* – trang 126.) Nơi đây, không có nghĩa là giữ tâm không gì hết. Nhưng đây là trí tuệ, là **kết hợp giữa sáng tỏ trong trẻo và rỗng rang tánh không** (*union of clarity and emptiness*), là cái trí tuệ đang thấy và kinh nghiệm.

Khenpo viết:

> *"Cùng lúc, không có ý nghĩ về 'Hình sắc và âm thanh nơi ngoài kia kìa.' Mọi thứ xuất hiện không ngừng nghỉ. Cũng không có ý nghĩ về 'Có người đang nhận biết, tức là 6 loại ý thức, đã nằm sẵn trong ta.' Cái biết rõ ràng trong trẻo và phi khái niệm [trôi chảy] không ngừng nghỉ."* (trang 128)

Trong khi an nghỉ tâm như thế, không có nghĩa là tâm ngưng đọng. Chúng ta vẫn nhận biết ngoại xứ (mắt vẫn thấy, tai vẫn nghe, mũi vẫn ngửi...) nhưng chúng ta không nghĩ về nó. Tâm không ngưng đọng; chỉ có sự sáng tỏ trong trẻo. Cảnh/trần được nhận biết vẫn không ngưng đọng; chúng tiếp tục hiển lộ (thí dụ, hơi ấm hay gió mát vẫn được nhận biết). Về nội xứ, không một niệm nào khởi lên, nhưng nhãn thức, nhĩ thức... vẫn hiển lộ (nghĩa là, vẫn thấy, nghe...). Nghĩa là các thức vẫn hiện hữu; ngay cả khi thức ngưng lại, nó vẫn là cái biết trần trụi và sáng tỏ trong trẻo (*naked and clear awareness*).

(**Ghi nhận**: Tuệ Trung Thượng Sĩ dạy cho Trần Nhân Tông bài kệ: "Hàng ngày, trong khi đối cảnh, hãy thấy cảnh đều do tâm sinh. [Hãy thấy] tâm và cảnh vốn rỗng rang, tịch lặng, khắp chốn tự giải thoát." Tâm cảnh bản lai vô, Xứ xứ ba-la-mật...

Tương tự, Quốc sư Trúc Lâm dạy Trần Thái Tông: "Trong núi vốn không có Phật, Phật chỉ ở trong tâm. *Tâm lặng mà biết gọi là Chân Phật.* Nay Bệ hạ nếu ngộ tâm này thì tức khắc thành Phật, không nhọc tìm cầu bên ngoài.")

Trong trạng thái vô niệm và nhận biết tỏ tường như thế, chúng ta không phải tảng đá hay gỗ mục vì các pháp (nội xứ, ngoại xứ) vẫn hiển lộ sáng tỏ trong các thức. Pháp tu là: an nghỉ tâm như thế, không để tán tâm. Không cần làm gì khác, không cần biến đổi những gì xảy ra với mắt, tai... Không nắm giữ, không định danh, không lý luận trước bất cứ những gì hiện ra.

(**Ghi nhận**: Chỗ này gợi nhớ tới pháp tu của Thiền Trúc Lâm, rằng "*chỉ nhớ trên đầu một chữ Như*" và rằng "*đối cảnh vô tâm, chớ hỏi thiền*"... xuất phát từ pháp tu vô niệm của Kinh Bahiya: *Hãy để cho cái được thấy, được nghe... chỉ là cái được thấy, được nghe... và đó là qua bờ kia...*).

Khenpo dẫn ra lời giải thích của ngài Jamgon Kongtrul Rinpoche rằng lý do chúng ta không nhận ra bản tâm, hay tự tánh của tâm (*nature of the mind*) không phải vì quá khó, nhưng bởi vì quá dễ, vì nó có sẵn, chứ không phải là chúng ta phải cần làm cái gì để có, để đạt tới. Khenchen kể rằng từ nhỏ đã học về Trung luận của ngài Long Thọ, đã suy luận và học thuộc nhiều bài kệ về các loại không (*emptiness*) nhưng chỉ tới khi gặp được ngài Khenpo để được chỉ thẳng mới hiểu thế nào là không.

Tới đây, câu hỏi nêu lên là: Mục đích của thiền pháp như gã khờ này là gì? Ảnh hưởng thiền pháp này trên thân chúng ta như thế nào? Trên khẩu của chúng ta như thế nào? Trên ý của chúng ta như thế nào? Bản văn viết về ảnh hưởng trên thân là: "Trong khi trong trạng thái này, thân của ngươi được để cho tự nó [vận hành, trôi chảy] tự do, thoải mái, mà không cần điều chỉnh gì. Đó là thân của tất cả chư Phật." (*That is the body of all the victorious ones* – trang 133)

Chữ "victorious ones" là những bậc thánh, các vị đã giải thoát. Nơi đây chúng ta dịch là chư Phật theo ngôn phong Trúc Lâm. Tương tự, khi an nghỉ tâm trong cái biết tỏ tường trong trẻo, phi khái niệm, thì lời nói của chúng ta cũng là lời của chư Phật. Khenpo viết nơi trang 134: "Ngôn ngữ của bạn xa lìa các cố gắng, không nỗ lực dò tìm cội nguồn âm thanh, nhưng chỉ đơn giản nói lên trực tiếp và cởi mở những gì tới với tâm. Nó hiển lộ rộng khắp từ khoảnh khắc được nghe, một tiếng dội rỗng rang không-khởi-dậy (*a nonarising empty resounding*). Đó là ngôn ngữ của tất cả chư Phật." Có thể giải thích đơn giản rằng, đối với người an nghỉ tâm trong rỗng rang vô niệm, lời nói sẽ y hệt như tiếng dội lại từ hang trống – nghĩa là, nói mà thực sự như không nói, vì lời chỉ là tiếng vọng, chứ không khởi động (nonarising, vô sanh). Nghĩa là, chúng ta nói những gì cần nói trong khi sống với chứng ngộ bản tâm... nó là kết hợp của âm thanh và tánh không (*We say whatever we need to say while experiencing the realization of the nature of the mind... It is the union of sound and emptiness* – trang 134).

(**Ghi nhận**. Thân đừng cố gắng, dù để ngồi thiền. Lời nói cũng đừng cố gắng, đừng nỗ lực, dù để thuyết pháp. Tuệ Trung Thượng Sĩ viết: "Bậc Thanh văn ngồi thiền, nhưng ta không ngồi. Bậc Bồ tát thuyết pháp, còn ta chỉ nói cái thực tại hiện tiền. Sinh vốn là sinh giả, chết cũng chết giả. Bốn đại vốn là không, từ đâu mà khởi." -- Thanh văn tọa thiền ngã vô tọa. Bồ tát thuyết pháp ngã thực thuyết. Sinh tự vọng sinh, tử vọng tử. Tứ đại bổn không tòng hà khởi.)

Tương tự với ý. Bản văn Khenpo viết, trang 135:	"Khi ngươi an nghỉ tâm ngươi trong trạng thái bản nhiên không điều chỉnh hay cố gắng gì, bất kể niệm nào có thể khởi dậy, dù tốt hay xấu, vui hay buồn, bản tâm, vốn xa lìa mọi vướng bận về vui hay buồn, thì trong trẻo tỏ tường và rỗng rang, trần trụi và tỉnh thức."

Trong khi ngồi thiền, bất kể niệm nào khởi dậy, chớ có chạy theo niệm hay ngăn chặn niệm, chỉ đơn giản trở lại an nghỉ trong bản tánh tự nhiên; thế rồi niệm sẽ tự nhiên biến mất, vì bản tánh của niệm là vô sanh (*If we just rest naturally within whatever occurs, thoughts will naturally disappear because their nature is nonarising* – trang 135). Lúc đó, bản tâm, hay tự tánh của tâm, sẽ hiển lộ trong rỗng rang tánh không, nhưng tỉnh thức tỏ tường trong cái biết trong trẻo. Bản tâm trần trụi (naked) có nghĩa là không chế biến, không cố gắng bóp méo để thành cái gì, nghĩa là, không mài gạch để làm gương.

Khenpo tới đây giải thích về ba thời kỳ chuyển pháp luân. Nơi đây chúng ta tránh các tranh cãi bộ phái, và chỉ chú ý về thời kỳ thứ ba: Đức Phật dạy về Phật Tánh. Khenpo viết nơi trang 138: "Kỳ chuyển pháp luân lần thứ ba là chủ yếu dạy rằng có Phật tánh trong dòng tâm thức của tất cả các chúng sinh. Phật tánh là tánh không rỗng rang của tất cả hiện tượng, nhưng không phải là cái không vô tri giác. Phật tánh là kết hợp của cái trong trẻo tỏ tường và cái rỗng rang tánh không."

Tiếp theo, Khenpo giải thích về bốn bộ phái lớn của Phật giáo Tây Tạng. Trong dòng truyền thừa Kagyu, có ghi lời dạy của ngài Rangjung Dorje: "Bậc trí nói rằng tất cả đều không chân, không vọng, chỉ y hệt như trăng hiện trong nước. Chính tự tâm bình thường này là pháp thân, là tự tánh chư Phật." (*Everything's not true, not false, / Like moons in water, say the wise. / This ordinary mind itself / Is dharma expanse, the*

(**Ghi nhận**. Lời dạy hãy giữ tâm bình thường, xa lìa thực/hư với chơn/ vọng, được Thiền sư Tịnh Không đời nhà Lý ghi trong bài kệ: "Người trí không có chuyện ngộ đạo, Ngộ đạo tức là kẻ ngu thôi. Khách nằm thẳng duỗi chân, Nào biết chi về ngụy và chơn -- Trí nhân vô ngộ đạo / Ngộ đạo tức ngu nhân / Thân cước cao ngọa khách / Hề thức ngụy kiêm chân.)

Khi đã biết an nghỉ cả thân, khẩu, ý trong cái trong trẻo tỏ tường của tánh không, thì tất cả môi trường chung quanh (ngoại xứ) và trong ta (nội xứ) đều thanh tịnh hóa. Khenpo viết rằng khi chúng ta nhìn ra, thấy màu sắc, hình dạng, núi sông, người và vật thì hãy đơn giản "an nghỉ trong tự tánh, mà tự tánh này không có chi gọi là sở trụ hay tự nắm giữ" (*rest in the essence that has no self-clinging*). Không nên nghĩ rằng tất cả các cảnh đó là thực hay không thực, chớ nghĩ đó là tốt hay xấu, chỉ nên an nghỉ tâm mình trong bình thường tâm, không có gì nắm giữ, không gì sở trụ. Nếu chúng ta chỉ an nghỉ trong tâm như thế, người quan sát (tâm chúng ta) và cảnh được thấy nghe nhận biết đều được thanh tịnh hóa (*If we just rest within the mind, the perceiver – our mind – and the perceived – external objects – are purified* – trang 148). Không có gì bất tịnh nữa. Khi tâm chúng ta không nắm giữ, không xua đẩy, chỉ an nghỉ trong rỗng rang tánh không của cái biết trong trẻo, và rồi tất cả những gì chúng ta nhìn thấy sẽ trở thành thân của bổn tôn (chữ bổn tôn, có thể hiểu là Phật thân). Và đó là giải thoát. Như trên là tóm lược các phần căn bản của sách "Vivid Awareness: The Mind Instructions of Khenpo Gangshar" trong đó nói rằng Thiền pháp tối thắng là cần nhận ra bản tâm, nghĩa là thấy tánh, và từ đó an nghỉ thân khẩu ý trong bản tâm vốn là tánh không và là cái biết trong trẻo tỏ tường. Ngoài ra, không có gì để làm.

(**Ghi nhận**. Thiền sư Tường Quang Chiếu Khoan (1741-1830), thời nhà Nguyễn, có bài kệ viết: "Người bậc nhất tu pháp vô vi. Người bậc nhì cả hai phước tuệ đầy đủ. Người bậc ba làm thiện tránh ác. Người bậc tư tinh thông cả tam tạng kinh điển -- Nhất đẳng nhân tu vô vi pháp / Nhị đẳng nhân phước tuệ song tu / Tam đẳng nhân hành thiện trở ác / Tứ đẳng nhân tam tạng tinh thông." Lúc đó, trong pháp an tâm nơi bản tâm, vẫn thấy nghe hay biết nhưng không thực sự là thấy nghe hay biết, vì thấy không có ai thấy nghe hay biết, mà là cái tánh không của gương tâm hiển lộ thấy nghe hay biết, sẽ thấy toàn thân tâm mình và cảnh trong gương tâm không dị biệt gì nhau. Thiền sư Huyền Quang (1254-1334), Tổ thứ ba dòng Trúc Lâm, viết rằng trong cảnh giới đó sẽ thấy cái được thấy và người thấy không còn gì cách biệt: "Thắp hương lên, ngồi đơn độc, không còn gì ưu tư trong tâm, [thì thấy] người và hoa trong cảnh hồn nhiên không hề cách biệt nhau." Lúc đó, ngay tới chư thiên có thần thông cũng không thể thấy dấu vết tâm của các thiền sư đó nữa.)

Trong Tạng Kinh Pali, Đức Phật khen ngợi những người tu Thiền pháp "không có gì để làm" này là tuấn mã, tức là ngựa giỏi.(2)

Nói ngắn gọn, sách "Vivid Awareness" nên được những người quan tâm về Thiền Tông tham khảo.

N.G.

GHI CHÚ:

(**1**)   Kinh Iti 1: https://suttacentral.net/iti1/en/ireland

Kinh Iti 2: https://suttacentral.net/iti2/en/ireland

(**2**)   Kinh AN 11.8: https://suttacentral.net/an11.8/en/sujato

Kinh AN 11.9: https://suttacentral.net/an11.9/en/sujato

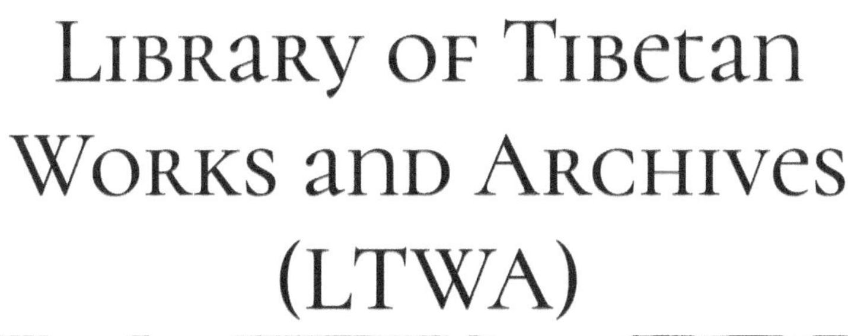

Library of Tibetan
Works and Archives
(LTWA)

Namgyal Tsering, Museum Curator
2019 Copyright

This specific preparation for
Huong Tich Phat Hoc Luan Tap.

INTRODUCTION ABOUT THE COLLECTION OF THE MUSEUM

The "Museum in Exile" at Library of Tibetan Works and Archives (LTWA) holds a rare collection of treasured cultural artifacts of Tibet. Most of the objects in the Museum were brought from Tibet by refugees to India in early 1960s and were presented to His Holiness the Dalai Lama or to LTWA upon arrival. The way these artifacts were brought from Tibet to its present-day setting at the LTWA narrates a unique story of Tibetans and their escape from the mass cultural onslaught by the Chinese occupation of Tibet. The collection showcases a part of Tibetan culture that Tibetan refugees intend to preserve and pass on to the future generations; compassion, a sense of universal responsibility, inter-reality, and wisdom embodied by the art of Tibet.

HISTORY OF TIBET AND ADOPTION OF BUDDHISM:

According to a Tibetan legend, Tibetans descended from bodhisattva *Avalokiteshvara* and *Arya Tara*, who manifested in the form of a male monkey and a mountain ogress. The account holds offspring of these bodhisattvas inherited compassionate, wise, and creative characteristic of their parents. A more archaeological approach suggests Tibetan plateau was inhabited as early as the Paleolithic Period, evident from fragments of early tools excavated from the area.

It is during the reign of King Lha Thotho Rinyantsen in the 5th century that the first Buddhist texts were brought into Tibet from India. Although the meaning of the sutras was not understood, the texts were revered sacred and kept as objects of worship. In the 7th century, the time was ripe for the spread of Buddhism in Tibet. Translation of texts and erection of temples were implemented at the behest of the 33rd king, Songtsen Gampo, and Buddhism became a major cultural asset of Tibet. Items displayed in this section represent Tibet's ancient history and the adoption of Buddhism from India. It includes artefacts associated with Tibetan creation myth and central deities of Buddhism.

Following items are some in among of the collection

| 1 | The Buddhas of Three Times |  |

Although the term "Buddha" commonly refers to the historical Buddha Shyakyamuni born in the 6th century, the Buddha is said to have taken numerous lives in the past and will arrive again in the far future when teachings of the Buddha is no longer practiced in the world.

The set of three statues shows the Past Buddha, the Present Buddha, and the Future Buddha.

The Past Buddha: The Past Buddha, Dipankara Buddha, appeared before the historical Buddha Shakyamuni to spread the teachings of dharma for the benefit of sentient beings of his time. He makes the Dharmachakra mudra or turning of wheel hand gesture in front of his chest to symbolize his act teaching.

The present Buddha: The Present Buddha, Buddha Shakyamuni, was born as a prince named Siddhartha Gautama into the Sakya clan. Though he led a comfortable and lacked no material wealth, one day he encountered an aged man, a diseased person, a corps and an ascetic outside of his palace, and realized the sufferings of life. He renounced his princely life for a life of an ascetic. In this statue the Buddha Shakyamuni is seated with his right hand touching the ground, calling the earth to witness his moment of enlightenment.

The Future Buddha: The Future Buddha, Maitreya, is prophesized to appear eons after the Present Buddha at an appropriate time when the teachings of the Buddha have extinct. This jeweled statue depicts Maitreya sitting on a raised throne with the back decorated with the eight auspicious symbols, representing the offerings from celestial beings. His hands are in the Dharmachakra gesture symbolizing his readiness to teach dharma.

2 Akshobhya Buddha

Akshobya, "The Unshakable," is the Dhyani Buddha residing in the Eastern quarter of the mandala. His being transforms obscured, dualistic, possessive, and aggressive anger into clear, open, spontaneous, and unemotional mirror-like wisdom. The diamond scepter placed on the throne symbolizes the indestructibility and precision of this Buddha quality.

1. THE PATH TO ENLIGHTENMENT:

Taking refuge in Three Jewels (Tib. *könchok sum*) of Buddha, Dharma, and Sangha is the foundation of all Buddhist practice. This section of the gallery features various statues and *thangkas* (hanging scrolls) of Tibetan Buddhism, representing objects of refuge and doctrine of dharma. The objects on display highlight characteristics of four major schools of Tibetan Buddhism as well as master-disciple relationship imperative to transmission of teaching. It also showcases images of *yidam*, a type of deity visualized during personal meditation as a "role model" to guide one to attain virtuous qualities associated with the deity.

The Buddhist cultural heritage on display here is valued by Tibetans in exile not only for its historical and aesthetical excellence but also for the spiritual value, as each object is an embodiment and reminder of love and compassion taught by Buddha Shakyamuni.

Sn.	Item	Description
1	Shakyamuni Buddha	

The historical Buddha, Siddhartha Gautama of the Shakya clan (ca. 560-480 B.C.) is shown here as an enlightened being. Buddha denotes a being that realized their full potentials, eliminated negativities and developed their positive qualities to the highest possible degree. Another defining characteristic of Buddha is their ability to recognize the various needs and spiritual potentials of sentient beings that they guide on the path, in accordance with their stages of development.

2   Shariputra

Shariputra is one of the two foremost male disciples of the Buddha Shakyamuni, together with Maudgalyayana. He was a compiler of the Abhidharma, a scholarly text on the nature of reality. Shariputra is usually depicted on the right hand side of his teacher.

---

3   Maudgalyana

Along with Shariputra, Maudalyayana is considered one of the closest disciples of the Buddha. He is known for his psychic powers and diverse tactic in propagating Buddha's teachings. Maudgalyayana is usually depicted on the left hand side of his teacher.

4 Sixteen Arhats

Sandal wood, source: donated from Private Office of H. H the Dalai Lama, in 28th July, 1971.

The Sixteen Arhats is a popularly depicted subject in Tibetan Buddhist art, showing figures of the earliest followers of the Buddha known as "Sthavira" or elder in Sanskrit. The groups of sixteen are speculated to be based on a 4th century text titled Arya Nanda Mitra Avadana Nama. The iconography of each Arhat derives from individual descriptions in the verse text Praise to the Sixteen Elders from the 12th - 13th century.

The sixteen Arhats are namely: Angaja, Ajita, Vanavasin, Kalika, Vajraputra, Bhadra, Kanakavatsa, Kanaka Bharadvaja, Bakula, Rahula, Cudapanthaka, Pindola Bharadvaj, Mahapanthaka, Nagasena, Gopaka, Abheda

GURU PADMASAMBHAVA (732 AD)

A great Indian sage and tantric master, Pamasambhava is a founder of the Nyingma tradition and a patriarch of Tibetan Buddhism who played a major role in disseminating Vajrayana Buddhism in Tibet during the 8th century.

A legend describes his birth at Uddhiyana from a lotus flower; thus bearing the name Padmasambhava, which literally translates to the "lotus-born". Upon receiving invitation from the 38th Tibetan king Trisong Detsen, Padmasambhava traveled to Tibet and helped establish the first Tibetan Buddhist monastery, Samye gompa. Padmasambhava concealed various termas in caves and other locations throughout Himalayas, in order for the future generations to receive his teachings at the most beneficial timings. Images of Padmasambhava can appear in eight different forms. In this image he is seated in meditative posture holding a vajra scepter in his right hand and a skull bowl and a vase of elixir in left, items that symbolize realization of emptiness and immortality. A trident on his left shoulder with three heads represents conquest of the three poisons humans possess: desire, anger and ignorance.

Garab Dorje (Prahevajra)

Garab Dorje is a manifested body of the Buddha appearing as the first human teacher of Dzogchen, the Great Perfection teachings of Tibetan Buddhist tradition. According to Dzogpa Chenpo sources, Prahevajra was born to a daughter of the king of Oddiyana, near present day Pakistan.

At thirty-two, he went to Mount Malaya. During his three years of stay at the mountain, he transcribed the teachings of the past Buddhas, especially 6,400,000 verses of Dzogpa Chenpo, which were present in Prahevajra's memory with the help of Dakinis Vajradhara and Anantaguna.

According to Tibetan Buddhist account, Prahevajra transmitted the teachings to Manjshrimitta. He has also transmitted teachings of Dzogchen tantras to Padmasambhava and Vairocana.

Great Adept or Mahasiddha NAROPA, The great Indian Yogi (956-1050)

This statue portrays Naropa (956-1040), an Indian Mahasiddha (Great Adept) and an important master in the Kagyu tradition. He was a disciple of Tilopa and a teacher of the renowned translator, Marpa. Naropa was born to a Brahmin family in a small kingdom of Bengal. From an early age he was strongly inclined towards spiritual development and showed aspiration for study of philosophy. As he grew older his parents arranged a marriage for Naropa and he lived a lay life with his wife. After eight years, however, his wish to study dharma only grew and he dissolved his marriage to become ordained. His wife later became one of the most devoted spiritual practitioners accompanying Naropa.

At the age of twenty-eight, Naropa entered Nalanda University and studied rigorously various Sutras and Tantras. He acquired a high degree of spiritual understanding and became known for his excellent debates.

After eight years of studies at Nalanda, Naropa set out in search of Tilopa to seek his teachings. When he finally found Tilopa, however, Tilopa put Naropa through numerous hardships to test his mind and eliminate obscurations. With determination and devotion towards his teacher, Naropa practiced under Tilopa for twelve years until his teacher's passing.

Today Naropa is considered one of the eighty-four Mahasiddhas of Vajrayana Buddhism.

8. Marpa Lotsawa Choekyi Lodoe (1012-1097)

Marpa (1012-1096), a renowned translator and a great teacher, was a student of Naropa and the founder of the Kagyu lineage. He is often known as Marpa Lotsawa, "Marpa the Translator".

In his adolescent years Marpa was sent to study under his first teacher Lugyepa. The young Marpa showed his sharp mind as he comprehended and memorized all teachings his teacher passed on to him. Later Marpa received teachings from a teacher known as Drokmi, the Translator for fifteen years. Through his studies Marpa not only gained deep understanding on Tibetan grammar, poetry, and drama, but also mastered Sanskrit. He traveled extensively to India and Nepal to further study with Indian masters. Going through a number of strenuous, sometimes dangerous journeys, Marpa was able to find Naropa, a great scholar whose wisdom and knowledge were long heard to Marpa. Naropa gave Marpa a final teachings and instructions, and declared Marpa as his Dharma successor.

Upon his return to Tibet, Marpa translated countless Indian texts into Tibetan and contributed immensely to transmission of complete Buddha dharma to Tibet. The teachings of Vajrayana including Mahamudra he brought back from India have become one of the key principles of the Kagyu tradition.

9

MAHAYOGI MELAREPA (1040-1123)

This finely gilded statue depicts Milarepa, a great Tibetan adept and one of four major disciples of Marpa Lotsawa.

Milarepa's life story is one of the most popular stories told in Tibet. Born in a wealthy family, he spent a carefree childhood until his father passed away when Milarepa was seven. The bereaved family suffered from mistreatment as his uncle took control of late father's property and left nothing behind for them. Angered with bitterness, his mother sent Milarepa to learn black magic with a motive to take revenge on callous relatives. As his mother wished, Milarepa learnt malevolent practice and used its power to destroy the houses of his relatives, killing the entire family.

Soon after, however, Milarepa realized destruction of his enemy had not given him any joy but only more suffering. Regretting his negative deed, Milarepa goes to study with a lama Rongton, who then suggested Milarepa to seek Marpa Lotsawa.

His apprenticeship with Marpa was difficult. Instead of giving dharma teachings, Marpa initially only assigned Milarepa extremely hard physical tasks as he saw Milarepa needed to first purify him from obscurations and previous negative karma. The tasks included building oddly shaped multistoried stone towers by bare hand, only to be instructed to demolish when they were finally constructed. Having gone through years of such trials, Marpa saw Milarepa was ready to receive the Vajrayana instructions. He bestowed Milarepa full transmissions and all mahamudra teachings from the lineage of his teachers; Naropa and Maitripa, along with other great Indian masters.

For years after Milarepa went into an isolated meditation in mountains and practiced these teachings. He eventually attained enlightenment and is known today for his achievement of attaining enlightenment in just single lifetime.

Images of Milarepa are easy to recognize. He is depicted seated in a relaxed meditative posture clothed in a simple siddha's garments and a bowl in his right hand, while his right hand is rose upward cupping his ear.

The First Drukchen

The First Drukchen Tsangpa Gyare (1161-1211) was born into a highly regarded Gya clan in Tibetan Tsang Province. When he was in his twenties, he encountered Lingrepa Pema Dorje as his primary teacher and guidance. Lingrepa consecrated the land they met and gave a name Ralung. Later, in 1180, Tsangpa Gyare established a renounced Ralung monastery on this site.

Aside from establishing the traditional seat of Drukpa lineage, Tsangpa Gyare is also credited for discovering important terma treasures. He traveled to various places, including present day Bhutan and revealed treasures such as a text written by the Indian master Tipupa.

Tsangpa Gyare continued to spent majority of his later life teaching, touring around the central Tibet on requests of various abbots. He established Longdol Hermitage near Lhasa around 1190, and Shedrub Chokhor Ling in 1193 and Druk monastery in 1205. It is said upon his death and cremation, a number of ringsel (relics) were left behind, some of which are preserved for this day.

Drikung Kyobpa Jigten Sumgon

Jigten Sumgon (1143-1217) was a founder of Drikung Kagyu lineage.

He is said to have attained enlightenment eons ago as a Chakravartin Tshib-Kyi Mu-Khyu, and despite his freedom from samsara repeatedly took rebirth to benefit sentient beings. In one of these rebirths he was born as Jigten Sumgon into a noble Kyura clan in Tibet.

Jigten Sumgon studied under Phagmo Drupa as his foremost disciple. With his studies Jigten Sumgon took pilgrimages to holy sites and gained understanding of interdependent origination through his visions and meditations. In 1179, he established Drikung Thil monastery, which became the main seat of the Drikung Kagyu lineage in Tibet.

Jetsun Redava Shonu Lodoe (1349-1412)

Rendawa Shyonnu Lodro is a renowned Sakya scholar recognized for his analysis on Madhyamika and development of debates on the middle way philosophy in Tibet.

When Rendawa was young he lost his parents, and he was raised by a nun named Tashi Bum. As Tashi Bum arranged an environment for Rendawa to learn reading and writing, the young boy showed his inclination towards dharma and began studying texts. A traditional tale accounts Rendawa announcing to Tashi Bum that one day he will either become a ruler of Tibet or a great religious teacher. Rendawa studied under several teachers. He studied on various dharma subjects including the five major philosophical texts: Pramanavarttika, Prajnaparamita, Abhidharma, Vinaya and Madhyamika or the middle way. He wrote a number of compositions and commentaries on essential Buddhist texts. Among which the examination on Madhyamika was especially extensive and contributed largely in bringing back the philosophy of middle way into debates in Tibet.

Rendawa is also known as a teacher of Tsongkhapa, the founding lama of the Gelug School. His teachings based on logical analysis gave Tsongkhapa an in-depth understanding of scriptures beyond textual content. At the same time, Rendawa also learned from Tsongkhapa's teachings and they developed a mutual relationship of learning and practice.

13 JSACHEN KUNGA NYINGPO (1092-1158) the third Throne holder of Sakya School

Sachen Kunga Nyingpo (1092-1158) was the third Throne holder of the Sakya School. He was born to the family of Khon Kunchok Gyalpo, the founder and the first throne holder of Sakya monastery. He received early years of education from his father as well as a renounced translator Bari Lotsawa Rinchen Drakpa, who served as the abbot of Sakya monastery until young Sachen was old enough to assume the role. Bari Lotsawa RInchen Drakpa handed his throne to Sachen before passing in 1111, when Sachen was at the age of twenty.

After further studying under various teachers, Sachen went to seek Lamdre teachings from Zhangton Chobar. After acquiring the teachings, Sachen spent the remaining years of his life teaching and writing on transmission of Lamdre. He gave Lamdre teachings to many prominent students, including Sonam Tsemo and Drakpa Gyaltsen who were his sons as well as Sachen's closest disciples. Sachen passed away at the age of sixty-seven at the monastery of Kyabo Kadang in Jang.

14. JE RABJAMPA KUNCHOK GYALTSEN / MUCHEN SEMPA CHENPO KUNCHOK GYALTSEN (1388-1469 A.D)

Konchok Gyaltsen (1388-1469) is the second head abbot of Ngor monastery and a founder of Ling Dewachen Monastery. He accumulated his knowledge and spiritual practice at Sakya monastery and continued to receive further teachings and transmissions from various teachers, including Sheja Kunrik

Gyaltsen, Peljor Sherab, Kunga Pel and Yakton Senge Pel. Later he studied the Cakrasamvara and Hevajra Tantras, as well as the six union of the Kalachakra Tantra from Rongton Sheja Kunrig and Ngorchen Kunga Zangpo.

Since the age of fifty-nine Kunchok Gyaltsen taught at the Ngor monastery, before becoming the throne holder of the monastery.

15

JONANGPA TARANATHA (1575-1634)

Taranatha (1575-1634) was a prominent lama of the Jonang School. His birth name was Kunga Nyingpo. However, he adopted the Sanskrit name which he received from a great Indian adept in a vision.

He was recognized as the reincarnation of Kunga Drolchok, the head abbot of Choelung Jangtse Monastery which was one of the largest Jonang monasteries in Tibet at the time. At the age of fourteen Taranatha encountered an Indian adept Buddhaguptanatha, who became Taranatha's most important teacher.

In 1619 he founded Takten Damchoe Ling in Lhatse and established his main residence within this monastery. It remained a center of Jonang practice until the 17th century.

16 Gelug | Tsongkhapa

Tsongkhapa (1357-1419), often referred to by Tibetans as Je Rinpoche ("Precious Lord") with respect, is a founder of the Gelug tradition.

Born in the Tsongkha region of Amdo, Tibet. Tsongkhapa studied under the masters of Nyingma, Kagyu, Sakya and Kadampa traditions and used his vast knowledge and understanding of each lineage to eventually establish the Gelug School. He is recognized as the reformer of Tibetan Buddhism and known as an emanation of Manjushri (Tib: jampalyang), an embodiment of knowledge and wisdom of all the Buddhas.

He dedicated his later years to teaching and writing of various accounts on all aspects of the Buddhist teachings. One of the most famous work of Tsongkhapa includes The Great Treatise on the Stages of the Path to Enlightenment (Tib: lamrim chenmo) written in 1402.

Tsongkhapa is depicted with his hands in a teaching gesture, with his fingers gently holding two stems of lotus flowers blooming above his shoulders. A sword of wisdom sits on the right lotus and a volume of sutra on his left.

17

Gyaltsab Darma Rinchen

This statue portrays Darma Rinchen (1349-1412), one of the main disciples of Tsongkhapa.

As a young monk Darma Rinchen studied closely with Rendawa Shyonnu Lodro, a prominent Madhyamika scholar. During his studies he engaged in a number of philosophical debates with masters from various monasteries and proved his sharp mind and skills in reasoning.

After several years, Darma Rinchen set out to Central Tibet to study further and encountered a great scholar who later became his primary teacher; Tsongkhapa Lobsang Dakpa. Darma Rinchen studied under Tsongkhapa and assisted in establishing Gaden Namgyal Ling, a great Gelug monastery serving as Tsongkhapa's central teaching base in the Lhasa area.

For the next decades Darma Rinchen continued to work at Gaden Monastery with Tsongkhapa. When Tsongkhapa passed away in 1419, Darma Rinchen was given the title of the Second Gaden Tripa, the traditional head of Gaden Monastery. He also acquired the title Gyaltsab, or a "regent" of Tsongkhapa, thus referred to as Galtsab Darma Rinchen.

As a primary disciple of Tsongkhapa, Darma Rinchen is often depicted seated to the left of his master Tsongkhapa.

18

Ngawang Lobsang Gyatso (1617-1682)

Born in Yarlung valley of Tibet, Ngawang Lobsang Gyatso (1617-1682) was recognized as an incarnation of the Fourth Dalai Lama at the age of five. Young Lobsang Gyatso began his studies at Drepung on various philosophical topics such as Prajnaparamita,

Madhyamika, Vinaya, and Abhidharma, and also received training in literature, poetry and astrology.

In 1642, he was officially enthroned as the Fifth Dalai Lama. He ordered construction of the Potala Palace on a site on Red Hill in Lhasa, where King Songtsen Gampo had built a fort. His accomplishments also include establishment of Tibet's first centralized government, Ganden Phodrang, which harmoniously unified the secular and spiritual powers.

The Potala Palace Lobsang Gyatso constructed became a residence of successive Dalai Lamas, and Lhasa became the capital of Tibet in 1652. His death in 1682 was kept hidden to the public until the completion of the Potala Palace.

19 | Pachen Lobsang Palden Yeshe

Lobsang Palden Yeshe (1738-1780) was the Sixth Panchen Lama of Tashi Lhunpo monastery. He gave a pre-novice ordination to the Eight Dalai Lama at the Potala Palace and named him Jamphel Gyatso.

He established a relationship with a Scottish adventure and diplomat George Bogle, and negotiated with the governor of India through this link. In 1778, Lobsang Palden Yeshe was invited to Beijing by the Qinglong Emperor for his 70th birthday. The emperor constructed a temple based on Tashi Lhunpo at the Chengde Mountain Resort to mark the occasion of Panchen Lama's visit. Lobsang Palden Yeshe passed away in 1780 after contracting smallpox at the age of forty-two.

20 Objects of refuge

The Sangha commonly denotes the followers of the historic Buddha, particularly those who are ordained. It however widely refers to a community of people who have had direct perception of the fundamental nature of reality.

21 Doctrine of Dharma

Eight Thousand Verses of The Perfection of Wisdom Sūtra

This Aṣṭasāhasrikā Prajñāpāramitā was created in Tibet in 18th Century.

Prajñāpāramitā sūtras are the most important sūtras for learning, thinking, and practicing in Tibetan Buddhism, which is also the major sūtra for Madhyamika school and for Tantric Buddhism. Prajñāpāramitā Sūtra content the definitive meanings of Emptiness that taught by Buddha in the 2nd Turning Wheel of Dharma at Vulture Peak Mountain in Rajagriha, in Bihar, India.

22 Doctrine of Dharma | Kadampa stupa

Dharma is a Sanskrit word denoting the teachings of the Buddha or phenomena in Buddhism. It points to the fundamental Buddhist principles such as the Four Noble Truth and the Noble Eightfold Path, and the mind of the Buddha.

Stupas are structure that serve as a reliquary representing the Buddha's mind. Before passing into parinirvana, the Buddha told his disciples to erect stupas with his remains and relics, and various sizes of stupas were constructed as objects of offering and veneration.

This bell-shaped Kadampa stupa on display is a re-interpretation of the Eastern Indian stupa that was brought to Tibet in the 11th century by an Indian master Atisha Dipankara Shrijnana. Upon his arrival he revived the declining Buddhism in Tibet, and the

Kadampa tradition was later founded by his disciples.

23 Three Deities of Long Life

Amitayus, White Tara, and Ushnishavijaya are known collectively as the Three Deities of Long Life (Tib: tselhanam sum) and associated with the long life practice to increase one's lifespan and prevent untimely death.

Amitayus (Tib: tsepadme), "The Buddha of Boundless Life", is one aspect of Amitabha Buddha (Tib: opadme) and associated particularly with longevity. He appears in red body and sits in a lotus throne with his hands placed in the meditation position, in which holds a vase containing the nectar of immortality.

The White Tara (Tib: drolkar) is a manifestation of Arya Tara, the Noble Liberator, who manifests in her green and white forms. Tara in her white form is especially connected to her commitment to bestowing long life. White Tara extends her right hand downward in the gesture of supreme generosity, while her left hand gracefully holds a stem of utpala flower. She possesses an eye on her each hand and foot. In addition to her third eye on her forehead, she is depicted with total of seven eyes on her body, symbolizing her compassionate attentiveness to look after all sentient beings.

Ushnishavijaya is an emanation of the Buddha Vairocana. She is usually depicted with three faces, eight arms and wears an image of Vairocana on her headdress. Her eight hands hold various attributes, among which is a lotus flower within which Amitabha Buddha is seated.

24 Vajrabhairava

Vajrabhairava is one of the aspects of Yamantaka, a wrathful manifestation of Manjushri who slays death and destroys ignorance to lead one to enlightenment.

25 Vajrasattva

This turquoise inlayed silver and gold statue depicts Vajrasattva, a bodhisattva dedicated to purification practice. The vajra in front of his heart signifies the indestructible nature of compassionate activity and the bell at his left hip stands for the realization of the emptiness of all appearances. Meditators recite the sataksara, the one-hundred syllable mantra of Vajrasattva, to purify mistakes and omissions occurring in their tantric practice and violations of their vows.

26 Vajradhara

This bronze statue from Eastren Tibet depicts "Holder of the Diamond Scepter", Vajradhara. As the name suggests, Vajradhara holds a vajra (diamond scepter or dorje) in his right hand as a symbol of the power of compassionate activities and a ghanta (bell) in his left as a symbol of the sound of wisdom. His arms crossed in front of his chest illustrate the complete union on the level of enlightenment of compassion and wisdom which are understood to be the male and female principles. Tantra describes meditative practice which leads swiftly to the goal of the attainment of enlightenment for the benefit of all sentient beings.

The female principle appears in tantric meditation in the form of a youthful, heroically wrathful "celestial wanderer". The red color of her body and her bone ornaments symbolize the transformation of passion and illusion into compassion and the realization of emptiness. The staff and crook of her arms represent her accompanying male principle, Heruka. The teachings of Vajrayogini reached the Kagyud order and other traditions of Tibetan Buddhism via the Indian Mahasiddha Naropa.

28 Sita
Samvara

Sita Samvara or White Samvara is benevolent form of the popular tutelary divinity. He is shown here embracing his consort Vajravarahi. They are joined in mystical union, symbolizing the merging of wisdom, compassion and the essence of enlightenment.

29 Lord of three families

1. Manjushri

The representations of the wisdom Bodhisattva Manjushri can be recognized by the flaming sword that cuts bewildering and distorting illusions at the root and by the scripture of the Prajnaparamita as the spiritual source of the Mahayana path. On this statue, the two attributes are resting on lotus blossoms growing from the hands in the Dharmachakra mudra, a hand gesture of the turning of the wheel of Dharma. The combination refers to the union of active method and wisdom.

2. Four-Armed Avalokiteshvara

This 16th Century bronze statue shows an image of Avalokiteshvara (Tib: Chenrezig), the embodiment of compassion and the patron of Tibet. While Avalokiteshvara appears in various forms, an image with four arms and a Vajra mudra is the most commonly seen representation of Chenrezig in Tibet.

Here he holds jewels in his folding hands, symbolizing his Bodhichitta mind. He holds a crystal rosary in his second right hand which denotes ideal means and aspirations. The lotus in his second left hand symbolizes his profound wisdom that realized the nature of emptiness. Each of his four hands represents immeasurable qualities of a Bodhisattva: compassion, love, joy and equanimity.

3. Vajrapani

This little icon of the Bearer of the Diamond Scepter is standing on a base with holes that were used to attach it to the hat used in tantric practice. Vajrapani is also known as the Lord of Secrets or the Lord of Mantra. Vajrapani is a manifestation of all the Buddhas of power and tantric aspect of the enlightened mind, transforming the energy of negative emotion into active wisdom and magical perfection. He symbolizes the indestructible vajra mind of the Buddha.

2. EXILE AND CONTINUITY:

Living in exile around the world, Tibetans continue their artistic and spiritual legacy through the production of traditional works of art. Since 1960s various artisans and craftsmen have produced contemporary masterpieces, signifying the continuity and flourishing of the Tibetan artistic culture in the present time. The embroidered and painted thangkas, statues, images and sacred objects displayed here are all examples of a living tradition in exile. They are an evidence of uninterrupted transmission of skills and knowledge, and also a reminder of homeland and emotional connection to many Tibetans.

| 1 | Avalokitesh-vara |  |

This life-size statue of Eleven Headed, Thousand-Armed Avalokiteshvara was commissioned by the 13th Dalai Lama for the prosperity and peace of people in Kyirong area of western Tibet. The statue was replicated based on a revered Avalokiteshvara statue housed in Lhasa.

The Eleven-Headed, Thousand-Armed Avalokiteshvara is one of the manifestations of Avalokiteshvara (Tib: chenrezig). The Lotus Sutra explains Avalokiteshvara, the Bodhisattva of Infinite Compassion, renounced his own attainment of enlightenment and took a vow to never rest until he freed all sentient beings from the cyclic existence of samsara. Despite strenuous effort, however, Avalokiteshvara still saw countless sentient beings suffering within the cycle of life, death and rebirth. Saddened and contemplating intensely to find a way to save all sentient beings, Avalokiteshvara's head split into pieces. Seeing this, Amitabha Buddha came to bless him and granted eleven heads and thousand arms in order for Avalokiteshvara to continue his compassionate act on sentient beings with enhanced ability. At the topmost head of Avalokiteshvara is Amitabha Buddha, representing Avalokiteshvara's dharmakaya nature, or the "absolute basis of reality" which exists without physical shape nor color. The second top head appears as Hayagriva (Tib: tamdrin), a wrathful manifestation of Avalokiteshvara with a horse head protruding from his crown. The fierce manifestation helps practitioner fight against negative forces and obstacles. The white, green, and red faces respectively represent: sambhogakaya, an "enjoyment body" which attained complete enlightenment; nirmanakaya, a "creation body" or various forms of enlightened beings appearing in the world for the benefit of sentient beings and dharmakaya, a "truth body", a source of all qualities and representation of Buddha hood. The head, arms and some parts of mandorla of the statue are original parts from Tibet and the rest of the body was restored in India.

2 Tsongkhapa

Tsongkhapa (1357-1419), often referred to by Tibetans as Je Rinpoche ("Precious Lord") with respect, is a founder of the Gelug tradition.

This statue of Tsongkapa was created by a Tibetan craft master Penpa Dorjee on a request by Amdo Association in Kalimpong in 1985. It was initially commissioned as the main deity of Kumbum Monastery in Amdo. However, when the statue was completed, the monastery had already made its central deity. This statue, therefore, was offered to His Holiness the Dalai Lama, and later became a part of LTWA collection.

3 Appliqued Thangka of White Tara

White Tara (Tib: Sgrol-dkar) is one of the principal forms of Arya Tara and is often referred to as the Mother of all the Buddhas, as she represents the aspect of motherly compassion. White Tara is generally shown seated in Vajra posture with her right hand making a wish-granting mudra and the left gently holding a stem of white lotus with three buds. The closed, half-bloomed, and fully bloomed buds each represent the past Buddha Kashyapa; the present Buddha Shyakyamuni; and the future Buddha Maitreya respectively.

This silk brocade thangka was made in 2010 for the LTWA by Mr. T.G Dorjee Wangdue, the master artist at the Tibetan Applique Arts Centre, Dharamshala.

4 Appliqued Thangka of Buddha Shakyamuni

This hand-sewn appliqued thangka depicts the Buddha Shakyamuni, the founder of Buddhism. He is attended by Bodhisattvas Manjushri on the right and the Bodhisattva Maitreya on the left. At the lower part of the thangka are Arya Nagarjuna and Arya Asanga, the two great pioneers of the Madhyamika (middle path) and the Chittamatra (mind only) schools.

5 Sakya Pandita

Kunga Gyaltsen

(1182-1251 AD) The 6th throne holder of Sakya School

Sakya Pandita Kunga Gyatsen (1182-1251), commonly known as Sakya Pandita, is one of the most prominent scholars from the Sakya School. He is considered as a supreme emanation of Manjushri in Tibet, along with Longchen Rabjam and Tsongkhapa Lobsang Drakpo. He is counted as one of the five founding fathers of the Sakya tradition.

Sakya Pandita studied extensively with renowned Indian masters.

He was among the first Tibetans to become proficient in the Indian system of five major and five minor sciences and attributed to bringing these traditional fields of knowledge to Tibet for successive scholars.

The volumes of texts Sakya Pandita composed had a considerable influence on Tibetan literature, and his major works continue to be an imperative part of monastic education today.

The statue on display was produced in 1979 by a Tibetan craftsman Penpa Dorjee for his personal altar. A week before Penpa Dorjee's passing he contacted LTWA to express his wish to donate the statue. The director, however, requested Penpa Dorjee to discuss with his family as the statue was created for private worship and held much value to the family. Penpa Dorjee's family willingly agreed to fulfill his wish and the statue was donated to the library in 2013.

Namgyal
Tsering

tiếng búa đinh đong

Dazai Osamu

Hoàng Long *dịch từ nguyên tác Nhật ngữ*

Lời người dịch:

Truyện ngắn "Tiếng búa đinh đong" là một kiệt tác của văn hào Dazai Osamu (太宰治). Có thể xem đây là một quyển tiểu thuyết "Chuông nguyện hồn ai" thu nhỏ. Cái bi kịch Nhật Bản sau chiến tranh phải trả giá bằng rất nhiều cuộc đời điên loạn, bằng bao nhiêu mộng tưởng đẹp đẽ vỡ tan được thu gọn lại trong một bức thư gửi một nhà văn nọ. Đến khi hiểu ra được "Nhật Bản thua trận thật tốt biết bao nhiêu" mà tiếng búa đinh vẫn không ngừng gõ xuống giữa một sa mạc hư vô, đúng ra phá hủy luôn cả một sa mạc hư vô để con người không còn gì bám víu và biện minh cho thân phận đọa đày. Cuối cùng, ai đã giết cả thân xác và linh hồn trong hỏa ngục?

Truyện được chúng tôi dịch từ nguyên tác "Toka tonton" (トカトントン) trong tập "Người vợ Villon" (ヴィヨンの妻) do Nxb Tân Triều Xã (新潮社), tái bản lần thứ 119, năm Bình Thành 28 (2016), từ trang 39 đến 63. Trong nguyên tác từ "Toka tonton" là tượng thanh chỉ tiếng búa đóng đinh. Chúng tôi dịch là đinh đinh đong đong để giữ lại gần sát với âm tiếng Nhật.

Quý độc giả cũng có thể đọc truyện ngắn này từ nguyên tác Nhật ngữ trên trang mạng kho sách ngoài trời Aozora:

https://www.aozora.gr.jp/cards/000035/files/2285_15077.html

Trân trọng giới thiệu với quý độc giả Luận tập.

Kính gửi ông

Mong ông chỉ bảo cho tôi với. Hiện giờ tôi đang vô cùng hoang mang.

Năm nay tôi hai mươi sáu tuổi. Tôi sinh ra tại khu Teramachi thành phố Aomori. Có lẽ ông không biết nhưng kế bên chùa Thanh Hoa Tự ở Teramachi có một tiệm hoa nhỏ tên là Tomoya. Tôi là con trai thứ hai của người chủ tiệm đó. Sau khi học xong trung học ở Aomori tôi đã phục vụ trong một nhà máy quân nhu ở Yokohama trong suốt ba năm và sau đó trải qua bốn năm trong quân ngũ. Khi Nhật Bản tuyên bố đầu hàng vô điều kiện tôi trở về quê nhưng căn nhà cũ bị cháy hết, cha tôi cùng với anh hai và chị dâu phải dựng tạm một căn nhà nhỏ trên nền nhà cũ sống lây lất qua ngày. Mẹ tôi thì đã qua đời vào năm tôi học lớp mười.

Thật tình khi bước vào trong căn nhà tạm tôi thấy xiết bao tội nghiệp cho cha và vợ chồng anh hai tôi. Sau khi bàn bạc với cha và anh, tôi quyết định đến làm việc tại một bưu điện nhỏ heo hút ở một ngôi làng gần bờ biển cách Aomori khoảng chừng hai dặm. Bưu điện này vốn là nhà mẹ ruột của tôi còn bưu cục trưởng là anh trai của mẹ. Tôi làm ở đó được khoảng một năm rồi nhưng càng ngày càng cảm thấy mình là một người vô dụng khiến tôi vô cùng hoang mang. Tôi bắt đầu đọc tiểu thuyết của ông từ ngày còn làm nhân viên trong nhà máy quân nhu ở Yokoyama. Từ sau khi đọc một truyện ngắn của ông đăng trên tạp chí "Văn thể" (文体) tôi bắt đầu có thói quen tìm đọc các tác phẩm của ông và trong lúc đọc tôi phát hiện ra rằng ông chính là tiền bối của tôi ở cùng trường trung học, hơn thế khi biết được ông đã từng sống ở nhà ông Toyoda ở Teramachi Aomori này vào khi đó nữa thì tôi lại cảm thấy nghẹn lòng. Gì chứ ông Toyoda ở tiệm bán quần áo kimono ở trong cùng khu phố với nhà tôi nên tôi biết rõ lắm. Ông cụ đời trước thì phục phịch to béo nên cái tên Tazaemon nghe rất hợp chứ còn đời này ông Tazaemon thì vừa gầy vừa thông tuệ nữa khiến cho tôi cứ muốn gọi tên là Uzaemon mà thôi[1]. Tuy vậy chứ các cụ đều là người tốt cả. Chẳng may vào trận không kích trước, cửa tiệm của ông Toyoda bị cháy hết, đến cả nhà kho tường dày như thế cũng cháy đổ luôn, thật là tội nghiệp. Tôi biết chuyện ông đã từng sống ở nhà ông Toyoda đó nên đã định đến xin ông Tazaemon đó một bức thư giới thiệu mà đến thăm ông xem sao nhưng tôi là kẻ non nớt, chỉ ngồi đó mà tưởng tượng thôi chứ chẳng có dũng khí mà thực hiện nữa.

Cái khoảng thời gian tôi ở trong quân đội cho đến ngày chấm dứt chiến tranh, mỗi ngày đều trôi qua vô vị, chỉ xoay quanh việc phòng thủ bờ biển tỉnh Chiba thôi hay đôi khi là đào công sự, tuy vậy thỉnh thoảng có nửa ngày phép tôi lại lần xuống thành phố tìm đọc tác phẩm của ông. Và khi đó tôi đã muốn viết thư gửi ông rồi, có lẽ tôi đã có vài lần thử cầm bút lên viết rồi đấy. Tuy nhiên cứ viết xong dòng chữ "kính gửi" thì tôi lại không biết viết gì thêm mà hơn nữa, tôi với ông lại hoàn toàn là người xa lạ, thế nên cứ cầm bút mà ngồi thẫn thờ thế thôi. Rồi thì sau đó Nhật Bản đầu hàng vô điều kiện, tôi trở về quê nhà, làm việc ở cái bưu điện A đó. Thế rồi nhân dịp về thăm Aomori tôi tiện ghé vào nhà sách tìm tác phẩm của ông, đọc mới biết được thêm rằng ông cũng chịu tai họa phải trở về khu Kanagimachi là nơi chôn nhau cắt rốn của ông càng làm tim tôi thêm đau nhói. Dù vậy tôi cũng không có can đảm mà đường đột đến thăm nhà ông, sau khi suy nghĩ rất lung thì tôi mới quyết định đầu tiên cứ viết bức thư này đã. Lần này sau khi viết dòng kính gửi tôi không ngừng bút giữa chừng nữa. Lý do vì đây là một bức thư nhờ cậy. Hơn nữa chuyện này lại vô cùng khẩn cấp.

Tôi có chuyện muốn nhờ ông chỉ bảo. Thật sự tôi đang hoang mang trăm lối. Và bởi vì tôi cảm thấy đây không phải là vấn đề của riêng tôi mà còn của bao nhiêu người khác cũng đang trăn trở băn khoăn tương tự nữa nên xin ông hãy trả lời cho chúng tôi đi. Cả khi tôi làm ở xưởng quân nhu ở Yokohama, hay lúc còn làm bộ đội phòng vệ tôi đã rất muốn viết thư cho ông rồi và giờ đây khi cuối cùng cũng có thể nhấc tay lên mà viết được bức thư này gửi ông thì những nội dung trong đây vốn có chứa đựng chút ít niềm vui nhỏ bé trong lá thư đầu tiên nay đã hoàn toàn không còn nữa.

[1] Tác giả chơi chữ. Nguyên văn họ Tazaemon (太左衛門) viết chữ "Thái Tả Vệ Môn" có chữ "thái" nghĩa là to lớn, còn Uzaemon (羽左衛門) là "Vũ Tả Vệ Môn" có chữ "vũ" là lông cánh, nghĩa là không có da thịt gì.

Vào lúc chính ngọ ngày mười lăm tháng tám năm Chiêu Hòa thứ hai mươi, chúng tôi được lệnh xếp hàng trước sân khu binh xá để nghe đài radio phát thanh lời kêu gọi của Thiên hoàng mà gần như chẳng nghe thấy gì vì thanh âm bị nhiễu loạn. Và rồi sau đó có một viên trung úy trẻ chạy băng băng đến bục cao rồi cất giọng:

"Đã nghe thấy chưa? Hiểu cả rồi chứ? Nhật Bản chấp nhận hiệp ước Potsdam, đầu hàng rồi. Tuy nhiên đó chỉ là vấn đề chính trị thôi. Những quân nhân như chúng ta phải tiếp tục chiến đấu đến cùng, tự quyết đến người cuối cùng như một lời xin lỗi gửi đến Thiên Hoàng. Ngay từ đầu tôi đã định như thế rồi nên tôi cũng rất mong mọi người hiểu rõ điều này. Được chưa? Rồi vậy thì giải tán"

Nói xong vị trung úy trẻ bước xuống khỏi bục phát biểu, tháo kính ra vừa đi vừa để lệ chảy ròng ròng trên má. Có thể nói đó là một cảm giác vô cùng nghiêm trọng. Tôi cứ đứng sững như vậy, thấy xung quanh mình trời đất tối tăm, nghe cơn gió lạnh rùng mình từ hư vô thổi tới và tự nhiên cảm thấy mình chìm dần vào sâu dưới đáy đất đen.

Tôi định sẽ chết. Tôi thật sự nghĩ mình phải chết rồi. Khu rừng trước mặt âm u thê lương đen bóng như sơn mài và từ trên cao một đàn chim nhỏ như một nắm hạt mè rắc giữa không trung đang lượn bay không tiếng động.

A, đúng là lúc đó. Tôi nghe vọng từ phía khu binh xá sau lưng một thanh âm khe khẽ của ai đó đang gõ búa đóng đinh đinh đong đinh đinh. Ngay khi nghe tiếng đinh đong đó có thể nói ngay lập tức tôi sực tỉnh hoàn hồn. Cả niềm bi tráng lẫn vẻ nghiêm trang đều tiêu biến mất, như thể thoát khỏi bóng ma ám ảnh, với tâm trạng thấu suốt trống rỗng, tôi nhìn ra mặt đất trải dài phía xa giữa trưa mùa hạ, đầu óc không còn một chút niềm cảm khái nào nữa.

Và rồi tôi nhét hết đồ đạc vào ba lô, thẫn thờ trở về quê nhà.

Cái tiếng búa đóng đinh xa xăm hiu hắt đẹp đến mức huyền bí đó đã giải phóng cho tôi khỏi huyễn ảnh của chủ nghĩa quân phiệt, khiến cho tôi cảm thấy rằng mình tuyệt đối sẽ không còn chìm vào cơn say cuồng của những thứ nghiêm trang và bi tráng đó một lần nào nữa nhưng có lẽ thanh âm xa vắng đó đã bắn trúng tủy não tôi khiến cho tôi từ đó trở về sau và cho đến bây giờ nữa trở nên một gã dị dạng khó ưa gần như một kẻ bị động kinh vậy.

Mặc dù nói như thế nhưng không phải là tôi phát tác ra những cơn cuồng bạo gì đâu. Mà ngược lại nữa, mỗi lần tôi cảm thấy cảm kích hay hưng phấn lên vì chuyện đó mà nghe tiếng gõ búa xa xăm vọng về đó là ngay lập tức tôi lại trở nên thẫn thờ, quang cảnh trước mặt hoàn toàn biến đổi, khung cảnh lập tức ngưng lại giữa chừng và sau đó chỉ còn một màn hình trắng bạch. Tôi thấy mình như đang nhìn trừng trừng vào khung cảnh đó với một cảm giác ngu ngốc và hoàn toàn vô vọng.

Lúc đầu tiên, khi mới vào làm ở bưu điện, tôi đã định rằng từ giờ sẽ tha hồ học hỏi tùy thích rồi sau đó sẽ viết một quyển tiểu thuyết gửi đến chỗ ông xin lời khuyên cho nên tranh thủ những lúc công việc rảnh rỗi, tôi đã thử viết lại những ký ức của đoạn đời chiến binh. Với nỗ lực không ngừng tôi đã viết gần được khoảng trăm trang cho đến một buổi chiều mùa thu khi bản thảo đã gần hoàn tất, sau khi xong công việc bưu điện, tôi đến nhà tắm nước nóng, vừa ngâm mình trong nước ấm vừa vô cùng hưng phấn mà nghĩ ngợi mình đêm nay mình sẽ hoàn thành xong chương cuối cùng, liệu có thể cho kết thúc đẹp mà buồn hoa lệ như chương cuối tác phẩm Onegin hay cho một cái kết tuyệt vọng như kiểu "Một vụ tranh cãi"[2] của Gogol hay không? Rồi khi ngước nhìn lên cái bóng đèn gắn trên trần cao của nhà tắm đang tỏa xuống thứ ánh sáng vàng vọt, chợt tôi lại nghe ra tiếng búa gõ đinh từ xa xăm vọng về đinh đong đinh đinh. Ngay lập tức tôi nhận thấy mình chỉ là một gã thanh niên trần truồng đang vẫy vùng loạn xạ trong một góc của bồn tắm tối tăm.

Vô cùng chán nản, tôi bước ra khỏi bồn ngâm, lau cặn bẩn dưới lòng bàn chân và lắng nghe câu chuyện về phân phối đồ đạc của các vị khách khác. Cả Pushkin lẫn Gogol cũng chỉ như tên của bàn chải đánh răng ngoại quốc, chẳng còn thú vị gì nữa. Tôi rời khỏi nhà tắm công cộng, đi qua cầu trở về nhà, ăn cơm lặng lẽ rồi lên phòng của mình đọc đại vài trang trong xấp bản thảo gần trăm trang, vô cùng chán nản và cảm thấy mình vô cùng ngu ngốc nhưng tôi lại không có can đảm xé đi đành dùng xấp bản thảo làm giấy lau mũi. Từ dạo đó cho đến nay tôi không còn viết được một dòng nào ra vẻ tiểu thuyết cả. Chỗ cậu tôi tuy nhỏ nhưng cũng có thư viện nên thỉnh thoảng tôi có đến mượn những

---

[2] Nguyên văn là "Kenkabanashi" (喧嘩) dịch sát nghĩa là "Câu chuyện về vụ cãi nhau".

tuyển tập tiểu thuyết kiệt tác thời Minh Trị và Đại Chính[3] về đọc lúc thấy cảm động, lúc chẳng thấy gì, mà thái độ đọc thì phải nói vô cùng nhếch nhác, chẳng có chút nghiêm túc nào, đêm nào có tuyết thì tôi lại còn đi ngủ sớm, đúng là một cuộc sống bạc nhược, chẳng có chút tinh thần nào cả. Rồi có lần tôi xem toàn tập mỹ thuật thế giới, những bức tranh của trường phái ấn tượng Pháp trước đây tôi thích như thế mà giờ chẳng cảm thấy gì, ngược lại tôi còn thấy tranh của Ogata Korin và Ogata Kenzan[4] thời Nguyên Lục[5] mới đáng quan tâm nhất. Tôi cho rằng những bức tranh cây đỗ quyên của Kourin còn xuất sắc hơn cả Cézanne, Monet và Gauguin nữa. Cứ như vậy dần dần cuộc sống đầy khí lực dần dần thổi sinh khí vào tôi nhưng vì tôi chẳng có tham vọng lớn lao trở thành một danh gia như Korin hay Kenzan mà chỉ là một tên tài tử nhà quê mà công việc tôi có thể làm hết mình là ngồi nơi cửa sổ bưu điện từ sáng đến tối đếm tiền người khác gửi mà thôi. Đối với người vô năng lực vô học thức như tôi thì một cuộc sống như thế cũng không phải hoàn toàn là trụy lạc đâu. Có lẽ còn có thêm mùi vị của sự khiêm hạ nữa đấy chứ. Có lẽ chính việc hết mình cho những công việc thường ngày mới chính là cảnh giới tinh thần cao nhất vậy[6]. Nghĩ như thế khiến tôi từng chút một lấy lại được niềm kiêu hãnh để sống mỗi ngày. Vừa đúng khi ấy lại có vụ đổi tiền yên mới nên ngay cả ở chỗ bưu điện hẻo lánh này, đúng ra nên nói là chính vì chỗ này heo hút nhân lực không đủ thế nên công việc trở nên bận rộn đến tối tăm mặt mũi. Từ sáng sớm đến tối mịt chúng tôi ngồi chỗ quầy gửi tiền tiếp nhận đồng yên cũ đến mệt mỏi rã rời. Hơn nữa tôi mang thân phận ăn nhờ ở đậu ở nhà cậu nên nhân dịp này cũng muốn ra sức trả ơn nên tôi làm việc không ngừng đến mức hai tay cảm thấy nặng như đeo chì, không còn cảm giác gì là tay của mình nữa.

Những ngày làm việc như thế xong tôi về lăn ra ngủ như chết rồi sáng hôm sau nghe đồng hồ báo thức bên gối reo lại bật dậy ngay lập tức đến

---

[3] Thời Minh Trị (Meiji 明治) kéo dài từ năm 1868 đến 1912. Thời Đại Chính (Taisho 大正) kéo dài từ năm 1912 đến 1926.

[4] Ogata Korin 尾形光琳 (1658-1716) là họa sĩ thời trung kỳ Edo. Ogata Kenzan 尾形乾山 (1663-1743) là đệ tử của Korin.

[5] Thời Nguyên Lục (Genroku 元禄) tức là thời trung kỳ Edo kéo dài từ 1688 đến 1704.

[6] Nguyên văn "平凡な日々の業務に精励するという事こそ最も高尚な精神 生活かも知れません"

bưu điện để dọn dẹp vệ sinh. Việc dọn dẹp vốn là của nhân viên nữ làm đấy chứ nhưng từ sau khi cuộc loạn lạc của vụ đổi tiền cách làm việc của tôi trở nên dị dạng, việc gì cũng muốn ôm hết vào mình để cắm cúi làm như điên, theo gia tốc hôm nay phải hơn hôm qua, ngày mai phải hơn hôm nay vậy. Tôi cứ tiếp tục tư thế ngạo nghễ như thế gần như đến mức bán loạn cuồng, và đến hôm nay là chấm dứt cuộc bạo loạn đổi tiền, tôi đã bước ra từ chỗ tối tăm ra sức tận hiến cho việc dọn dẹp nơi bưu điện, đến khi xong xuôi tôi mới ra ngồi xuống chỗ của mình, ánh mặt trời ban sáng chiếu thẳng vào gương mặt tôi, tôi nheo cặp mắt thiếu ngủ, tâm trạng vô cùng mãn nguyện vô cùng đắc ý, nghĩ đến câu nói lao động là thần thánh và thở dài một tiếng. Ngay khi đó tôi lập tức cảm nhận được tiếng búa gõ đinh đong từ xa xăm vọng về. Trong một khoảnh khắc tôi thấy tất cả trở nên vô cùng ngớ ngẩn, tôi đứng dậy trở về phòng mình và trùm chăn ngủ li bì. Nghe thông báo đến giờ cơm nhưng tôi chẳng buồn dậy, chỉ trả lời xấc xược là "không khỏe nên không ăn" thôi. Ngày hôm đó ở bưu điện dường như là ngày bận rộn nhất thì phải mà nhân viên ưu tú nhất là tôi đây lại trùm chăn ngủ thì làm cho mọi người khổ sở bao nhiêu. Biết vậy mà tôi vẫn cứ nằm ngủ mơ màng đến hết ngày. Dù muốn trả ơn cậu tôi đi nữa mà vì tôi ích kỷ như thế này ngược lại còn gây thêm phiền phức nữa chứ. Nhưng tôi chẳng còn chút tinh lực nào để mà làm việc nữa. Ngày hôm sau tôi ngủ nướng chán chê, rồi mơ màng đến ngồi bên chỗ làm việc, ngáp ngắn ngáp dài, công việc ngày hôm đó dồn hết sang cho nữ nhân viên bên cạnh. Ngày hôm sau rồi hôm sau nữa cũng thế. Tôi đã trở thành một nhân viên bình thường ù lì chậm chạp khó ưa vô khí lực mất rồi.

"Này, mày có bị làm sao không con?"

Nghe ông cậu cục trưởng hỏi thăm tôi mỉm cười yếu ớt mà trả lời.

"Không sao ạ. Có lẽ cháu hơi suy nhược thần kinh tí thôi"

"Đúng nhỉ, đúng nhỉ", ông cậu mỉm cười đắc ý. "Tao cũng nghĩ vậy. Thứ đầu óc chậm chạp như mày mà lại ham hố đọc mấy quyển sách khó nhằn nên mới thế. Tao cũng như mày, ngu ngốc chậm hiểu lắm nên tốt nhất là đừng nghĩ đến những điều cao xa khó hiểu làm gì cháu ạ". Nói xong ông cười và tôi cũng mỉm cười khổ sở theo.

Ông cậu tôi cũng tốt nghiệp trường chuyên môn đấy mà hoàn toàn chẳng có dáng vẻ gì của người tri thức cả.

Và rồi thì, (trong bức thư này chắc hẳn ông sẽ thấy rất nhiều từ "và" với "rồi thì" nhỉ. Đây có lẽ cũng là điều đặc sắc văn chương của kẻ đầu óc chậm lụt này chăng? Tôi cũng biết thế nhưng nó cứ tự nhiên mà tuôn ra nên đành cam chịu vậy). Và rồi tôi bắt đầu bước vào đường yêu. Ông không được cười. Không, mà cho dù ông có cười, tôi cũng chẳng làm gì khác được. Cuộc sống mơ màng thẫn thờ của tôi như con cá nhỏ trong chậu từ dưới đáy ngoi lên hai tấc, và im lặng giấu mình như thế lại tự nhiên không biết tự lúc nào và tại làm sao lại vướng vào lưới tình một cách đáng xấu hổ.

Khi mới yêu tự nhiên âm nhạc thấm đẫm vào hồn nhỉ. Tôi nghĩ đây là triệu chứng rõ rệt nhất của căn bệnh tình ái đấy[7].

Đó là tình yêu đơn phương thôi. Tuy nhiên tôi cứ thương yêu người con gái đó không sao ngưng được. Người đó làm phục vụ trong lữ quán duy nhất của ngôi làng ven biển này. Nàng chưa đến hai mươi tuổi. Ông cậu cục trưởng của tôi vốn ưa chè chén thế nên mỗi lần trong làng có yến tiệc gì mà tổ chức nơi lữ quán đó thì không bao giờ ông vắng mặt cả. Thế nên ông và nàng ta vô cùng thân thiết. Mỗi lần nàng ghé đến bưu điện để đóng bảo hiểm hay gửi tiền tiết kiệm là ông cậu tôi lại buông những lời đùa cợt chán ngắt đáng khinh mà hỏi thăm nàng ta.

"Dạo này thấy cô em ăn nên làm ra nên miệt mài gửi tiền nhỉ? Cảm động, cảm động quá. Sao, kiếm được ông chồng giàu nào rồi à?"

"Chán thật"

Nàng nói thế và làm ra vẻ mặt chán chường thật sự. Gương mặt nàng không nữ tính lắm, mà giống gương mặt của một vị công tử trong tranh Anthony van Dyck vậy. Nàng tên là Terada Hanae. Trong sổ tiết kiệm ghi tên nàng như vậy. Trước đây hình như nàng ở tỉnh Miyagi thì phải vì trong cột ghi địa chỉ nơi sổ tiết kiệm thấy có ghi địa chỉ ở Miyagi rồi được gạch đỏ thay bằng địa chỉ mới. Theo như lời bàn tán của những nữ nhân viên trong bưu điện thì ngay trước khi Nhật Bản đầu hàng vô điều kiện, vùng Miyagi hoàn toàn bị thiêu hủy, nàng mới phải lưu lạc đến đây. Vốn nàng là họ hàng xa của bà chủ nơi lữ quán đó, rồi thì địa vị thấp kém lắm, tuy còn nhỏ mà làm việc chăm chỉ nhưng vì là người mới đến đây nên chẳng có lấy một người nào ở vùng này khen ngợi cả.

[7] Nguyên văn "恋をはじめると、とても音楽が身にしみてきますね。あ
    れは コイのヤマイのいちばんたしかな兆候だと思います"

Tôi chẳng tin chút nào vào năng lực làm việc của nàng ta thế nhưng tiền gửi tiết kiệm của nàng thì không phải vừa. Là nhân viên bưu điện, đúng ra tôi không được phép công khai chuyện này thế nhưng nàng Hanae đó cứ mỗi tuần lại đến gửi hai đến ba trăm yên tiền mới nên tổng số tiền tiết kiệm càng ngày càng nhiều. Không lẽ là nàng kiếm được ông chồng giàu có thật sao nhỉ? Thế nhưng mỗi lần đóng dấu xác nhận đã gửi hai ba trăm yên vào quyển sổ tiết kiệm của nàng tự nhiên ngực tôi đập thình thịch và mặt mũi đỏ bừng lên.

Và rồi càng ngày tôi càng cảm thấy khổ sở. Chắc chắn nàng Hanae đó chẳng phải chăm chỉ giỏi giang gì đâu nhưng tất cả những người dân trong làng đều để ý đến nàng ta, hay là người ta đã dùng tiền bạc mà làm nhục nàng rồi? Cái ý nghĩ đó đã có lần làm tôi kinh ngạc mà phải bật dậy khỏi giường giữa đêm khuya khoắt nữa.

Tuy thế nàng Hanae đó vẫn điềm nhiên mang tiền đến gửi hầu như mỗi tuần. Nhưng bây giờ thì tôi không còn đỏ mặt và nghe tim đập thình thịch nữa mà ngược lại sự khổ sở đã làm tôi mặt mũi xanh xám, trán đổ mồ hôi hột, và khi đang đếm những tờ tiền mười yên cáu bẩn mà nàng ta điềm tĩnh đưa cho, có lẽ đã mấy lần tôi muốn nộ khí xung thiên mà xé vụn tất cả nữa. Và tôi cũng muốn nói với nàng ta một câu. Đó là câu thoại nổi danh trong tiểu thuyết của nhà văn Kyoka[8] "cho dù có chết cũng đừng làm đồ chơi cho kẻ khác[9]". Đúng ra thì một gã nhà quê thô lậu như tôi làm sao có thể thốt ra được lời như thế chứ tuy nhiên tôi vẫn cứ muốn nói ra không sao ngăn lại được. Cho dù chết cũng đừng làm đồ chơi cho người. Vật chất hay tiền bạc là gì cơ chứ?

Cái câu nói "thương người người thương lại[10]" thật sự là đúng nhỉ? Đó là vào khoảng giữa tháng năm. Nàng Hanae lại xuất hiện, đưa tiền và số tiết kiệm cho tôi và lạnh lùng nói xin cảm phiền anh. Tôi thở dài nhận lấy đếm từng tờ tiền cáu bẩn với tâm trạng buồn bã. Và rồi tôi nhập số tiền nàng gửi vào sổ tiết kiệm lặng lẽ trả lại cho nàng ta.

"Vào khoảng năm giờ chiều nay, anh có rảnh không?"

---

[8] Izumi Kyouka 泉鏡花 (1873-1939), nhà văn chuyên về văn học huyền tưởng độc đáo trong suốt cả ba thời đại Minh Trị, Đại Chính và Chiêu Hòa.

[9] Nguyên văn "死んでも、ひとのおもちゃになるな"

[10] Nguyên văn là câu thành ngữ "思えば思われる", nghĩa là "nếu mình có hảo ý với người thì người cũng sẽ có hảo ý với ta" (こちらが相手に好意を持てば、相手も好意を持ってくれるようになるということ)

Tôi chợt nghi ngờ đôi tai của mình. Biết đâu cơn gió xuân đang thì thầm đùa bỡn tôi chăng? Lời của nàng nhẹ và nhanh như cơn gió.

"Nếu anh rảnh, xin hãy đến bên chân cầu"

Nàng nói xong khẽ mỉm cười và ngay lập tức lấy lại vẻ lãnh đạm thường lệ đứng dậy rời đi.

Tôi nhìn đồng hồ. Mới hơn hai giờ một chút. Từ đó cho đến năm giờ tôi cứ phấp pha phấp phỏng, đến giờ không sao nhớ lại được mình đã làm gì nữa. Chắc là đang làm ra vẻ mặt nghiêm trọng, nhấp nha nhấp nhổm như vậy, đột nhiên quay sang nói lớn với nữ nhân viên ngồi kế bên bảo là hôm nay trời đẹp nhỉ dù là trời mây u ám khiến cho nàng ta quá đỗi kinh ngạc, sững sờ nhìn tôi rồi đứng dậy bỏ chạy vào nhà vệ sinh. Thật là quá sức ngớ ngẩn.

Khoảng năm giờ kém bảy, tám phút tôi rời khỏi nhà. Trên đường đi khi nhìn thấy bàn tay mình móng tay mọc dài không hiểu sao tôi vô cùng muốn khóc. Đến bây giờ cũng vẫn không sao quên được.

Nàng Hanae đang đứng bên cầu. Tôi nghĩ là váy nàng quá ngắn. Liếc nhìn đôi chân dài một thoáng rồi tôi cụp mắt xuống.

"Mình đi ra biển nhé."

Nàng điềm tĩnh nói vậy.

Hanae đi trước, tôi đi theo sau nàng cách năm sáu bước, từ từ hướng về phía bờ biển. Mặc dù đi cách xa như thế nhịp chân đi của chúng tôi không biết từ lúc nào lại trở nên giống nhau làm tôi khó xử. Trời đầy mây, gió nhẹ thổi. Phía bờ biển cát bay như khói.

"Chỗ này được đấy."

Hanae lẻn vào khoảng giữa hai chiếc thuyền cá neo trên bờ và ngồi xuống bờ cát.

"Anh vào đi. Ngồi ở đây không bị gió thổi đâu mà còn ấm nữa."

Nàng đưa cặp đùi của mình ra phía trước. Tôi ngồi cách nàng khoảng hai mét.

"Xin lỗi đã gọi anh ra đây. Nhưng tôi phải nói với anh một lời mới yên lòng. Anh có thấy việc tôi gửi tiết kiệm là kỳ lạ lắm không?"

Tôi cũng nghĩ vấn đề là chỗ này đây rồi trả lời với giọng khàn đặc.

"Đúng là kỳ lạ thật."

"Anh lấy làm lạ là đương nhiên thôi", nàng gật đầu, vừa đưa cặp chân trần xoay qua xoay lại hất cát đùa chơi và nói tiếp. "Đó không phải là tiền của tôi đâu. Nếu là tiền của tôi thì tôi sẽ không bao giờ mang đi gửi tiết kiệm đâu mà. Cứ gửi lắt nhắt như vậy phiền phức lắm."

Tôi im lặng gật đầu, nhủ thầm "thì ra là vậy".

"Anh cũng thấy vậy mà đúng không? Đó là tiền của bà chủ đấy. Nhưng mà điều này phải tuyệt đối bí mật nghe. Anh không được nói cho ai biết đâu đấy. Tại sao bà chủ lại làm như thế thì em có thể lờ mờ hiểu được phần nào nhưng mà chuyện phức tạp lắm nên em không muốn nói. Em rất là khổ sở đấy. Anh có tin em không?"

Tôi khẽ mỉm cười và nhìn thấy trong mắt nàng Hanae có gì đó lấp lánh. Thì ra là nước mắt.

Tôi chợt muốn hôn nàng vô cùng, không sao cưỡng lại được. Tôi đã nghĩ thầm rằng nếu mình có thể sống cùng Hanae thì chịu bao nhiêu khổ sở mình cũng không màng.

"Người làng này không có ai tốt cả nhỉ. Em không muốn gây cho anh hiểu lầm cho nên hôm nay quyết ý hẹn anh ra đây để giãi bày một lời"

Đúng lúc đó, tôi nghe từ trong túp lều nhỏ gần đó một tiếng búa gõ đinh đong đong đinh đinh. Thanh âm đó tuyệt đối không phải là ảo giác. Sự thực là trong túp lều của ông Sasaki nơi bờ biển đang vang lên tiếng búa đinh chát chúa. Tiếng gõ dồn dập đinh đinh đong đong đinh đinh đinh... Tôi run rẩy đứng dậy.

"Tôi hiểu rồi. Tôi sẽ không nói với ai khác đâu". Khi đó tôi nhìn thấy ngay phía sau chỗ nàng Hanae đang ngồi có nhiều bãi phân chó và tôi định nhắc cho nàng ta biết điều đó.

Những ngọn sóng dạt bờ mệt mỏi, những con thuyền với cánh buồm dơ bẩn đang lảo đảo cập bờ.

"Vậy tôi xin phép."

Một vùng trời bát ngát thinh không. Chuyện tiền tiết kiệm biết rồi thì sao chứ? Tôi với nàng ngay từ đầu là người xa lạ. Chuyện nàng ta trở thành đồ chơi cho người khác có liên quan đến tôi chút nào đâu cơ chứ? Mình thật là ngu ngốc. Tôi điên tiết.

Rồi từ đó, cứ khoảng một tuần hay mười ngày nàng Hanae lại đến gửi tiền như thường lệ. Tổng số tiền tiết kiệm đến giờ là khoảng mấy ngàn yên rồi nhưng tôi chẳng mảy may quan tâm. Đó là số tiền của bà chủ hay là của chính nàng ta đi chẳng nữa thì cũng có liên quan gì đến tôi đâu cơ chứ?

Và rồi dù sao đi nữa nếu như nói ai thất tình thì tôi vẫn có cảm giác là phía mình thôi. Tuy nhiên thất tình như tôi lại không cảm thấy buồn rầu quá đáng cho nên tôi nghĩ đây là một kiểu thất tình đặc biệt. Và tôi lại trở về làm một người nhân viên bình thường mơ màng như thường lệ.

Vào khoảng tháng sáu, vì có công chuyện phải đi Aomori và ngẫu nhiên chứng kiến một cuộc biểu tình của người lao động. Cho đến bây giờ không những tôi chẳng hứng thú gì với với những phong trào xã hội hay phong trào chính trị mà còn cảm giác chúng gần như một niềm tuyệt vọng. Cho dù ai đó có làm gì đi nữa thì kết quả cũng vậy thôi. Mà cho dù mình có tham gia vào tổ chức phong trào thế nào đi nữa thì rồi cũng chỉ là vật hy sinh cho con thuyền danh tiếng và quyền lực của những kẻ cầm đầu cười lên thôi. Cứ cao đàm khoát luận những luận điệu chỉ cần nghe theo lời ta là bản thân các anh em, gia đình các anh em, làng xóm, đất nước của các anh em thậm chí toàn thế giới này nữa sẽ được cứu thoát còn nếu không nghe theo thì vô phương cứu chữa mà không chút nghi ngờ gì và rồi sau đó bị một con điếm hạng sang phụ phàng ruồng rẫy, u uất tự ti mà kêu gào đòi bãi bỏ chế độ mại dâm, tức giận ganh ty lao vào đánh nhau với các đồng chí tuấn tú, bạo loạn gây bao nhiêu phiền phức, tình cờ nhận được cái huy chương, ý khí chất ngất trời xanh hớn hở chạy về nhà kêu mẹ nó ơi ra mà xem này, rồi mở cái hộp nhỏ đựng huy chương với vẻ mặt vô cùng đắc ý khoe mụ vợ, nghe mụ ta phán một câu lạnh lùng huy chương gì mà hạng năm thế này, ít nhất phải là huy chương chiến công hạng hai mới phải chứ. Thế là anh chồng chán nản dở điên dở dại mới đâm đầu vào hoạt động phong trào xã hội với phong trào chính trị chứ. Tôi cứ nghĩ là chỉ những người như vậy mới làm chính trị thôi. Chính vì thế mà trong cuộc tổng tuyển cử tháng tư năm nay người ta hô hào dân chủ chủ nghĩa gì gì đó tôi cũng chẳng mảy may tin lời. Đảng tự do hay đảng tiến bộ gì thì cũng chỉ là những con người cũ đó thôi, chẳng giải quyết được vấn đề gì cả. Rồi còn đảng xã hội với đảng cộng sản thì cũng có tinh thần cao đó nhưng cũng là thừa cơ lợi dụng sự bại trận của Nhật Bản, không thể xua tan cái ấn tượng ghê tởm như thể con giòi bò ra từ xác chết của sự đầu hàng vô điều kiện được. Cho nên vào ngày bỏ phiếu mồng mười tháng tư, khi ông cậu cục trưởng bảo tôi hãy đi bỏ phiếu cho chính trị gia Kato đảng tự do thì tôi cứ vâng vâng dạ dạ rồi rời khỏi nhà đi dạo quanh bờ biển mà trở về thôi. Chắc là vì tôi đã nghĩ cho dù có ra tuyên ngôn gì về vấn đề chính trị hay xã hội gì đi chăng nữa thì cũng chẳng thể nào giải quyết được nỗi u uất trong cuộc sống hàng ngày của chúng tôi đâu. Tuy nhiên khi ngẫu nhiên chứng kiến cuộc biểu tình của người lao động ở Aomori ngày hôm đó tôi mới biết những suy nghĩ của mình từ trước đến giờ hoàn toàn sai lạc.

Thật là sống động mạnh mẽ làm sao. Những bước chân đi rầm rập vui tươi. Tôi không nhìn ra trong đó có bất cứ bóng dáng của sự u uất hay dấu vết của sự hèn hạ nào. Một dòng sinh lực tiến thẳng về phía trước. Những cô gái trẻ cầm cờ trong tay hát vang bài ca lao động khiến tim tôi tràn đầy cảm kích, nước mắt tôi chảy đầm đìa. Tôi nghĩ rằng "A, Nhật Bản thua trận thật tốt biết bao nhiêu". Lần đầu tiên trong đời tôi mới cảm nhận được mùi vị của sự tự do thật sự. Nếu đây là những đứa con được sinh ra từ phong trào chính trị hay xã hội thì tôi nghĩ rằng điều đầu tiên mà con người cần phải học đó chính là tư tưởng chính trị và xã hội vậy.

Trong khi quan sát dòng người tiến về phía trước tự nhiên tôi có cảm giác hoan hỷ như thấy được con đường ánh sáng mà mình nên đi, nước mắt vui mừng chảy dài hai bên gò má, và rồi giống như người mở mắt ra nhìn thử khi lặn xuống nước sâu, quang cảnh xung quanh ngả mờ nhạt sang màu xanh lục, hình dáng lá cờ đỏ cháy lên rừng rực giữa dòng chảy điệp trùng làm tôi cảm kích chảy cả nước mắt, nghĩ rằng mình có chết cũng không màng thì tiếng gõ búa đinh đong từ xa xăm vọng về và rồi mọi niềm cảm kích chấm dứt hết cả.

Cuối cùng cái thanh âm đó là thứ quái gì vậy chứ? Không thể đơn giản cho rằng đó là tiếng gọi của hư vô được. Đúng ra ảo ảnh của tiếng gõ búa đinh đong đó thậm chí còn xóa tan hư vô nữa kia mà.

Sang đến mùa hạ, đám thanh niên trong làng tinh thần thể thao dâng cao mạnh mẽ. Tôi ít nhiều có khuynh hướng thực dụng chủ nghĩa kiểu người già, luôn có cảm giác việc cởi trần mà đấu sumo quăng quật thương tích đầy mình chẳng có ý nghĩa gì, việc cắm đầu cắm cổ chạy trăm mét trong vòng hai mươi giây thật vô cùng ngớ ngẩn cho nên chưa từng có ý định tham gia một trò thể thao nào của đám thanh niên như thế. Tuy nhiên vào tháng tám năm nay, mấy làng khu bờ biển này cùng kết hợp tổ chức cuộc chạy đua tiếp sức, đám thanh niên tham gia hăng hái lắm. Bưu điện A của tôi trở thành trạm chuyển tiếp, những tuyển thủ xuất phát từ Aomori chạy đến đây trao gậy cho người chạy kế tiếp cho nên tầm khoảng hơn mười giờ sáng khi những tuyển thủ từ Aomori gần đến đây là mọi người trong bưu điện đổ xô ra ngoài xem náo nhiệt, chỉ còn lại tôi và ông cậu cục trưởng ở lại chỉnh lý hồ sơ bảo hiểm. Khi nghe tiếng reo đến rồi đến rồi tôi mới ngó ra cửa sổ xem sao thì thấy đúng có vẻ là những nỗ lực nước rút cuối cùng, những sải tay vươn dài như những con ếch rẽ không khí tiến về phía trước rồi những thân hình trần trụi chỉ mặc độc một mảnh quần đùi, hai bàn chân trần vói vói, ngực ưỡn vai vươn đầu ngả về phía sau khổ sở rồi nghẹo trái nghẹo phải lảo đảo đến trước bưu điện rên rỉ ngã vật ra. Kẻ tiếp nối cất tiếng bảo rằng "Tốt lắm. Cậu đã cố gắng nhiều rồi". Các tuyển thủ đó được dìu đến chỗ cửa sổ tôi đang nhìn ra, người ta đem nước đã chuẩn bị trước dội lên đầu lên cổ. Thấy cảnh các tuyển thủ gần như lâm vào trạng thái sống dở chết dở, mặt mũi xanh xám lả người ngủ thiếp đi khiến tôi ngập tràn một nỗi cảm kích kỳ dị.

Cái điều mà thằng tôi hai mươi sáu tuổi định nói ra là đẹp đẽ nhưng đúng ra thì phải là thật tội nghiệp mới đúng. Tôi nghĩ rằng việc lãng phí sức lực mà đến được đây là quá sức tuyệt vời. Những thanh niên này dù cho thế gian chẳng mảy may quan tâm đến họ giành hạng nhất hay hạng nhì gì, vậy mà họ cũng gần như giành cả sinh mạng trong nỗ lực về đích cuối cùng. Hơn nữa họ không có mang lý tưởng gì như muốn xây dựng lại nền văn hóa quốc gia bằng vào cuộc chạy đua tiếp sức này, họ chẳng bao giờ nghĩ mình chạy vì lý tưởng như thế hay chạy để thế gian khen ngợi thừa nhận mình bao giờ. Họ cũng chẳng nuôi tham vọng trở thành tuyển thủ marathon cự phách trong tương lai, họ biết rõ cuộc chạy đua ở miền quê này thời gian chẳng có ý nghĩa gì, hơn nữa khi về nhà biết rằng chẳng có ai cổ vũ khen ngợi, ngược lại còn lo lắng bị mẹ cha la rầy vậy mà vẫn cứ muốn chạy. Vẫn muốn thử sức với cả sinh mệnh mình. Chẳng cần ai khen ngợi. Chỉ muốn chạy thôi. Một hành vi không cần đền đáp. Ngay cả việc trèo lên cây cao nguy hiểm lúc nhỏ còn có lòng ham muốn hái trái hồng mà ăn thế nhưng trong cuộc đua cá cược sinh mạng này, ngay cả điều đó còn không có nữa. Đó gần như là một lòng nhiệt tình hư vô. Nó giống hệt như cảm giác trống rỗng hư không của tôi lúc đó.

Tôi bắt đầu chơi ném bóng cùng với các nhân viên trong bưu điện. Khi chơi đến mức mệt mỏi rã rời và cảm nhận được sự sảng khoái như được lột da tái sinh thì ngay khoảnh khắc đó tôi lại nghe tiếng búa gõ đinh đong xa xăm vọng về. Cái thanh âm đinh đinh đong đong đó còn thậm chí đánh đổ cả lòng nhiệt tình hư vô. Dạo gần đây cái tiếng đinh đinh đong đong đó tôi nghe càng ngày càng thường xuyên hơn. Mở một trang báo định đọc kỹ từng điều của hiến pháp mới thế là đinh đinh đong đong, nghe ông cậu bàn bạc về nhân sự của bưu điện, vừa mới nghĩ ra ý tưởng hay cũng nghe đinh đinh đong đong, định đọc tiểu thuyết của ông cũng nghe ra đong đong đinh đinh, gần đây trong làng có hỏa hoạn, khi tôi bật dậy định chạy đến xem hiện trường thì cũng đinh đinh đong đong, khi cùng ăn tối uống rượu với ông cậu, định bụng uống thêm chút nữa là đong đong đinh đinh, khi tôi nghĩ không biết chừng mình bị điên rồi chăng thì cũng đinh đinh đong đong, khi tôi nghĩ đến chuyện tự sát thì cũng đong đong đinh đinh.

"Cuộc đời con người, nếu nói một lời thì là gì chứ?"

Đêm qua, khi uống rượu với ông cậu, tôi đã thử hỏi câu đó bằng giọng đùa chơi.

"Cuộc đời thì ta không biết. Nhưng thế gian này thì chỉ có dục vọng và sắc tình mà thôi.[11]"

Tôi nghĩ đó đó là câu trả lời hay bất ngờ. Và tôi chợt nghĩ hay là mình trở thành con buôn chợ đen đi nhỉ. Nhưng khi nghĩ đến việc mình có thể kiếm cả vạn yên nhờ buôn bán chợ đen thì ngay lập tức nghe tiếng búa gõ đinh đinh đong đong.

Xin ông hãy chỉ bảo cho tôi với. Cái âm thanh này là gì vậy chứ? Làm thế nào để tôi có thể thoát khỏi nó đây? Thực sự tôi bây giờ vì cái thanh âm này mà không sao nhúc nhích mình mấy được luôn. Dù gì mong ông trả lời nhé.

Ngoài ra nếu như phải thêm một điều gì nữa thì trong khi viết chưa được nửa bức thư này, thì tôi lại nghe ra tiếng đinh đinh đong đong vang dội. Thành ra viết bức thư này thật chán biết bao. Tuy thế tôi cố gắng kìm mình chịu đựng mà viết. Và vì quá chán nản nên tôi có cảm

[11] Nguyên văn "人生、それはわからん。しかし、世の中は、色と慾さ"

giác vô cùng tự ti, như thể mình viết ra toàn những lời dối trá vậy. Chẳng có người con gái nào tên Hanae, và tôi cũng chưa nhìn thấy cuộc biểu tình nào. Những chuyện khác đại khái cũng gần như dối trá hết cả.

Tuy nhiên chỉ có tiếng gõ đinh đinh đong đong dường như không phải là dối trá. Tôi cứ thế mà gửi đi chứ không dám đọc lại. Trân trọng.

Ông tác gia vốn là một kẻ vô học, vô tư tưởng, có thói khinh bạc đã quen, nhận được bức thư kỳ dị này bèn trả lời như sau.

Chào cậu. Thật là khổ sở nhỉ. Nhưng tôi không đồng cảm lắm đâu. Cậu vẫn còn đang trốn tránh khỏi nỗi xấu hổ không thể biện minh ở chỗ mười con mắt nhìn vào, mười ngón tay chỉ vào[12]. Tư tưởng thật sự cần dũng khí hơn sự khôn ngoan[13]. Tin mừng theo thánh Mát-thêu chương mười, dòng hai mươi tám có câu "anh em đừng sợ những kẻ giết thân xác mà không giết được linh hồn. Đúng hơn, anh em hãy sợ Đấng có thể tiêu diệt cả hồn lẫn xác trong hỏa ngục"[14]. Sự "sợ hãi" ở đây không phải là sự "kính sợ" đâu. Nếu cậu có thể cảm nhận được sâu sắc lời nói này của Giêsu, chứng ảo thính của cậu chắc chắn sẽ chấm dứt. Thư bất tận ý.

H. L.

[12] Nguyên văn là "十指の指す所，　十目の見るところ" lấy ý từ sách Đại học "thập mục sở thị, thập thủ sở chỉ, kỳ nghiêm hồ". 「十目の視（み）る所、十手の指す所、其れ厳なるかな」 nghĩa là "Mười con mắt nhìn vào, mười ngón tay chỉ vào, thật nghiêm khắc biết bao!"

[13] Câu này rất hay nên chúng tôi trích dẫn nguyên văn "真の思想は、叡智よりも勇気を必要とするものです".

[14] Nguyên văn "身を殺して霊魂をころし得ぬ者どもをおそるな、身と霊魂 とをゲヘナにてころし得るものをおそれよ"

MOONLIGHT SONATA 14 VÀ THIỀN TRĂNG

Hạnh Chi

Trăng 14 lẻn nhẹ vào thiền đường. Mắt khép hờ mà hành giả vẫn thấy rõ. Nhưng trăng ngây thơ, tưởng sẽ đùa như trẻ nhỏ khi vờn lên vạt áo tràng nâu làm hành giả giật mình, để trăng khúc khích cười.

Thôi được, giả như không thấy mà tạo niềm vui thì có sao đâu, nhất là niềm vui này lại tặng ánh trăng, đối tượng tri kỷ thường cùng tọa thiền những đêm tĩnh lặng.

Đêm nay 14 nên trăng tỏ. Vạt áo nâu loang loáng ánh trăng tưởng như đang muốn lao xao múa hát. Trăng và áo đồng lõa, lay động những ngón tay đang đặt lên nhau. Hương từ bụi dạ lý bên cửa sổ cũng nhập cuộc, cùng *"chiếu kiến ngũ uẩn giai không, độ nhất thiết khổ ách"*. Tất cả chợt quyện vào nhau: Hành giả, trăng, hương dạ lý, cùng vỗ đôi cánh nâu, nhịp nhàng theo một cung bậc.

Cung bậc gì? Ở đâu vọng tới vậy?

Ranh giới giữa mộng và thực bỗng như cánh gió, bay lên, theo bước âm thanh mời gọi.

Đây rồi. Người thiếu nữ tên Countess Giulietta Guicciardi đứng bên hồ Lucerne, lặng thinh và mờ ảo như sương. Nàng đứng im. Chỉ có những giọt dương cầm thánh thót rơi quanh. Những giọt dương cầm từ trái tim thiên tài âm nhạc thế kỷ thứ XVIII.

Beethoven đã phá vỡ những quy luật cổ điển về thể loại Sonata, khi ông không dành những cảm xúc sâu thẳm ở phần đầu, mà lại cuốn hút người nghe vào biển sóng dồn dập của nhịp điệu đô-thăng-thứ ở những trường canh cuối, nghiền nát bao đau thương tột cùng chảy tan thành lệ; rồi từng giọt, từng giọt rỏ xuống nhân gian, tạo thành những tiết tấu bất hủ trong *"Moonlight Sonata 14"* mà đến nay, đã hơn 200 năm, có ai dám tự nhận bước qua?

À, thì ra tương ngộ là đây. Thiền trăng 14 và Moonlight Sonata 14.

Nếu gọi đầy đủ, thì tên của tác phẩm vượt thời gian, không gian này phải được xướng lên là "Moonlight Sonata No.14 Quasi Una Fantasia". Tiếng Ý, *Quasi Una Fantasia* là *Almost A Fantasy*, Hầu như là Ảo vọng.

Có lẽ cái tên không nhất thiết phải dài đến thế, nếu thời đó các nhạc sỹ có thể đặt tựa cho mỗi bản nhạc như bây giờ. Nhưng ở thế kỷ mà nền âm nhạc cổ điển được trân quý như âm thanh của chốn cung đình thì tên tác phẩm thường đặt theo thể loại (Sonata, Etude, Prelude, Symphony ...) và tiếp theo là số thứ tự; đôi khi, thêm vài nét đặc thù theo cảm xúc của tác giả khi sáng tác. Đó là trường hợp Moonlight Sonata No.14 có thêm ba chữ "Quasi Una Fantasia"

Thiên tài thường đi trước thời gian, những kẻ đồng thời mấy ai nhận biết! Nên khi Countess Giulietta Guicciardi nghe được, hiểu được, chia xẻ được giòng nhạc lạ lùng này thì Beethoven sửng sốt, cảm động, bàng hoàng, tưởng như chỉ là ảo vọng.

Nhưng nàng có thật.

Nàng đứng đó, nghiêng đầu, uống từng giọt lệ rơi xuống từ mỗi cung bực. Những trường canh nhẹ như tơ lướt theo cánh buồm căng gió. Trăng nhấp nhô, vỡ vụn trên mặt hồ khi âm thanh chuyển dần vào bóng tối của những nhánh cây khô chĩa ra từ ven bờ.

Có phải đây là thông điệp về **Khổ đau đã có mặt**. Sự thật đầu tiên trong Tứ Diệu Đế tất nhiên có mặt, vì trong mỗi phút giây của sự sống đều có lực đẩy của sự chết, trong gần gũi đã có chia xa, trong tôi, em sẽ biến mất!

Nhận ra điều đó chính là sự thật thứ hai, là ***nguyên nhân của khổ đau.***

Hình ảnh cánh buồm chao đảo bật lên, cùng với âm thanh diễn tả sự quần quại của sức gió, rồi lắng xuống, lắng xuống, khi trăng ẩn vào mây. Nơi ấy đã sẵn sự thật thứ ba. Đó là ***sự chấm dứt khổ đau.***

Tới đây, tuyệt chiêu của ma lực âm thanh vỡ ra, rách bung cánh buồm không người, đang lững lờ trôi dần vào hải đảo tự thân. Cuối cùng chỉ là trở về bản thể bằng sự thật thứ tư, là ***con đường đi tới sự chấm dứt khổ đau.***

Cùng với Tứ Diệu Đế, những nốt cuối của Moonlight Sonata No.14 lặng lẽ rụng rơi, trả bàn phím trở về thân gỗ mục.

Như Beethoven và Countess bàng hoàng lạc nhau.

Như trăng 14 ngủ yên trong mây nên trăng khuyết.

Như dạ lý quên đánh thức gió nên hương chẳng bay xa.

Tất cả đều phải trở về sự lắng trong, thinh lặng và Cô Đơn Tuyệt Đối.

Đó là bi thương cùng cực, mà cũng là hạnh phúc vô bờ của kiếp nhân sinh và vạn hữu.

Dường như hành giả vừa bước qua một khung cửa hẹp.

Rất hẹp.

Chỉ vừa lọt đủ một chữ "KHÔNG".

(Thiền đường Trăng Rằm,
một đêm trăng) | H. C.

NHÀ XUẤT BẢN HỒNG ĐỨC

65 Tràng Thi, Quận Hoàn Kiếm, Hà Nội

Email: nhaxuatbanhongduc65@gmail.com

Điện thoại: 024.3 9260024, Fax: 024.3 9260031

HƯƠNG TÍCH - PHẬT HỌC LUẬN TẬP

Tập VI. Nhiều Tác Giả

◆

Chịu trách nhiệm xuất bản: Giám đốc Bùi Việt Bắc
Chịu trách nhiệm nội dung: TBT Lý Bá Toàn
Biên tập viên: Phan Thị Ngọc Minh
Bản thảo & Bìa: Hương Tích/ Quảng Hạnh

◆

Đối tác liên kết:

Thư Quán HƯƠNG TÍCH

308/12 Nguyễn Thượng Hiền,
Quận Phú Nhuận, TP. HCM
Điện thoại: (028) 35500339
Email: huongtichbooks@gmail.com

In 500 cuốn, khổ 16 x 24cm. Tại Xí nghiệp in FAHASA
774 Trường Chinh, P.15, Q. Tân Bình, TP. HCM.
Số XNĐKXB: **338-2020/CXBIPH/18 - 06/HĐ**.
Số QĐXB của NXB: **111/QĐ-NXBHĐ cấp ngày 19/02/2020**.
In xong và nộp lưu chiểu năm 2020.
Mã số sách tiêu chuẩn quốc tế (ISBN): 978-604-9908-40-8